# ഇരുണ്ട കൂടാരം

**irunda koodaram**

•

*a translation of 'the dark abode'*

•

*sarojini sahoo*

•

*translated*
*prameela k p*

•

first edition
november 2009

•

*typesetting & published*
chintha publishers, thiruvananthapuram

•

*printed*
akshara offset, thiruvananthapuram

•

*cover*
ambeesh kumar

•

*price*
rupees ninety only



---

*വിതരണം*

**ദേശാഭിമാനി ബുക്ക് ഹൗസ്**

H O തിരുവനന്തപുരം-695 001

*ബ്രാഞ്ചുകൾ*

ദേശാഭിമാനി റോഡ് തിരുവനന്തപുരം • ഓവർബ്രിഡ്ജ് തിരുവനന്തപുരം • കെ എസ് ആർ ടി സി ബസ് സ്റ്റേഷൻ ആലപ്പുഴ • കെ എസ് ആർ ടി സി ബസ് സ്റ്റേഷൻ എറണാകുളം • ഐ ജി റോഡ് കോഴിക്കോട് • മാവൂർ റോഡ് കോഴിക്കോട് • എൻ ജി ഒ യൂണിയൻ ബിൽഡിങ് കണ്ണൂർ • സെൻട്രൽ ബസ് ടെർമിനൽ കോംപ്ലക്സ് താവക്കര കണ്ണൂർ • മച്ചിങ്ങൽ ലെയ്ൻ തൃശൂർ.

---

CO - 1341 / 2291

# ഇരുണ്ട കൂടാരം

ഒറിയ നോവൽ

**സരോജിനി സാഹു**

പരിഭാഷ

**പ്രമീള കെ പി**

**ചിന്ത പബ്ലിഷേഴ്സ്**
**തിരുവനന്തപുരം-695 001**

## ഡോ. സരോജിനി സാഹു

സമകാലീന ഒറിയ സാഹിത്യത്തിലും സ്ത്രീവാദചിന്തയിലും പുതുപ്രവണതകൾ തേടുന്നവരിൽ പ്രശസ്ത. സ്ത്രീവാദമെന്നാൽ, അവരെ സംബന്ധിച്ചിടത്തോളം, കേവലം ലിംഗപദവിയുടെ പ്രശ്നമല്ല, പുരുഷ മേൽക്കോയ്മയുമായുള്ള സംഘട്ടനവുമല്ല. അതുകൊണ്ട് അവരുടെ ചിന്ത വർജീനിയ വൂൾഫിൽനിന്നും ജൂഡിത് ബട്ലറിൽനിന്നും വ്യത്യസ്തമാണ്. സ്ത്രീവാദത്തെ, സ്ത്രീത്വത്തിന്റെ ആത്യന്തിക സത്തയായി അവർ സ്വീകരിക്കുന്നു. ഇത് പുരുഷലോകത്തിൽനിന്നും തികച്ചും ഭിന്നമാണ്. അതുകൊണ്ടവർ സത്യസന്ധമായി തുറന്ന ശൈലികളിൽ, പക്ഷപാതരഹിതമായ വീക്ഷണത്തിൽ, വിവിധ ഏടുകളിലായി സ്ത്രീശരീരത്തെക്കുറിച്ച് എഴുതുന്നു. യൗവനാരംഭം മുതൽ ആർത്തവവിരാമംവരെയുള്ള സ്ത്രീസഹജമായ വിചാര-വികാരങ്ങളെ അവരുടെ കഥാസാഹിത്യം വിശദീകരിക്കുന്നു. യൗവനാരംഭത്തിലെ നിയന്ത്രണങ്ങൾ, പ്രസവം, ബലാൽക്കാരം ചെയ്യപ്പെടുമോ എന്ന ഭയം, സമൂഹം കുറ്റപ്പെടുത്തുമെന്ന പേടി, ചീത്ത പെൺകുട്ടിയായി ചിത്രീകരിക്കപ്പെടുമോ എന്ന ആശങ്ക എന്നിവ അവരുടെ നോവലുകളിലെയും കഥകളിലെയും പ്രമുഖ വിഷയങ്ങളാണ്.

ഒറീസ സാഹിത്യ അക്കാദമി അവാർഡ് (1993), ഝംകാർ അവാർഡ് (1992), ഭുവനേശ്വർ ബുക്ഫെയർ അവാർഡ്, പ്രജാതന്ത്ര അവാർഡ് എന്നിവ ലഭിച്ചിട്ടുണ്ട്. എട്ടു ചെറുകഥാസമാഹാരങ്ങളും അഞ്ചു നോവലുകളുമെഴുതിയിട്ടുണ്ട്.

## പ്രമീള കെ പി

1967-ൽ ജനനം. ബി എ, എം എ, പി എച്ച് ഡി ബിരുദങ്ങൾ ഒന്നാം റാങ്കോടെ പാസായി. പരിഭാഷയിൽ പോസ്റ്റ് ഗ്രാജുവേഷൻ ഡിപ്ലോമ. മലയാളത്തിലും ഹിന്ദിയിലുമായി ഏഴോളം പുസ്തകങ്ങൾ പ്രസിദ്ധീകരിച്ചിട്ടുണ്ട്. ഇന്ത്യയിലെ വിവിധ ആനുകാലികങ്ങളിൽ എഴുതുന്നു. 1999-ലെ വിശാലകേരളം കവിതാ അവാർഡ്, സംസ്കൃത കലാസംഘം അക്കാദമി (യു പി) വിദ്യാവാരിധി അവാർഡ് (2004), 2007-ൽ തിരുവനന്തപുരത്തുവച്ചു നടന്ന രാഷ്ട്രീയ ഹിന്ദി സമ്മേളനത്തിൽ നിരൂപണത്തിനുള്ള അവാർഡ് എന്നിവ ലഭിച്ചു. കാലടി ശ്രീ ശങ്കരാചാര്യ സർവകലാശാലയിൽ ലക്ചററാണ്.

വിലാസം : ഹൗസ് നമ്പർ-7/971, കാലടി- 683 574
e-mail: prameelakp@sancharnet.in

# ഒന്ന്

**'ചി**റകുകളില്ലാത്ത മാലാഖയാണു നീ,' ഇതായിരുന്നു കുകി ബ്ലഷിന്റെ ഇ–മെയിലിലെ ആദ്യവാചകം. ദൂരത്താൽ വേർപെട്ടുനിൽക്കുന്ന രണ്ട് ടീനേജ് സ്നേഹക്കുരുവികളുടെ സംവേദനങ്ങൾ കൈമാറുന്ന മാധ്യമങ്ങളായി അവരുടെ ഇ–മെയിലുകൾ. അവനെഴുതി – 'ചിറകുകളില്ലാത്ത മാലാഖയാണു നീ. പക്ഷേ ഇതിനർഥം നിനക്ക് ബന്ധങ്ങൾ തട്ടിത്തകർത്ത് സ്വതന്ത്രയാകാൻ പാടില്ലെന്നല്ല, നിനക്കാരെങ്കിലും ചിറകു സമ്മാനിച്ചാൽ, നീ വന്ന് എന്നോടൊപ്പം കൂടുമോ?'

കുകി ആ ഇ–മെയിൽ ഏറെത്തവണ വായിച്ചിട്ടുണ്ടാവും. അതിലോരോ വാക്കിന്റെ അർഥവും അനുഭവവും ഒരു കവിയെന്ന പോലെ വീണ്ടും വീണ്ടും സങ്കൽപ്പിച്ചെടുക്കുന്നുണ്ടാവും, ഒരൽപ്പം നാണിക്കുന്നുണ്ടാവും. അവളുടെ ദിവസങ്ങളിൽ സ്വപ്നങ്ങൾ കോർക്കുന്ന മുഖം തിളങ്ങുന്നു. ഒരു ടീനേജറായി അവൾ മാറിയിട്ടുണ്ട്. അവളുടെ തോന്നലുകൾ സുതാര്യവും പുതുമയുള്ളതുമായി, പതിനാറാം വയസിന്റെ മാധുര്യത്തിലേക്ക് തിരിച്ചുപോയതുപോലെ.

കുകി ഒരിക്കലും കവിത രചിച്ചിട്ടില്ല. അവനും അങ്ങനെയില്ലായിരുന്നു. എന്നിട്ടും അവന്റെ കത്തുകൾ കാവ്യാത്മകമായി. രസകരമായി. അങ്ങനെ കവിതകൾ എഴുതുമ്പോൾ അവൻ ഗദ്യത്തിന്റെ യാഥാർഥ്യങ്ങളിൽ നിന്ന് പലപ്പോഴും ഒഴുക്കിന്റെ അപൂർവതയിലേക്ക് തെന്നി.

ആദ്യമാദ്യം അവൾ ആ വിളികൾക്കത്ര ശ്രദ്ധ കൊടുത്തില്ല. ആദ്യമെഴുതിയതവളോർത്തു.

"എന്റെ ശരീരം ചിന്തകൾക്കിടമില്ലാത്തതാണ്. വയസായിക്കൊണ്ടിരിക്കുന്ന എന്റെ ദേഹം ദാമ്പത്യബന്ധത്തിന്റെ ആവശ്യങ്ങളെയും നിർബന്ധങ്ങളെയും പിന്തുടരുകയാണ്. എന്റെ തളർന്ന ഇന്ദ്രിയങ്ങൾ

കുട്ടികളുടെ മുറ്റത്തേക്ക് മടങ്ങുകയാണ്. നിന്റെ വിളികേട്ട് പറന്നു വരാൻ എന്റെ ചിറകുകൾക്ക് ആ പഴയ ശക്തിയില്ല. എനിക്കിനി അവസാനിക്കാത്ത, വിസ്തൃതമായ, ആ നീലാകാശമില്ല. ഹൃദയവിശാലത സൂക്ഷിക്കാനുള്ള മിടുക്കുമില്ല. പക്ഷേ, നീ കാമദേവന്റെ സായകമെറിഞ്ഞിരിക്കുന്നു, അതെന്റെ ദേഹം തരംഗിതമാക്കി, എന്നെ വിവശയാക്കി– ഞാൻ തന്നെ മറന്നുപോയ എന്റെ വർഷങ്ങളെ ഒരിക്കൽക്കൂടി ആത്മാവിലേക്കാനയിക്കുന്ന സംഗീതമാക്കി.”

“നീയെന്താണിങ്ങനെ ഒറ്റയ്ക്ക്? ഒരുപക്ഷേ നിനക്കറിയില്ല, നീ വന്നപ്പോഴാണ് ഞാൻ ജീവിതത്തിലാദ്യമായി സ്വപ്നം കണ്ടു തുടങ്ങിയത്. ഞാനൊരുപാടു സ്ത്രീകളെ ഒരുപോലെ ആസ്വദിച്ചിട്ടുണ്ട്. വഞ്ചനയുടെ കാര്യത്തിൽ ഞാനവരോട് സത്യസന്ധനായിരുന്നു. സുഖം തേടി ഞാനൊരു പൂമ്പാറ്റയെപ്പോലെയായിരുന്നു, പൂവുകളിൽ തേൻ തേടി, നുകർന്നുകഴിഞ്ഞ് മുൾച്ചെടിയുടെ മുകളിലവരെ സംഭ്രമത്തിലും അങ്കലാപ്പിലും നിഷ്കരുണം ഉപേക്ഷിച്ചു. പക്ഷേ നീയാണെന്നെ പഠിപ്പിച്ചത്, എന്താണ് യഥാർഥ സ്നേഹമെന്ന്. നിനക്കറിയുമോ ഞാൻ പ്രാർഥിക്കുന്നതെന്തെന്ന്? നിന്റെ പൂവിതളുകൾപോലുള്ള താളനിബദ്ധമായ പാദങ്ങളിൽ ഒരു പരാഗം പോലെ ഒട്ടിക്കിടക്കാൻ, പാദങ്ങളിലെ താളം ശ്രവിക്കാൻ.”

അവൾക്ക് 16–17 വയസുള്ളപ്പോൾ ഇതുപോലെ പ്രശംസാത്മക വാചകങ്ങൾ, അവളുടെ ഭർത്താവ് അനികേത്, എഴുതാറുണ്ടായിരുന്നു. ‘നിന്റെ പാദങ്ങളിലടിയാനെനിക്ക് ഭാഗ്യം ലഭിച്ചുവെങ്കിൽ.’ അനികേതിനപ്പോൾ എത്ര വയസായിട്ടുണ്ടായിരിക്കും. ഇരുപതോ ഇരുപത്തിയൊന്നോ. ആഗ്രഹിക്കാത്ത സമയം അതിന്റെ വികൃതികൾ കാണിച്ചു. മുടിയിൽ നര ചാലിച്ചു, കുകിയുടെ ശരീരത്തിൽ ജരകളും. ദൂരെ; പിന്നിൽ ചക്രവാളത്തിലെവിടെയോ യൗവനം കടന്നുപോയി. സ്നേഹമോ? ജീവിതയാത്രയിലെവിടെയോ സ്നേഹവും കുഴിച്ചു മൂടി, ഏകസ്വരമായതും ഒരിക്കലും നിലയ്ക്കാത്തതുമായ ട്രെഡ്മില്ലിലകപ്പെട്ടു. ഒരുകാലത്ത് അത്യുത്സാഹപൂർവം അവൾ നിർമിച്ച അവസാനിക്കാത്ത പ്രേമത്തിന്റെ, സ്വപ്നങ്ങളുടെ ഇടയിൽ അവളുടെ മോഹങ്ങൾ ഒളിച്ചിരിപ്പായി.

കുകിയോട് താൻ ശൃംഗരിക്കുകയല്ലെന്ന് ബോധ്യപ്പെടുത്താൻ സഫീക്കിന് ഏറെ ബുദ്ധിമുട്ടേണ്ടി വന്നു. അവന്റെ സ്നേഹം ആത്മാർഥവും ഗഹനവുമായിരുന്നു, പുറംപൂച്ചായിരുന്നില്ല. ചിലപ്പോഴൊക്കെ അവൻ അവളുടെ സാങ്കൽപ്പിക ചിത്രം വരച്ചയച്ചു. ചിലപ്പോൾ അവനിഷ്ടപ്പെട്ട ഉദ്ധരണികളും. ഒരിക്കൽ ഐൻസ്റ്റീനെ ഉദ്ധരിച്ചു: ‘ആളുകൾ സ്നേഹത്തിലകപ്പെടുന്നതിന് ആകർഷണത്തെ കുറ്റപ്പെടുത്തിയിട്ട് കാര്യമില്ല.’

മെല്ലെ മെല്ലെ പറയാൻ കാരണമൊന്നുമില്ലാതെ ഒരിക്കലും കണ്ടുമുട്ടിയിട്ടില്ലാത്ത ആ മനുഷ്യൻ അവളുടെ ഉള്ളിലെവിടെയോ ഒരിടം പിടിച്ചു, അല്ലെങ്കിൽ അവളുടെ ഉപബോധമനസിൽ എവിടെയോ.

അതവളെ വല്ലാതെ വിഷമിപ്പിച്ചു. ഒന്നു കാണുകപോലും ചെയ്തിട്ടില്ലാത്ത അവളെ ഇത്രയ്ക്കങ്ങനെ സ്നേഹിക്കാൻ ഒരാൾക്ക് കഴിയുമോ? എന്താണയാളുടെ ലക്ഷ്യം? എങ്ങനെയത് സാധ്യമാവും? വല്ലാതെ വീർപ്പുമുട്ടിയപ്പോൾ ഈ ചോദ്യം അവൾ ഒരിക്കൽ ചോദിച്ചതാണ്.

അനന്യവും വിശദവുമായി കൃത്യതയോടെ മറുപടി വന്നു. 'ഞാൻ നിന്നെ കണ്ടിട്ടില്ലെന്ന് നിന്നോടാരു പറഞ്ഞു? നോക്കൂ-നീ ശരിക്കും ഇങ്ങനെയല്ലെയിരിക്കുന്നത്?' മെയിലിന്റെ കൂടെ അറ്റാച്ച്മെന്റായി വന്നത് സ്കെച്ചായിരുന്നു. അതാണ് അയാളെ സംബന്ധിച്ചിടത്തോളം കുകി. കഴിഞ്ഞ കുറേ ദിവസങ്ങളായി അയാൾ കുകിയെക്കുറിച്ചുള്ള ചിന്തയിലാണെന്ന് സ്കെച്ച് നോക്കിയാലറിയാം, കുകി വിചാരിച്ചു –

ഈ കലാകാരന്മാരെത്ര വിചിത്രരാണ്. ചിത്രത്തിലെ പെൺകുട്ടിയുടെ ചുരുണ്ട മുടി ചുമലിൽ വീണുകിടക്കുന്നു. വിശ്വാസവും ഉൽക്കണ്ഠയും അവളുടെ മുഖത്ത് ഒളിച്ചു കളിക്കുന്നു. സ്വർഗീയ ലാവണ്യമാർന്ന മുഴുയൗവനം, ആടയാഭരണങ്ങൾക്കിടയിൽ ഒളിച്ചിരിക്കുന്ന അവളുടെ ശരീരവടിവുകൾ തിരശീലയിലെന്നപോലെ വ്യക്തമാണ്, ഒന്നുംതന്നെ മനസിൽ കാണേണ്ടതില്ല. വടിവൊത്ത അരക്കെട്ടും പുഷ്യരാഗഛവിയാർന്ന പൊക്കിൾക്കൊടിയും. കുകി സ്കെച്ചിൽ അവളെത്തന്നെ തേടിയിരുന്നു. സ്കെച്ചിലെ ഏത് ഭാഗവുമായിട്ടാണവൾക്ക് എന്തെങ്കിലും സാദൃശ്യമുള്ളത്? ബദാംരൂപത്തിലുള്ള കറുത്ത കണ്ണുകൾ? വളഞ്ഞ കഴുത്ത്? ഉരുണ്ട നെഞ്ച്? പൊക്കിൾ? അല്ല, ആ നാണമാർന്ന ചെറുചിരിയാവാം. ആ പുഞ്ചിരിയാണ് അവളുടെ ചിന്തയിൽ നിർണായകമായത്. അത് മറച്ചുവെക്കാൻ കുകിക്കാവുമോ?

പഴഞ്ചൻ പാരമ്പര്യവിശ്വാസങ്ങളോർത്ത് അവൾ അയാളിൽ നിന്നും ഓരോ അടി പിന്നോട്ട് നീങ്ങാൻ തുടങ്ങുമ്പോഴേക്കും അവളുടെ മനസ് രണ്ടടി മുന്നോട്ടു വയ്ക്കും. കുകി ഒരിക്കലും സ്വയം കാമാതുരയായിട്ടില്ല. പറയാനാവാത്തവിധം ഭയവും ശങ്കയും അവളെ മൂടി. അവളുടെ ഈ സംശയങ്ങളും ഭയാശങ്കകളും അയാൾ കാലേകൂട്ടി മനസ്സിലാക്കിയിരുന്നു. 'നോക്കൂ, ജാതി, മതം, ദേശീയത തുടങ്ങിയ ചെറു തോന്നലുകളിൽ നിന്ന് നമുക്ക് വിടുതൽ നേടേണ്ടതുണ്ട്. ഇവയ്ക്കൊന്നും ഹൃദയത്തിലിടം കൊടുക്കരുത്.'

പക്ഷേ, പഴയകാല മൂല്യങ്ങളുടെ പിടിയിൽ നിന്ന് മോചിതയാകാൻ കുകിയ്ക്ക് ബുദ്ധിമുട്ടായിരുന്നു. അവൾ ഒരു മുസ്ലീമിനെ പരിചയപ്പെട്ടിട്ടില്ലെന്നല്ല, ചെറുപ്പത്തിൽ അവർ താമസിച്ചിരുന്നത് ഒരു മുസ്ലീം കോളനിക്ക് സമീപമായിരുന്നു. സ്കൂളിൽ പഠിക്കുമ്പോഴും മുസ്ലീം സുഹൃത്തുക്കളുണ്ടായിരുന്നു. അവളവരുടെ വീടുകളിൽ പോയിട്ടുണ്ട്. ശബ്നം വലിയ വീട്ടിലെ കുട്ടിയായിരുന്നു. അവരുടെ വീട് അലങ്കൃതവും പുൽത്തകിടിയുള്ള വലിയ പൂന്തോട്ടമുള്ളതുമാണ്. ഇതൊക്കെ അവരുടെ വലിയനില വ്യക്തമാക്കുന്നവയായിരുന്നു. അവർക്ക് ഒരു വലിയ ഡോബർമാനുണ്ടായിരുന്നു, അതിനെ കുകിക്ക് വലിയ പേടിയായിരുന്നു. പൂന്തോട്ട

ത്തിൽ മരത്തിന് ചുവടെ ഇരുന്ന് ശബ്നം കുകിയോട് അള്ളാഹുവിന്റെ കഥകൾ പറയുമായിരുന്നു.

പിന്നെയൊരു ലത്തീഫയുണ്ടായിരുന്നു, കുകിക്ക് സുഹൃത്തായിട്ട്. ശബ്നത്തിൽ നിന്നും തീർത്തും വിപരീതമായി അവൾ ഒരു കോളനിയിൽ വിഷാദവും അഴുക്കും ചെളിയും പിടിച്ച രോഗാതുരമായ ഒരു കുടിലിലായിരുന്നു താമസം. അവിടെയെല്ലാം ദുർഗന്ധമായിരുന്നു. ചുറ്റിലും ആട്, കോഴി, കുട്ടികൾ എന്നിവയുടെയൊക്കെ കാഷ്ഠം വീണുകിടക്കുന്നുണ്ടാവും. കുകി അവരെ ഒരിക്കലും വീട്ടിലേക്ക് വിളിച്ചിട്ടില്ല, എന്നാലും അവർ വരാനുള്ള ആഗ്രഹം പ്രകടിപ്പിക്കുമായിരുന്നു. അങ്ങനെ ചിലപ്പോഴൊക്കെ അവർ വീട്ടിൽ വന്നു, അവർ പോയശേഷം അമ്മ പിറുപിറുക്കുമായിരുന്നു, വലിയ ശബ്ദത്തോടെ പാത്രങ്ങൾ വലിച്ചെറിയുകയും ബെഡ്ഷീറ്റൊക്കെ എടുത്ത് കഴുകിയിടുകയും ചെയ്യുമായിരുന്നു. കൂട്ടുകാരികൾക്ക് ഭക്ഷണം കൊടുക്കുന്ന പാത്രങ്ങൾ പിറകിൽ കൊണ്ടുപോയി കഴുകുന്നത് കുകി തന്നെയായിരുന്നു. തറയിൽ വിരിച്ചത് മാറ്റാനാവാത്തതുകൊണ്ട് ഗംഗാജലം കൊണ്ടവയെല്ലാം പുണ്യമാക്കുമായിരുന്നു. സ്വയം കുകി മുസ്ലീങ്ങളെ തൊട്ടുകൂടാത്തവരായി കണക്കാക്കിയിരുന്നില്ലെങ്കിലും, വീട്ടുകാരോടുള്ള ഭയത്താൽ അങ്ങനെയൊക്കെ ചെയ്യുമായിരുന്നുവെന്നു മാത്രം.

കുകി ഒരിക്കലും അവരെ തൊട്ടുകൂടാത്തവരായി കണ്ടില്ല. പക്ഷേ, എവിടെയോ സംശയത്തിന്റെ ഒരു നാമ്പ് അവളുടെ ഉള്ളിലുണ്ടായിരുന്നുവോ? അത് വ്യക്തിപരമായ ഇഷ്ടക്കേടിനപ്പുറത്താണ്, കാരണം മുസ്ലീങ്ങളെ അവിശ്വസിക്കാൻ അവൾക്ക് വ്യക്തിപരമായ കാരണങ്ങളില്ല.

അവളുടെ ചുറ്റുപാടുകളാണ് അവളെ വളർത്തിയത്, സൃഷ്ടിച്ചത്. ചില മുൻ ധാരണകൾ അവളുടെ ഉള്ളിൽ ഊറിക്കിടന്നു. അതിലവൾക്ക് നിയന്ത്രണവുമുണ്ടായിരുന്നില്ല. ചെറുപ്പത്തിലവൾ വലിയവർ പറയുന്നതു കേട്ടു : 'മരിച്ചാൽ പോലും ഒരു മുസ്ലീമിനെ വിശ്വസിക്കരുത്.' അവളൊരിക്കലും ഇത് വിശദമാക്കി നോക്കാനോ ചോദ്യംചെയ്യാനോ ഒരുമ്പെട്ടില്ല. അത്തരം വിധിവാചകങ്ങളെ അവൾ മുഖവിലയ്ക്കെടുത്തു, മറ്റ് പലതിനേയും പോലെ. ആ കോളനിയിലുള്ളവർ മറ്റ് ഗ്രഹത്തിൽ നിന്നു വന്നവരല്ലെങ്കിലും, അവരൊരിക്കലും തങ്ങളെപ്പോലെയുള്ളവരാണ് എന്ന് ആരും മനസിലാക്കിയില്ല, അതുകൊണ്ട് ആ മുസ്ലീം കോളനി പാകിസ്ഥാന്റെ ചെറുരൂപമാണ് എന്നവർ കണക്കാക്കി.

അയാൾ പാകിസ്ഥാനിയാണ്. ഒരു പാകിസ്ഥാനിയോട് ഇങ്ങനെ കടുത്ത സ്നേഹത്തിലാവുമെന്ന് കുകി ഒരിക്കലും വിചാരിച്ചിരുന്നില്ല. ഒരു ടീനേജറിന്റെ താൽപ്പര്യത്തോടും ഇഷ്ടത്തോടും കൂടിയവൾ അയാളുടെ ഇ-മെയിലുകൾ തിളങ്ങുന്ന കണ്ണുകളോടെ വീണ്ടും വീണ്ടും വായിക്കാൻ മണിക്കൂറുകൾ ചിലവാക്കി, വായിച്ചവതന്നെ വീണ്ടും വീണ്ടും വായിച്ചു, പുതു അർഥങ്ങൾ കണ്ടെത്തി, ഓരോ തവണയും പുതുമയോടെ. അവൾ മറുപടി അയയ്ക്കാൻ ഒരൽപ്പം വൈകിയാൽ

അടുത്ത ദിവസം രാവിലെ അവളുടെ ഇൻബോക്സിൽ സ്നേഹാതുരമായ, വികാരതീവ്രമായ കത്ത് അവളെയും കാത്ത് കിടപ്പുണ്ടാവും. അയാൾ അവളുടെ മടിയിൽ തല ചായ്ച്ച്, വിതുമ്പാനാശിക്കുന്നു. അവനെഴുതും:

'ഓരോ രാവിലും എന്റെ നയനങ്ങൾ ദൂരെ
എനിക്ക് പോവാനാവാത്ത സ്ഥലങ്ങളിൽ
അവ നിന്റെ ചിന്തകളിൽ പൊതിഞ്ഞ്
പ്രണയികളുടെ സമാഗമത്തിൽ.'

കുകി അവളുടെ ദൈനംദിന വീട്ടുജോലിത്തിരക്കുകൾ സൂചിപ്പിച്ചു, മറുപടി ഇ–മെയിൽ അയക്കാൻ ഒരൽപ്പം വൈകുന്നതുകൊണ്ട് ഇങ്ങനെ അസ്വസ്ഥമാകേണ്ടതില്ലെന്ന് ആത്മാർഥമായി അപേക്ഷിച്ചു. പക്ഷേ, അവന്റെ കത്തുകളിലൂടെ കടന്നു പോകുമ്പോൾ അവൾ സ്വയം അസ്വസ്ഥയായി. അവനൊരിക്കൽ വിഷാദത്തോടെ എഴുതി: 'ഒരിക്കലും ഇന്ത്യയിൽ വരാനാവില്ലെനിക്ക്, അറിയാം, നിനക്ക് പാകിസ്ഥാനിലേക്കും. രണ്ടു രാഷ്ട്രങ്ങൾ, വിസയുടെ ബുദ്ധിമുട്ടുകൾ, മറ്റു പല നിബന്ധനകളും നമ്മളെ വേർപെടുത്തി നിർത്തും. നമ്മൾ ഒരുപക്ഷേ, ഒരിക്കലും കാണില്ലായിരിക്കും. എങ്കിലും നീ സമ്മതിക്കുമെങ്കിൽ മരണം വരെ നമുക്ക് പാരസ്പര്യമുള്ളവരായിരിക്കാം. പക്ഷേ, ഒരിക്കലും നീ ഹിന്ദുവെന്നും ഞാൻ മുസ്ലീമെന്നും കരുതരുത്, നീ ഇന്ത്യനെന്നും ഞാൻ പാകിസ്ഥാനിയെന്നും കാണരുത്. അവൾ വിർജീനിയ വൂൾഫിനെ വായിച്ചിട്ടുണ്ട്: 'ഒരു സ്ത്രീയായ എനിക്ക് രാജ്യമില്ല, ഒരു സ്ത്രീയെന്ന നിലയിൽ, എന്റെ രാജ്യം ഭൂമിയാണ്.' പക്ഷേ 'പാകിസ്ഥാനി' എന്നു പറഞ്ഞാൽ തീവ്രവാദി എന്നാണർഥം. അവളുടെ ഉള്ളിൽ ചില ചോദ്യങ്ങളുയർന്നു. ഈ ഓൺലൈൻ പ്രേമമറിഞ്ഞാൽ ഭർത്താവിന്റേയും കുട്ടികളുടേയും പ്രതികരണമെന്താവും? മകൻ ചോദിക്കുമായിരിക്കും, 'അമ്മേ, നിങ്ങളെങ്ങിനെ ഒരു പാകിസ്ഥാനിയെ പ്രണയിക്കാൻ ധൈര്യപ്പെട്ടു?' അവളുടെ മകൻ, അവളുടെ മാത്രം ചോരയും മാംസവും, ഒരു വർഗീയവാദിയിൽ നിന്നും ഒട്ടും ചെറുതല്ല. മുസ്ലീമിനെക്കുറിച്ചുള്ള ഒരു ചെറു ചിന്ത തന്നെ അവന്റെ രക്തം തിളപ്പിക്കുന്നു. ചെറിയവൻ കുറച്ചു കൂടി ശാന്തനാണ്. അവനവളെ വലിയ ഇഷ്ടമാണ്. അതുകൊണ്ട് ഒരുപക്ഷേ അവൻ അടുത്തു വന്നിരുന്ന് ഇങ്ങനെ പറഞ്ഞേക്കാം. 'അമ്മയ്ക്കറിയില്ലേ. പാകിസ്ഥാനികൾ തീവ്രവാദികളാണ്. അമ്മ ഈ സിനിമകളൊക്കെ കണ്ടിട്ടില്ലേ?' അപ്പോൾ കുകി എന്തുപറയും?

അയാൾ വല്ലപ്പോഴും നമാസ് ചെയ്താലായി, റംസാൻ മാസം നോമ്പ് നോക്കാറില്ല. ഈദുൽ ഫിത്തറിന്, ഈദ്ഗാഹിൽ പോകുന്നതിനേക്കാൾ അയാൾക്കിഷ്ടം വീട്ടിൽ വെറുതെയിരിക്കുന്നതാണ്. അയാൾ അള്ളാഹുവിൽ വിശ്വസിച്ചു. പക്ഷേ, അവർ അയാളെ കാഫിറെന്നു വിളിച്ചു.

തന്റെ ഓരോ കത്തിലും അയാൾ കുട്ടികളെപ്പോലെ അനേകം

സംശയങ്ങൾ കുകിയോട് ചോദിച്ചുകൊണ്ടിരുന്നു. ഹിന്ദു മിഥോളജിയിലെ വിശേഷിച്ച്, ഉപനിഷത് കഥകൾ പലതും അവൾ വിസ്തരിച്ചു കൊണ്ടിരുന്നു. ഓരോ കഥയും കേട്ട് അയാൾ സന്തോഷവാനായി. ഹിന്ദു മിത്തോളജിയിലെ ദർശനമാണ് യഥാർഥത്തിൽ ഖുറാനിൽ ഇല്ലാത്തത് എന്നുംപറഞ്ഞ് സന്തോഷവാനായി. ഖുറാനിൽ സംബോധന ചെയ്യുന്നത് സാമൂഹികമായ ഉത്തരവാദിത്വമാണ്, അതിന്റെ ഉദ്ദേശ്യം സുന്ദരമായ ലോകമാണ്, അവൻ പറഞ്ഞു.

ചെറുപ്പത്തിൽ കുകി എഴുന്നേൽക്കുമ്പോൾ സമീപത്തുള്ള പള്ളിയിൽ നിന്നും ബാങ്കുവിളി കേൾക്കുമായിരുന്നു, ഹിന്ദു അമ്പലത്തിലെ ഭജന കേൾക്കാനാവില്ലായിരുന്നു. അമ്പലങ്ങൾ ഉറങ്ങുന്ന രാത്രിയിലും അടുത്ത പള്ളികൾ ഉണർന്നിരിക്കുമായിരുന്നു. പള്ളിയിലെ ഉച്ചഭാഷിണിസ്വരം കേട്ട് ഉറങ്ങാൻ പറ്റുന്നില്ലെന്നും പറഞ്ഞ് കുകിയുടെ അനിയത്തി കോപിക്കാറുണ്ടായിരുന്നു. അവൾ മുറുമുറുക്കും: “ഈ അല്ലാഹു ബധിരനാണോ? എന്തിനാണ് അവരിങ്ങനെ അലറി വിളിക്കുന്നത്?”

കുകിയെ ശബ്നമൊരിക്കൽ പള്ളിയിൽ കൊണ്ടുപോയി. ഓരോ മുക്കും മൂലയും കാട്ടിക്കൊടുത്തു. അവൾക്ക് പത്തോ പതിനൊന്നോ വയസേയുള്ളൂ. വിഗ്രഹമെവിടെയെന്ന്, അവൾ ആ വലിയ മുറിയിൽ തേടിക്കൊണ്ടിരുന്നു, ശബ്നത്തോട് ചോദിക്കാൻ പേടിയായിരുന്നു. ഏതോ ഒരു ഭയം അവളെ ചൂഴ്ന്നു നിന്നിരുന്നു. ആരെങ്കിലും അവളെ മനസിലാക്കി ചോദിച്ചാലോ? “ഏയ്, നീ ഹിന്ദു കുട്ടിയല്ലേ? എന്തിനകത്തു വന്നു?” അവളാകെ പേടിച്ച് പള്ളിക്ക് പുറത്തേക്ക് നടന്നു, പിന്നീടൊരു പള്ളിയിലും പോയിട്ടില്ല. അവളുടെ ഉള്ളിൽ ഇസ്ലാമിനെപ്പോലെ തന്നെ പള്ളിയെക്കുറിച്ചുള്ള വിചാരങ്ങളും അസ്പഷ്ടമായി നിന്നു.

ഇസ്ലാമിൽ വിഗ്രഹപൂജയില്ലെന്ന് അവൾക്കറിയാമായിരുന്നു. ഒരിക്കൽ മൊയ്നുദ്ദീൻ ചിസ്തിയുടെ ദർഗയിൽ പോയിട്ടുണ്ട്. ഇരുണ്ട മുറിയിൽ വിഗ്രഹമില്ലായിരുന്നു, അതവളുടെ ഉള്ളിലും ഒരു തരം ശൂന്യതയേകി. ഹിന്ദുമതത്തെക്കുറിച്ചും കുകി കളിയാക്കി സംസാരിക്കാറുണ്ട്. ഒരാൾക്ക് ചിന്തിക്കാനാവാത്തത്ര, എണ്ണമില്ലാത്ത ദൈവങ്ങളെ നാം സൃഷ്ടിച്ചിട്ടുണ്ട്, നമ്മുടേതെന്ന എണ്ണമില്ലാത്ത ജനനം, മരണം, ധനം, ബുദ്ധി തുടങ്ങിയ ആവശ്യങ്ങൾ പൂർത്തീകരിക്കുവാനായി. എങ്കിലും വിഗ്രഹമില്ലാത്തിടത്ത് അവൾ വിഗ്രഹം തേടി. മനുഷ്യമനസിങ്ങനെയാണ്, മൂർത്തമായതന്വേഷിക്കും. അവൾക്കറിയാം, ദൈവം മൂർത്തമല്ല, സൗന്ദര്യമുള്ളതല്ല, നിർവചിക്കാനാവുന്നതല്ല. അവൾക്കറിയാം, ദൈവം എല്ലായിടത്തുമുണ്ട്, എന്നിട്ടുമവളുടെ മനസ് ശൂന്യത സ്വീകരിക്കുന്നില്ല.

പക്ഷേ സ്നേഹം മതമന്വേഷിക്കുമോ? സ്നേഹത്തിന്റെ മതം തുറന്ന വഴിയാണ്. കുകിയെ അയാൾ തീർത്തും വശീകരിച്ചു. അയാൾ ഒരിക്കലെഴുതി ‘ഓരോ ദിനം കഴിയുമ്പോഴും ഞാൻ നിന്നെ കൂടുതൽ

സ്നേഹിക്കുന്നു - ഇന്ന്, ഇന്നലത്തേക്കാളേറെ, നാളെ ഇന്നത്തേക്കാളേറെ.' കുകിയും അനുഭവിച്ചു. അവരുടെ സ്നേഹത്തിനെന്നും പുതുമയുണ്ട്, മറഞ്ഞുപോകാത്ത വിധം അത് കാലത്തിൽ തങ്ങിനിൽക്കുന്നു. അദ്ദേഹത്തിന്റെ തുറന്ന, ആർജവമുള്ള രീതിയിൽ അവൾ തീർത്തും അഭിരമിച്ചു പോയി.

അവൻ എല്ലാം തുറന്നുപറഞ്ഞു, അവന്റെ കറുത്ത പാപങ്ങൾ പോലും ആദ്യകത്തുകളിൽ എഴുതി. അവന് രണ്ടു ഭാര്യമാരും നാലു കുട്ടികളുമുണ്ട്. ആദ്യഭാര്യ ഗ്രാമത്തിലായിരുന്നു, ഇപ്പോഴവനുമായി യാതൊരു ബന്ധവുമില്ല. രണ്ട് പെൺമക്കൾ പഠിക്കാനായി അയാളുടെ കൂടെ ടൗണിൽ താമസിക്കുന്നു. രണ്ടാം ഭാര്യ അവന്റെ ഒരു വിദ്യാർഥിനിയാണ്, വിവാഹത്തിനുമുമ്പ് അവളുമായി ശാരീരിക ബന്ധമുണ്ടായിരുന്നു. ലിൻഡ ജോൺസൺ എന്ന അമേരിക്കൻ പെണ്ണുമായും അവന് നീണ്ട ബന്ധമുണ്ട്. അവളാണ് അയാളെ ലൈംഗികതയുടെ സങ്കീർണതകളിലേക്ക് കൊണ്ടുപോയത്. ഇപ്പോഴവളുമായും ബന്ധമില്ല.

ഒരു ന്യൂസ് പേപ്പർ വായിക്കുന്നതു പോലെ കുകി ആ ജിവിത കഥ വായിച്ചു. 'തീർത്തും ലൈംഗിക വൈകൃതൻ.' അവളാലോചിച്ചു - അവന്റെ പ്രേമം എം എഫ് ഹുസൈന് മാധുരി ദീക്ഷിതിനോട് തോന്നിയതു തന്നെ.....

'വൈകൃതങ്ങൾ ജീനിയസ്സിന്റെ കുടെപ്പിറപ്പാണ്. ഐൻസ്റ്റീനും, ഫ്ളോബറുമങ്ങിനെയല്ലെ, അത് സർഗവാസനയെ വളർത്തും.' ഇതായിരുന്നു അവൾക്കുള്ള ഏക ആശ്വാസവചനം. എന്നിട്ടുമയാളുടെ സത്യസന്ധതയും ഒഴുക്കുള്ള വെളിപ്പെടുത്തലുകളും കുകിയെ ആകർഷിച്ചു. അവന്റെ ദുർനടപ്പ് അവളിൽ ഇഷ്ടക്കേടുണ്ടാക്കി. കത്തുകൾ വായിച്ചപ്പോൾ മുസ്ലീങ്ങളുടെ നിക്കാഹിനെക്കുറിച്ച് കുകിക്ക് ഉൽക്കണ്ഠയുണ്ടായി. നാലു തവണ വിവാഹം കഴിക്കാമെന്നവൾക്കറിയാമായിരുന്നു. ഒരു തവണ അതേക്കുറിച്ച് അറിയാനായി പ്രൊഫസർ സിദ്ധിക്കിയോട് ചോദിച്ചതാണ്. ഖുറാൻ ഉദ്ധരിച്ചു കൊണ്ടയാൾ അവളോടു പറഞ്ഞു "നോക്കൂ മാഡം, നിങ്ങൾ വിചാരിക്കുന്നതു പോലെ നാലു വിവാഹങ്ങൾ കഴിക്കാൻ ഖുറാൻ പറയുന്നില്ല. ഉപേക്ഷിക്കപ്പെട്ട പെണ്ണുങ്ങളെ രക്ഷിക്കാനാണ് അങ്ങിനെയൊന്നുള്ളത്. യുദ്ധത്തിൽ പുരുഷന്മാർ മരിക്കുന്നു. വിധവകളെയും അനാഥരെയും വേദനകളിൽ നിന്ന് മോചിപ്പിക്കാനും സംരക്ഷിക്കാനും വേണ്ടിയാണ് ബഹുവിവാഹ വ്യവസ്ഥ കണ്ടെത്തിയത്."

പ്രൊഫസർ സിദ്ധിക്കിയുടെ വിശദീകരണം കേട്ടപ്പോൾ അവൾക്ക് ആശ്വാസമായി, പക്ഷേ അത് പെട്ടെന്ന് മാഞ്ഞു പോയി. അവളുടെ ഭർത്താവ് ഒരു ഉപേക്ഷിക്കപ്പെട്ട പെണ്ണിനെ രക്ഷിക്കാൻ വീണ്ടും വിവാഹം കഴിച്ചാലോ ! ലിൻഡ ജോൺസണുമായി അയാൾക്കെന്തു ബന്ധമാണ്? എന്തായാലും തന്റെ സ്നേഹം മറക്കാൻ കുകിയ്ക്കായില്ല. ജീവിതത്തിൽ ആരും അങ്ങിനെയൊരനുഭവം ഏകിയിട്ടില്ല എന്നവൾക്ക് തോന്നി.

വീട്ടുകാരിയുടെ സ്ഥിരം ചുരുക്കങ്ങളിൽ നിന്ന് കുകി വിട്ടുപോയി

ക്കൊണ്ടിരുന്നു. അവർ രണ്ടുപേരും മാത്രമുള്ള ഒരു സ്വപ്നലോകത്തേക്ക വൾ എത്തി. കുട്ടികൾക്ക് പുതിയ പുതിയ സാധനങ്ങളുണ്ടാക്കാനവൾക്ക് താൽപ്പര്യമില്ലാതായി, അനികേത് പറയുന്ന കൊച്ചു കൊച്ചു കാര്യ ങ്ങളിലും മനസ് നിന്നില്ല. മുറ്റത്തെ ചെടികൾ വെള്ളമൊഴിക്കാതെ വാടി നിന്നു. പൂന്തോട്ടം ചിരിക്കാതായി, പൂക്കൾ പുഴുക്കുത്തേറ്റു കരഞ്ഞു മെലിഞ്ഞു നിന്നു. പുൽത്തകിടി കരിഞ്ഞു, മുറികളിൽ ചിലന്തിവല നിറഞ്ഞു, അലമാരിയിൽ അടുക്കിവെച്ചിരുന്ന വിഗ്രഹങ്ങളിൽ പൊടി യടിഞ്ഞു. അവളുടെ അശ്രദ്ധയിൽ വേലക്കാരി പല പണികളും ചെയ്യാ തിരുന്നു. വീട്ടുകാര്യങ്ങളെല്ലാം അങ്കലാപ്പിലായി. അവളെവിടെയാണ്?

അവൾ കമ്പ്യൂട്ടറിനു മുന്നിലിരുന്നു, സ്നേഹവിളികൾക്ക് മറുപടി എഴുതുകയാണ്. അവളിൽ ഇതുവരെ ഉറങ്ങിക്കിടന്നതെല്ലാം അവൾ അവതരിപ്പിക്കുകയാണ്. ഓരോ ദിവസവും എഴുതിക്കഴിഞ്ഞാൽ അടുത്ത ദിവസം നദിയുടെ ധാര പോലെ വീണ്ടുമൊഴുകാനായി ഒരുപാടു കാര്യ ങ്ങൾ അവളുടെ ഉള്ളിൽ അവതരിച്ചുകൊണ്ടിരുന്നു, അവൾ സ്വയം ഇതെ ങ്ങിനെ എന്ന് അത്ഭുതപ്പെട്ടു.

ആദ്യത്തേത് ഒരു സാധാരണ മനുഷ്യന്റെ ലോകത്തെക്കുറിച്ചാ യിരുന്നു, രണ്ടാമത്തേത് നിതാന്തപ്രേമത്തെക്കുറിച്ച്. ഈ വർത്തമാന ങ്ങളിൽ മുമ്പ് അവളുപയോഗിക്കാത്ത അനേകം വാക്കുകൾ കുകി ഉപ യോഗിച്ചു. കുട്ടികൾ സ്കൂളിലും കോളേജിലും, അനികേത് ജോലിക്കും പോയാൽ അവൾ കത്തെഴുതാനായി മണിക്കൂറുകൾ കമ്പ്യൂട്ടറിനു മുമ്പിൽ കഴിച്ചു കൂട്ടും. ഇന്ത്യയും പാക്കിസ്ഥാനും തമ്മിലെന്തെങ്കിലും അസ്വാരസ്യമുണ്ടെന്ന വാർത്ത കേട്ടാൽ അവൾ വിഷമിക്കാൻ തുടങ്ങും. രണ്ടു രാജ്യങ്ങൾ തമ്മിൽ യുദ്ധമുണ്ടാകാനുള്ള സാധ്യതകൾ അവളെ വിഷമിപ്പിച്ചു. കുട്ടികളോ, ഭർത്താവോ, അച്ഛനമ്മമാരോ, ബന്ധുമിത്രാദി കളോ, വീടോ – ഇവിടെയുള്ള ഒന്നും തന്നെ അവളെയാശ്വസിപ്പിക്കാനു തകുന്നവയല്ല. ഇതെല്ലാം ഒരുപക്ഷേ ഒരു ബോംബിലവസാനിക്കുമായി രിക്കും. പാക്കിസ്ഥാനിലെ കാണാത്ത ഒരിടത്ത് അവളുടെ ഹൃദയം മിടിക്കുന്നു, അവിടെ പെട്ടെന്ന് ബോംബ് വീഴുന്നു, രക്തക്കളം, അവളുടെ ലോകം തകർന്നു വീഴുന്നു.

കുകിക്ക് പലപ്പോഴും തോന്നുന്നത് ഇന്ത്യയും പാകിസ്ഥാനും രണ്ടു വ്യത്യസ്ത രാജ്യങ്ങളേ അല്ല എന്നാണ്. എന്തിനാണവർ വിഭജിച്ച് തമ്മിൽ തല്ലുന്നത്? കുകി കാശ്മീർ കണ്ടിട്ടുണ്ട്. രണ്ടു രാജ്യങ്ങൾ തമ്മി ലിങ്ങനെ യുദ്ധം ചെയ്തിരുന്നില്ലെങ്കിൽ കാശ്മീർ എത്ര സുന്ദരിയായി നിന്നേനെ? കാശ്മീരിലെ ഭീകരവാദപ്രവർത്തനത്തെക്കുറിച്ച് കേൾക്കു മ്പോഴൊക്കെ അവളുടെ രക്തം തണുത്തു. അവരുടെ ക്രൂരതകൾ കേട്ട് പാക്കിസ്ഥാനൊരു ഹൃദയമില്ലാത്ത രാഷ്ട്രമാണ് എന്നവൾക്കു തോന്നി. ജിഹാദികളെന്ന പേരിൽ വ്യാജവേഷം കെട്ടിയ ഭീകരവാദികളെ സൃഷ്ടിക്കുന്ന സ്പാർട്ടയെപ്പോലെ. പക്ഷേ അവനെക്കുറിച്ചറിഞ്ഞതോടെ അവളുടെ ചിന്തകളിൽ മാറ്റം വന്നു. അവിടെയിപ്പോഴും മിലിറ്ററി

ഗൂഢസംഘങ്ങൾക്കിടയിൽ ഭയവും ബുദ്ധിയുമുള്ള ആളുകളുണ്ട് എന്ന വൾക്ക് ബോധ്യമായി.

അനികേതും കുകിയും ഹിൽസ്റ്റേഷനിൽ നിന്നു മടങ്ങുകയായിരുന്നു. റിസർവേഷൻ കിട്ടാത്തതിനാൽ മൂന്നു ദിവസം ഡൽഹിയിൽ തങ്ങേണ്ടി വന്നു. പല സ്ഥലങ്ങളും കണ്ടുകണ്ടവർ ധുമിമൽ ആർട്ട് ഗ്യാലറിയിലെത്തി. കുകിക്ക് ചിത്രകല ഇഷ്ടമാണ്. പക്ഷേ അനികേതിനില്ല. ആധുനിക കവിതയെപ്പോലെതന്നെ ആധുനിക ചിത്രങ്ങളും അയാൾക്ക് അറിഞ്ഞുകൂട. ഗ്യാലറിയുടെ അകത്ത് അയാൾക്ക് ശ്വാസം മുട്ടി. അയാളൊന്നു പുകയ്ക്കാനായി പുറത്തിറങ്ങി. കുകി സ്വതന്ത്രയായി, അവൾ ഓരോ ചിത്രവും നോക്കി, ഒരെണ്ണത്തിൽ കണ്ണുടക്കി നിന്നു. അവയിൽ വ്യത്യസ്തമായ ഏകാന്തത വിസ്തൃതമാക്കിയിരിക്കുന്നു. ആരോ തന്റെ കരതലം പിടിച്ച് വലിച്ച് ഏതോ അറിയാത്ത തെരുവിലേക്ക്, അറിയാത്ത നഗരത്തിലേക്ക് ഏകാന്തനായ ഒരു മനുഷ്യന്റെ അടുത്തേക്ക് വലിച്ചിഴയ്ക്കുന്നതായി അവൾക്ക് തോന്നി. ആ മനുഷ്യന്റെ ആന്തരിക വേദന വാക്കുകളിൽ പറയാൻപറ്റാത്തതായിരുന്നു. ഒരു ചെറു വാചകമിങ്ങനെ: 'ഒറ്റപ്പെടൽ', ഓയിൽ ഓൺ ക്യാൻവാസ്, 191x143 cms. സഫീക്ക് മുഹമദ്, പാക്കിസ്ഥാൻ ആർട്ട് ഫോറം, ലാഹോറിൽ പ്രസിദ്ധീകരിച്ചത്.

ആ പെയിന്റിംഗ് വാങ്ങാനുള്ള പണം കുകിയുടെ കൈയിലുണ്ടായിരുന്നില്ല. അതു വാങ്ങിയില്ലെങ്കിൽ ജീവിതം നഷ്ടപ്പെടുമെന്നവൾക്കു തോന്നി. പണക്കാർക്ക് ഒരിക്കലും പെയിന്റിംഗ് മനസിലാവില്ല, എന്നിട്ടുമവർ പെയിന്റിംഗ് വാങ്ങുന്നു – അവളോർത്തു.അവൾ കലയുടെ ആരാധിക, എന്നിട്ട് വാങ്ങാൻ പറ്റുന്നില്ല. പിന്നീടവൾക്കൊരു ചിത്രവും നോക്കാനായില്ല. ആ ക്യാൻവാസിലേക്ക് മാത്രമായി ശ്രദ്ധ. കൗണ്ടറിലെ മനുഷ്യൻ ചോദിച്ചു – "മാഡം ഈ പെയിന്റിംഗിന്റെ ഒരു പ്രിന്റെടുക്കട്ടെ? വാങ്ങുമോ?"

കുകിക്ക് സന്തോഷമായി. അവൾ ഒരു പ്രിന്റും ബ്രോഷറുമായി മടങ്ങി.

അവൾക്കതിൽ നിന്ന് സഫീക്ക് മുഹമദിന്റെ ഇ–മെയിൽ അഡ്രസ് കിട്ടി. അവൾ സഫീക്കിന്റെ മനസിന്റെ വാതിലുകളിൽ മുട്ടി വിളിച്ചു. ഒരാളിങ്ങനെ പറയുമെന്നവൾ പ്രതീക്ഷിച്ചില്ല: 'ഓരോ രാവിലും എന്റെ കണ്ണുകൾ എനിക്ക് യാത്ര ചെയ്യാനാവാത്ത ഒരിടത്തേക്ക് പോകുന്നു.'

"നിങ്ങളെന്താണ് ഇന്ത്യയിൽ വരാത്തത്?" – കുകി ചോദിച്ചു. "രണ്ടു രാജ്യങ്ങൾ തമ്മിലുള്ള യാത്രാനിബന്ധനകൾ ഇപ്പോഴിത്തിരി അയഞ്ഞിട്ടുണ്ട്. മാത്രവുമല്ല, നിങ്ങൾ ഒരാർട്ടിസ്റ്റ്. 'ഒറ്റപ്പെടൽ' ഇവിടെ പ്രശസ്തമാണ്. നിങ്ങളെയാരു തടയാൻ? കൽക്കത്തയിൽ ഷീമ കെർമാനിയുടെ ട്രൂപ്പിനും ഭാരതീയനഗരങ്ങളിൽ പാക്കിസ്ഥാൻ ക്രിക്കറ്റ് ടീമിനും വരാമെങ്കിൽ നിങ്ങൾക്കെന്തുകൊണ്ട് ഇന്ത്യയിൽ വന്നു കൂട?"

അവനാ ചോദ്യം തട്ടിമാറ്റി, കുകിയുടെ മനസിനെ ഒരു പ്രേമകവിത

യിലേക്ക് നയിച്ചു – നിറഞ്ഞ ഭാവുകത്വത്തോടെ. കവിതയെഴുത്തിൽ അവൻ സംസാരത്തിലെന്നപോലെ തന്നെ വികാരതീവ്രതയുള്ളതാണ്. അവനാ ചോദ്യത്തിനുത്തരം കണ്ടെത്താൻ ശ്രമിക്കുന്നുണ്ട്. 'ഷീമ കെർമാനിയുടെ ട്രൂപ്പിനും പാക്കിസ്ഥാൻ ക്രിക്കറ്റ് ടീമിനും വരാമെങ്കിൽ എന്തുകൊണ്ട് നിങ്ങൾക്ക് വന്നുകൂട?' മറുപടിയെന്നോണം ഒരുദിവസം ഇങ്ങനെയെഴുതി. 'ഈ ലോകം ഒരു സ്റ്റേജാണ്. ഇന്ത്യയും പാകിസ്ഥാനുമാണ് സ്റ്റേജ് എന്നു കരുതരുത്. ഈ ലോകത്ത് ഒരുപാട് സ്ഥലങ്ങളുണ്ട്, നമുക്ക് സ്വതന്ത്രമായി നടക്കാൻ, നിലാവുള്ള രാത്രിയിൽ നിന്റെ ചെവിയിൽ കവിതകൾ മൂളാൻ. വേലികളും അതിർത്തികളും ലംഘിക്കാൻ നമുക്കു വേണ്ടത് ഒരു മുറി, ഒരു ശയ്യ, അതുമാത്രം. ഞാനൊരു ദിനം നിന്നെ അങ്ങിനെയൊരിടത്ത് കൊണ്ടുപോകും. കുകി വിചാരിച്ചു: 'ഈ മനുഷ്യൻ എന്നെ സ്വപ്നം കാണാൻ പ്രേരിപ്പിക്കുന്നു.' അയാളവളെ സ്വപ്നം കാണാൻ പ്രേരിപ്പിച്ചു–അതെ, കത്തെഴുതി മുഷിയുമ്പോൾ ഏതോ ഒരു അജ്ഞാതമായ രഹസ്യത്തിലേക്കാനയിച്ചു. അതെ, ലോകം വിശാലമാണ്, വലുതാണ്, വിസ്തൃതമാണ്. കൂടാതെ രണ്ടുപേർക്ക് എത്ര സ്ഥലമാണ് വേണ്ടത്. കുകിയും അതേപോലെ സ്വപ്നം നെയ്തുതുടങ്ങി: 'നീ അറിയുന്നുവോ, ഞാനാഗ്രഹിക്കുന്നു, നിന്റെ സ്നേഹം കൊണ്ട് ഒരു അമൂല്യമായ ചിത്രം വരയ്ക്കാൻ. എന്റെ അരികെ വരൂ, എന്നെ തൊടൂ, എന്നെ ഞാനാക്കൂ, എന്റെ ലോകമാകൂ, പിതൃത്വം കൊണ്ടെന്നെ പ്രസാദിപ്പിക്കൂ.'

അയാളുടെ ശക്തമായ വിളികളിൽ കുകി വിവശയായി, ആവേശം കൊണ്ടവൾ വിറയ്ക്കുന്നു. ദൂരെ നിന്നു മാടിവിളിക്കുന്ന അഭ്യർത്ഥനയാണത് – അവൾ ഒരു ദേവതയായി, ഏതോ ഒരാൾ അവളെ ആരാധിക്കുന്നവനായി ദൂരെനിന്നും വന്നുനിൽക്കുന്നു. അവൾ അസ്വസ്ഥയായി, എങ്ങനെ വിശ്വസിപ്പിക്കും? അവിടെങ്ങും ആരുമില്ലല്ലോ. എന്നിട്ടും ആരോടെങ്കിലും പറയാനവൾ ആശിച്ചു. ആരോടെങ്കിലും പറയണം, ഒരാൾ അവൾക്കുവേണ്ടി കവിതയെഴുതുന്നുവെന്ന്. മനസിലാക്കാനാവാത്ത ഒരു ഭയം തോന്നുന്നു. ചെറുകാറ്റ് അവളുടെ നെറ്റിയിൽ തലോടുന്നു, അവൾ കോരിത്തരിച്ചിരുന്നു.

'ഞാനിവിടെ ഒരാത്മാവിന്റെ തടവിലാണ്, നിന്റെ സ്നേഹത്തിനായി ഞാൻ തന്നെ നിർമിച്ച പാർപ്പിടത്തിൽ' അവസാനം അവൾ എഴുതി – 'ശരി, എന്റെ മുഴുവൻ സ്നേഹത്തോടെ അവിടെ വരാം, നിങ്ങൾക്ക് പിതൃഭാഗ്യം നൽകാം. ഞാനും എന്റെ ശരീരവും നിങ്ങളുടെ വിലമതിക്കാനാവാത്ത പെയിന്റിങ്ങിന്റെ ക്യാൻവാസായി മാറാം. ഞാനതിനു തയാറാണ്. 'ഒറ്റപ്പെടലി'നുശേഷമുള്ള നിങ്ങളുടെ ഏറ്റവും മനോഹരമായ ചിത്രത്തിനുവേണ്ടി ഞാൻ കാത്തിരിക്കുന്നു.'

കുകിയുടെ സമ്മതം അയാളെ സന്തോഷവാനാക്കി. അടുത്ത കത്തിൽ അയാൾ പറഞ്ഞു: 'നീയെന്റെ ദീപമാണ്, എന്റെ ഉണ്മയുടെ പ്രഭാതമാണ്. നീ വന്നശേഷം ഞാൻ ജീവിതം പുതുമയോടെ കാണുന്നു.

നിന്റെ സ്നേഹത്തിൽ ഞാൻ വിലമതിക്കാനാവാത്ത ചിത്രം വരയ്ക്കും. ഞാനെന്റെ കൂടെ നിന്റെ പേര് ചേർക്കും. നീ എന്റെ പുതു പ്രഭാതമാണ്. നീയിനി കുകിയല്ല,രോക്ഷണയാണ്.രോക്ഷണയായി നിന്നെ ഞാൻ ലോകം മുഴുവൻ അവതരിപ്പിക്കും.

അവൾ തരിച്ചിരുന്നു. ലോകം ചെറുതായി അവളുടെ കാൽക്കീഴിലടിഞ്ഞതുപോലെ. ആകാശം വിഷാദപൂർവം മഞ്ഞളിച്ചു, ഇലകൾ കരിഞ്ഞു, ചിലയ്ക്കുന്ന പക്ഷികൾ മൂകരായി, അവൾ, അവളല്ലാതായിരിക്കുന്നു. അവൾ മറ്റൊരാളായിരിക്കുന്നു. ഇന്നുവരെ അവളാരായിരുന്നു? ആരെയാണയാൾ സ്നേഹിച്ചത്? കുകിയെയോ, രോക്ഷണയെയോ? കുകി ഒരിക്കലും അയാളെ വിവാഹം കഴിക്കാനാഗ്രഹിച്ചിരുന്നില്ല. അവൾ സ്നേഹം മാത്രമേ ആശിച്ചുള്ളൂ–നിബന്ധനകളില്ലാത്ത സ്നേഹം. എന്തിനാണൊരു നിബന്ധന? എന്തിനാണ് കുകിക്കു പകരം രോക്ഷണ? രോക്ഷണ ആരാണ്? ഇതിപ്പോ എവിടെനിന്ന് വന്നു? ഈ സമയത്തത്രയും അവളെവിടെയാണ് ഒളിച്ചത്? സങ്കൽപ്പത്തിൽ മാത്രമോ അതോ ഖുറാന്റെ പുറങ്ങളിലോ? ഇതെല്ലാം ചിന്തിച്ച് അവളുടെ മനസ്സ് തളർന്നു. 'ഞാനിത്ര സ്വാർഥയോ? സ്വയം ഇത്ര സൂക്ഷിക്കാനുണ്ടോ? അങ്ങനെയൊരു തനിമയുണ്ടോ?'

എന്നെ നോക്കൂ, എന്നിൽ മാത്രം അറിയൂ–ഞാനെന്താണെന്ന്. എന്നെ മാറ്റാൻ നോക്കാതെ. എന്നെ ഞാനാകാൻ അനുവദിക്കൂ. എന്നെ മറക്കാൻ പറയാതിരിക്കൂ. ഞാനെന്താണോ, അത് സ്വീകരിക്കൂ. എന്റെ ജരകളെ, വയസായ അവസ്ഥയെ, സൗന്ദര്യ ചിഹ്നങ്ങളെ, നിഷ്കളങ്കതയെ, അഹങ്കാരത്തെ സ്വീകരിക്കൂ. എന്നെ സ്വീകരിക്കൂ. മാറ്റാൻ ശ്രമിക്കാതെ. പറയൂ, ആരെയാണ് നിങ്ങൾക്കു വേണ്ടത്? തനിമയാർന്ന കുകിയെയോ അതോ പുതിയ രോക്ഷണയെയോ?

കുകി അസ്വസ്ഥയായി. ചുറുചുറുക്കുണ്ടായിരുന്ന അവളുടെ വിരലുകൾ കീ ബോർഡിൽ നീങ്ങാൻ മടിച്ചു നിന്നു. അവളുടെ വാക്കുകൾ പൂർണമാകാൻ മടിച്ചു. ഇരുട്ടിലവൾ കത്തെഴുതാൻ തപ്പിത്തടഞ്ഞു. ശരിക്കുള്ള വികാരം പുറത്തു കാട്ടാൻ വാക്കുകൾ കിട്ടാതായി. എപ്പോഴത്തെയുംപോലെ അപ്പോഴും എല്ലാം രൂപമില്ലാതെ, ആകാരമില്ലാതെ അവ്യക്തതയിലായി. ഏറെ ശ്രമിച്ചശേഷം, കുകി തനിക്കെഴുതേണ്ടതൊക്കെ എഴുതി. അവളിൽ ആശ്വാസത്തിന്റെ അലയൊഴുകി. അവൾക്ക് പക്ഷിയെപ്പോലെ പറക്കാനായി. അവൾക്ക് വീണ്ടും വീട്ടു കാര്യങ്ങളിലേക്കും പൂന്തോട്ടത്തിലേക്കും പോകാനായി. പനിനീർ ഇലകൾ ചുരുങ്ങിപ്പോയിട്ടുണ്ട്. ഡാലിയയുടെ മൊട്ടുകൾ വിടരാൻ മടിച്ചിട്ടുണ്ട്. പുല്ലിനു മുകളിൽ കാട് പിടിച്ചിട്ടുണ്ട്. വീടിന്റെ മൂലകളിൽ അഴുക്കടിഞ്ഞിട്ടുണ്ട്. ഫർണിച്ചറുകളിൽ പൊടിപിടിച്ചിട്ടുണ്ട്. അലമാരയിൽ സാരികൾ വാരി വലിച്ചിട്ടിരിക്കുന്നു. കുളിമുറിയുടെ ജനലിനു താഴെ ഒരു അരയാൽ വേരുപിടിച്ചിരിക്കുന്നു. തന്റെ വീട്ടിൽ നിന്നും വളരെക്കാലമായി കുകി ദൂരെയാണ്. തിരിച്ചു വരാൻ സമയമായിരിക്കുന്നു.

കുകി എല്ലാം ശരിയാക്കാൻ ശ്രമിച്ചു. പൂന്തോട്ടത്തിലെ ചെടികളോട് മനസോടെ സംസാരിച്ചു, അവളവരോട്, അവളുടെ പുതിയ ഭാവത്തോട് ചിരിച്ചു. അന്ന് വൈകുന്നേരം എല്ലാ വീട്ടുപണികളും തീർത്തു. നല്ല ഭക്ഷണമുണ്ടാക്കി. എല്ലാവരുടേയും മുഖത്ത് പ്രസന്നത കളിയാടി.

എങ്കിലും കുകിയുടെ മനസിലെവിടെയോ രോക്ഷണ ഞെളിപിരി കൊണ്ടു. അവളെഴുതിയ കത്ത് അയക്കാനവൾക്ക് കഴിഞ്ഞില്ല. അവൾക്കും മെയിൽ വന്നില്ല, ഒന്നും വന്നില്ല. ഇൻബോക്സ് 'നിങ്ങൾക്ക് മെയിലില്ല' എന്നെഴുതിക്കാണിച്ചു. അവളുടെ ഹൃദയത്തിന് ഭാരമേറി, ഒരാൾ അസ്വസ്ഥനായി തന്റെ ഇൻബോക്സ് പരിശോധിക്കുന്നുണ്ടാവും, ഓരോ ദിവസവും. അവൾക്കെന്തോ അപകടം സംഭവിച്ചുവോ എന്നയാൾ വേവലാതിപ്പെടുന്നുണ്ടാവാം. അസമയത്ത് അയാൾ വന്ന് തന്റെ വാതിലിൽ മുട്ടിവിളിക്കുന്നതവൾ മനസിലോർത്തു. എന്നിട്ട് ജനലിനടുത്ത് സിഗരറ്റു പുകച്ചുകൊണ്ട് വിഷാദമഗ്നനായവളെ കാത്തു നിൽക്കുന്നു!

കുകി കറുത്ത മോണിറ്ററിനു മുമ്പിൽ പോയിരുന്നു. അവളുടെ അനുസരിക്കാത്ത വിരലുകൾ കീ ബോർഡിൽ വെച്ചു. അവയ്ക്ക് ജീവൻ വെയ്ക്കുന്നു. അവളെഴുതും: 'ഏയ്, നോക്കൂ, ഞാനെന്റെ ലോകത്തിലേക്ക് മടങ്ങിയിരിക്കുന്നു. ഞാൻ രോക്ഷണയാണ്, കുകിയല്ല. അല്ലെങ്കിലും ഒരു പേരിലെന്തിരിക്കുന്നു? അത് അർഥമില്ലാത്തതാണ്. ഞാൻ നിങ്ങൾക്ക് പിതൃഭാഗ്യം തരും. നിങ്ങൾക്കിപ്പോൾ സ്വന്തം ജീവിതത്തിലെ വിലമതിക്കാനാവാത്ത ചിത്രം ആരംഭിക്കാം.' കുകിയുടെ വിരലുകൾ ചടുലമായി, കുറച്ചു വരികൾക്കുശേഷം നിലച്ചു. അവൾ, ആ പഴയ കത്തു തുറന്നു – അതിലവൾ കുകിയായിരിക്കാൻ, കേവലം കുകിയായിരിക്കാൻ ആഗ്രഹിച്ചിരുന്നു.

ജീവനില്ലാത്ത, ഉപയോഗമില്ലാത്ത കമ്പ്യൂട്ടറിലേക്ക് നോക്കുമ്പോൾ അവൾക്ക് ശൂന്യത തോന്നുന്നു. എന്താണ് അടുത്ത പരിപാടി? സ്വന്തം തനിമ കളഞ്ഞ് പുതിയത് തുടങ്ങണോ അതോ സ്വന്തം ചെറുസ്വർഗത്തിൽ, അവളുടെ സുന്ദരമായ വീട്ടിൽ, ആശ്വാസം കണ്ടെത്തണോ? അപ്പോൾ സ്നേഹം? തന്റെ നെഞ്ചിലിത്രയുംനാൾ വളർത്തിയെടുത്ത സ്നേഹം? അത് കള്ളമായിരുന്നോ? അവളുടെ ആശകൾ, സ്വപ്നങ്ങൾ, സങ്കടങ്ങൾ? അയാളുടെ സ്നേഹമില്ലാതെ അവൾക്ക് ജീവിക്കാനാവുമോ?

ഒരറ്റത്ത് അനികേത് – അയാളുടേത് പഴയതും, മധുരവും സ്ഥിരവുമായ സൗന്ദര്യംനഷ്ടപ്പെട്ട ലോകമാണ്. മറ്റേയറ്റത്ത്, സഫീക്ക്–ആകർഷകവും ആനന്ദകരവുമായ പുതുലോകമാണ് അയാളുടേത്. രണ്ടും അവളെ മാടിവിളിക്കുന്നു. ആരെ പുൽകും?

അവളെന്തു കണ്ടെത്തും? ഇതാണ് മനുഷ്യലോകം, ജീവിത ചര്യകൾ, സംസ്കാരം, സന്തോഷം – മറ്റൊന്നും കുറേക്കാലമായി അവൾ കണ്ടിരുന്നില്ല.

അവൾ തന്റെ ഉള്ളിലേക്ക്തന്നെ ശ്രദ്ധിച്ചിരുന്നു. അവളൊരു പ്രതിമയെപ്പോലെയിരുന്നു. അത് ചലിക്കേണ്ടുന്ന സമയമായിരുന്നു. അനുഭവവും ആവശ്യവും അവളിൽ സംഘർഷമുളവാക്കി.

അവളുടെ വിരലുകൾ കീ ബോർഡിൽ ഓടി നടക്കാൻ വെമ്പുന്നത് അവളറിഞ്ഞു. അവൾ അനങ്ങാതിരുന്നു. പെട്ടെന്ന് അവളുടെയുള്ളിൽ ഒരു ചിന്തയുണ്ടായി. 'നുനി', അതെ, ജൂലിയസ് സീസർ തന്റെ പ്രേമ ഭാജനം ക്ലിയോപാട്രയ്ക്ക് 'നുനി' എന്ന പേര് സമ്മാനിച്ചിരുന്നു. സ്നേഹം എല്ലാ പീഡകളേയും മറി കടക്കും. ഒരാൾക്ക് മറ്റൊരാളെ വിശേഷപ്പെട്ട പുതിയ പേരിട്ട് വിളിക്കാം. പിന്നെന്തിന് അവൾ വിഷമിക്കണം? ഒരാൾ അവൾക്കൊരു പുതിയ പേര് സമ്മാനിച്ചാൽ ഇത്രയധികം സംഘർ ഷപ്പെടുന്നതെന്തിന്? എന്തിന് വിഷമിക്കണം? അതവളുടെ പുനർജ ന്മമായി.

കുകി മൂന്നാമത്തെ മെയിൽ എഴുതാൻ തുടങ്ങി. 'ഞാൻ നിന്നോ ടൊപ്പം സുന്ദരമായ ജീവിതം നയിക്കാൻ തയാറാണ്. എന്റെ പ്രിയനേ, നിനക്ക് വേണ്ട പേര് വിളിച്ചു കൊള്ളുക.' – നിന്റെ രോക്ഷണ.

# രണ്ട്

**രോ**ക്ഷണ
വാക്കുകൾ കുഴങ്ങി
എല്ലാ ശബ്ദവും തൊണ്ടയിലിടറി
പുറത്തു വരാൻ അമർന്നു ഞെരങ്ങി
അർഥം വഴുതുന്നു
നിന്നെ കണ്ടെത്താനുള്ള ശ്രമത്തിൽ
കൂടിക്കുഴഞ്ഞ പദങ്ങൾ
എന്നെ തീർത്തും നശിപ്പിക്കുന്നു
എല്ലാം വൃഥാവിലായി.

ഇത്തവണ സഫീക്ക് ഒരു ചെറുകവിതയാണെഴുതിയത്. അവരുടെ ബന്ധം ഊട്ടിയുറപ്പിച്ചത് ചിത്രങ്ങളുടെ പൊക്കിൾക്കൊടിബന്ധമായിരുന്നുവെങ്കിലും അവനയച്ചു കൊടുത്തതല്ലാതെ അവൾ അവന്റെ മറ്റു ചിത്രങ്ങൾ കണ്ടിട്ടില്ലായിരുന്നു. അതുകൊണ്ടുതന്നെ ചിത്രകാരൻ സഫീക്കിനേക്കാളും കവി സഫീക്കിനെയാണ് അവൾ അറിയുന്നത്. അവൾ അങ്ങനെ എഴുതിയപ്പോൾ അവൻ പറഞ്ഞു–''ഞാനൊരു കവിയല്ല. നീയാണെന്നെ കവിയാക്കിയത്. നിന്റെ പ്രണയമാണ് എന്നിൽ കവിതയുണർത്തിയത്. എന്റെ വികാരങ്ങളെ കവിതയാക്കിയത് നീയാണ്.'' പക്ഷേ, കുകി അതിനപ്പുറമായത് കണ്ടു. അവളുടെ സ്നേഹം കവിതയിലാക്കാൻ അയാൾക്ക് പറ്റില്ല. അതിനർഥം അവളവനെ കുറച്ചാണ് സ്നേഹിക്കുന്നത് എന്നല്ലല്ലോ?

കുകി എഴുതി: 'നിന്റെ പോലെ ഉർവരമായ സാഹിത്യമനസ്സല്ല എന്റേത്. എന്റെ വികാരങ്ങൾ നിന്നോട് പറയാൻ; വാക്കുകൾ കൊണ്ട്

കളിക്കാനാവില്ല എനിക്ക്. എനിക്ക് ആകാശവും, ചന്ദ്രനും, ഡഫോഡിൽ പുഷ്പവും സങ്കൽപ്പിക്കാനാവില്ല, നിന്നെപ്പോലെ. എനിക്കത് സ്വാഭാവികമായി വരുന്നില്ല. നിന്നെപ്പോലെ സ്വപ്നങ്ങളെക്കുറിച്ചും ചിന്തകളെക്കുറിച്ചും വിവരിക്കാനെനിക്കാവില്ല. ഇംഗ്ലീഷിൽ ഞാൻ സമർത്ഥയുമല്ല. ഇക്കാര്യത്തിലുള്ള എന്റെ കുറവുകൾ നീ മുഴുമിപ്പിക്കും.

സഫീക്ക് പ്രതികരിച്ചു – 'വാക്കുകളിൽ വിശേഷിച്ചെന്തിരിക്കുന്നു?' നിനക്ക് പറയാനുള്ളതു പറയുക എന്നതാണു കാര്യം. ഏത് ഭാഷയാണ്, മാധ്യമമാണ് ഉപയോഗിക്കുന്നതെന്നല്ല. അത് പുരാതനമായ ആംഗ്യഭാഷയോ വിളികളോ പിറുപിറുക്കലോ ആവാം.'

അവന്റെ ഹൃദയവിശാലതയും ഉത്സാഹവും അയാളെ കീഴടക്കി. കുകിയെ കണ്ടെത്തിയതു മുതൽ അവൻ ലൈബ്രറിയിൽ പോയി, ഭൂമിശാസ്ത്രം, ചരിത്രം, സംസ്കാരം എന്നിവയിൽ ഇന്ത്യയെക്കുറിച്ചുള്ള പുസ്തകങ്ങൾ വായിച്ചു. ഇതെല്ലാം അവളെ മനസിലാക്കാൻ വേണ്ടിയായിരുന്നു. ഇന്ത്യയെക്കുറിച്ച് തന്റെയുള്ളിൽ എന്തെങ്കിലും മിഥ്യാധാരണകളുണ്ടെങ്കിൽ അതിൽ നിന്നും മോചനം നേടണം. അതോടൊപ്പം കുകിയുടെ മാതൃഭാഷ പഠിക്കാനും തുടങ്ങി. ഓരോ ദിവസവും ചില വാക്കുകൾ പഠിച്ചു. അയയ്ക്കുന്ന ഇ–മെയിലിൽ അവ പ്രയോഗിക്കാനും ശ്രദ്ധിച്ചു. 'ഞാൻ നിന്നെ പ്രണയിക്കുന്നു.' ഒരു ചെറിയ വാചകം, പക്ഷേ അതിൽ മുഴുവൻ ലോകവും അന്വേഷിച്ചു കണ്ടെത്താനാവും –

| | |
|---|---|
| Jc t' aime | ഫ്രഞ്ച് |
| Ich liehe Dich | ജർമൻ |
| S' agapo | ഗ്രീക്ക് |
| Ani ohev O tach | ഹീബ്രു |
| Te amo | ലാറ്റിൻ |
| Amo-teþ | പോർച്ചുഗീസ് |
| Jag a' lskar dig | സ്വീഡിഷ് |

സ്പാനിഷ്, ഡച്ച്, ജാപ്പനീസ്, അൽബേനിയൻ, പോളിഷ്, റഷ്യൻ. അയാൾ എഴുതിക്കൊണ്ടിരുന്നു. അവന്റെ വികാരം 38 ഭാഷകളിൽ ആവിഷ്കരിച്ചു. 'നിനക്കറിയുമോ ഇവയെല്ലാം എന്താണ് അർത്ഥമാക്കുന്നതെന്ന്?' ലിസ്റ്റിനൊടുവിൽ അവനെഴുതി 'ഇവയെല്ലാം അർത്ഥമാക്കുന്നത് ഞാൻ നിന്നെ പ്രണയിക്കുന്നു എന്നാണ്.'

കുകി അവയെല്ലാം വായിക്കാൻ ശ്രമിച്ചു. ഒന്നോ രണ്ടോ അല്ലാതെ ഓർമയിലിരിക്കുന്നില്ല. ഇയാളെന്തൊരു മനുഷ്യനാണ്. ചിലപ്പോൾ ധിക്കാരിയായ ചെറുപ്പക്കാരൻ. കുസൃതിയായ ടീനേജർ? സ്വാഭാവികമായും വിടനായ വഴിപിഴച്ച ഒരു ജീനിയസ്?

അവൾ അവനെ 'എന്റെ ചൂടുള്ള മധുരമുള്ള ഹാംബെർഗർ' എന്ന് സംബോധന ചെയ്തു. സഫീക്ക് ചോദിച്ചു, 'ഹാംബെർഗറോ?' ഞാനെങ്ങനെ ഹാംബെർഗർ ആവും.

കാരണം നിനക്കുള്ളിൽ ടീനേജറുടെ സംവേഗങ്ങളും പണ്ഡിതന്റെ ബുദ്ധിയും ഉൾച്ചേർന്നിട്ടുണ്ട്.

ആ പ്രശംസയിൽ സഫീക്ക് സന്തോഷിച്ചു. കുകി ചിലപ്പോഴവനെ 'സൂര്യൻ' എന്നോ മറ്റുചിലപ്പോൾ 'ആൽമരം' എന്നോ സംബോധന ചെയ്തു. എല്ലാ ജീവികൾക്കും അതിജീവനം സമ്മാനിക്കുന്നതു കൊണ്ട് സൂര്യൻ, പലർക്കും നിഴലും ആശ്രയവും നൽകുന്നതുകൊണ്ട് ആൽമരം.

അവളുപയോഗിക്കുന്ന വിളിപ്പേരിന്റെ തമാശകൾ സഫീക്കിന് ഇഷ്ടമായിരുന്നു. അവർ രണ്ടുപേരും വാക്കുകൾ കൊണ്ട് കളിക്കുകയായിരുന്നു. ഒരിക്കൽ എട്ടു ദിവസത്തേക്ക് കുകി നഗരത്തിൽ നിന്നു വിട്ടുനിന്നു. മടങ്ങിവന്ന് മെയിൽ തുറക്കുമ്പോൾ കുറേയേറെ മെയിലുകൾ അവളെ കാത്തിരിക്കുന്നു. ഓരോ മെയിലിലും അവന്റെ അസ്വസ്ഥമായ കാത്തിരിപ്പ് അലയടിക്കുന്നുണ്ടായിരുന്നു. അവനെഴുതി:

നീയില്ലാത്ത ഏഴുദിവസം പ്രാണവായുവില്ലാത്ത
ഒരു നിമിഷം, ആഹാരമില്ലാത്ത
ഒരു ദിവസം, പ്രാണജലമില്ലാത്ത
ഏഴുദിവസം
നീയില്ലാത്ത ഒരാഴ്ച സൂര്യനും
ഭവനവുമില്ലാത്ത ഒരു മാസം.
നിന്റെ ശബ്ദമില്ലാത്ത ഒരാഴ്ച
സംഗീതരഹിതമായ ഒരു സംവത്സരം
പക്ഷികളില്ല,മഴയും ഇടിയുമില്ല
നിന്റെ സാന്ത്വനമില്ലാത്ത ഒരാഴ്ച
നിദ്രാവിഹീനമായ ഒരാഴ്ച
എന്റെ ഹൃദയം പ്രശാന്തമല്ല
രാത്രികൾ സമാധാനമില്ലാത്ത
നിന്റെ പ്രണയമില്ലാത്ത ഏഴുദിനം
എന്റെ ദിനങ്ങൾക്ക് സൗന്ദര്യമില്ല
എല്ലാം കാണുന്നുവെങ്കിലും
ഭംഗിയുള്ളവരെന്ന് പറയപ്പെടുന്നവർക്ക്
നിന്റെ ഭംഗി എവിടെയുണ്ടാവാൻ
നിന്റെ ചിത്രത്തിൽ നോക്കിയിരുന്നു ഞാൻ
ഒരാഴ്ച നിന്നോട് മിണ്ടാതെ
വനത്തിലകപ്പെട്ടു ഞാൻ, ഏകാകി,
അതോ മരുഭൂമിയിലോ,ഞാൻ
തെരുവിൽ സംസാരിക്കുന്നുവെങ്കിലും
ഏകാന്തതയിൽ വീർപ്പുമുട്ടി
നീ കൂടെയില്ലാത്ത ഒരാഴ്ച
കാരാഗൃഹത്തിലെ ഒരു സംവത്സരം
ഞാൻ സഞ്ചരിക്കുന്നുവെങ്കിലും
എന്റെ മനസിന് സ്വാതന്ത്ര്യമില്ല
നീയില്ലാത്ത ഒരാഴ്ച

എനിക്ക് ജീവിതമില്ലായിരുന്നു
ഇല്ലായിരുന്നു, സഖീ.

മെയിലുകളിലൊന്ന് ഏകാന്തമായ വാചകത്തിൽ: 'ഞാൻ അന്ധനായി മാറി.എന്റെ കൈ പിടിക്കാനായി വരിക.'

സ്കൂൾ പഠനകാലത്ത് അവൾ വായിച്ച ഒരു വാചകം അവളോർത്തു. ഒരുപക്ഷേ, അത് ഒറിയ കവി ഉപേന്ദ്ര ഭാംച എഴുതിയതാവാം. 'തീവ്രാഭിലാഷത്തിലന്ധനായവൻ.' കുകിയുടെ മറുപടികളും വികാരതീവ്രമായിരുന്നു, യുക്തിയോ കാരണമോ ഇല്ലാത്തവ. കുകി കൊച്ചമ്മയും സഫീക്ക് അവളുടെ വേലക്കാരനുമായി. അവൾ പറയുന്ന വാക്കുകളെല്ലാം അവന് പ്രമാണങ്ങളായി. ഇടയ്ക്ക് കുകിക്ക് തോന്നി, സഫീക്ക് തന്റെ വത്സല പുത്രനാണ്. കുരുത്തക്കേട് കാണിച്ചുപോയി. ഇപ്പോൾ നേരെയാവാൻ തീരുമാനിച്ചിരിക്കുന്നു. അവൾ ഒരിക്കലും അവനെ ഒന്നിനും നിർബന്ധിച്ചില്ല. അവൻ സ്വയം പുതുമകളിൽ നന്നായി വരികയായിരുന്നു. അവളുടെ ലോകം അവനും അവന്റെ ലോകം അവൾക്കും പുതുമയായിരുന്നു.

വർത്തമാനത്തിലൊരിക്കൽ അവൻ അവളോടിങ്ങനെ പറഞ്ഞുപോയി. 'ഞാൻ അൻപത്തിരണ്ട് സ്ത്രീകളുമായി ലൈംഗികവേഴ്ചയിലേർപ്പെട്ടിട്ടുണ്ട്. നിനക്കങ്ങിനെ വല്ലതും രോക്ഷണ?' അവന്റെ ശബ്ദം വില്ലാളിവീരനെപ്പോലെ. അവൻ ലൈംഗിക ചൂഷണങ്ങളിൽ അഭിമാനം കൊള്ളുന്നു. ഇ–മെയിൽ വായിച്ച് കുകി തളർന്നിരുന്നു. അവനിലുള്ള വിശ്വാസം തകർന്നു പോയി. അവൾ വൈകാരികമായി അടുത്തുപോയ ആ മനുഷ്യൻ ഇത്ര വിടനും ദുർനടപ്പുകാരനുമാണ്. എല്ലാത്തിനും ഒരു കണക്കില്ലേ. എങ്ങനെയാണീ മൃഗത്തോട് ഇടപഴകുക? അവൾ സ്വയം ശിക്ഷിച്ചു വഞ്ചിതയായതു പോലെ. മറക്കാനാശിക്കുന്തോറും അത് മനസിൽ പൊങ്ങിപ്പൊങ്ങി വരുന്നു. ഇതാണ് ശരിക്കുള്ള നരകം?

ഈവക ജീവിതചര്യകൾ അവൾക്ക് പുതുമയാണ്. വിവാഹേതര ബന്ധങ്ങൾ കേട്ടിട്ടില്ലെന്നല്ല. പക്ഷേ അവളുടെ ഉള്ളിൽ അത്തരം ചിന്തകളുണ്ടാവുമ്പോഴേ പാത്രങ്ങളിലെ പൊടി തുടയ്ക്കുന്നതുപോലെ അവൾ അവയെ തുടച്ചു മാറ്റും.

അതുശരി, ഇത്തരക്കാരും ഈ ലോകത്തിലുണ്ട്, അല്ലേ? അവൾ തന്നെക്കുറിച്ച് ആലോചിച്ചു. ടെലിവിഷനിലും പേജ് ത്രീകളിലും കാണാറുള്ള റിപ്പോർട്ടുകൾ ഓർത്തു, പക്ഷേ ശരിക്കും മനുഷ്യരിങ്ങനെ ചെയ്യുന്നത് ഓർക്കാനാവുന്നില്ല. അവൾക്ക് ശ്വാസം മുട്ടി.

സഫീക്കിനെ കുകി ഒരിക്കലും കണ്ടില്ല. അവനയച്ച ഒരു ഫോട്ടോ അവളുടെ ആദ്യത്തെ ഇ–മെയിലിനോടൊപ്പമുണ്ട്. ആ ഫോട്ടോയിൽ നോക്കി കുകി വിചാരിച്ചു: 'ഈ മനുഷ്യൻ എന്നെക്കുറിച്ച് ഉൽക്കണ്ഠപ്പെടാൻ എന്നിൽ ഏത് ദിവ്യത്വമാണുള്ളത്?'

എന്നിട്ടിപ്പോൾ ആ മനുഷ്യനെക്കുറിച്ച് താൻ എത്ര സ്വപ്നങ്ങൾ നെയ്തു കൂട്ടി? അവൾ വളർത്തിക്കൊണ്ടുവന്ന ബന്ധം ഇത്രയേ ഉള്ളൂ? ഇന്നാസ്വദിക്കൂ, നാളെ മറക്കൂ. അവൾക്കത്തരം കാര്യങ്ങൾ വിശ്വസിക്കാ

നാവുന്നില്ല. ഒറ്റരാത്രി, ബന്ധങ്ങൾ കുറച്ചു സമയത്തേക്ക് മാത്രം സുഖം പ്രദാനം ചെയ്യുന്നവയായാവാം. ഭിക്ഷക്കാരന്റെ പാത്രത്തിലെ അന്നന്നത്തെ മാംസം പോലെ, ജീവിതത്തിന്റെ ക്രമവും ക്ലേശവുമറിയാത്ത ഭിക്ഷ.

ഇങ്ങനെ തനിക്കുമാത്രം വേണ്ടി ഒരു മനുഷ്യൻ ജീവിക്കുമോ? എങ്ങനെയാണയാളുടെ കുട്ടികൾ വളരുക? അശ്ലീല നിശാക്ലബുകളിൽ കഴിച്ചുകൂട്ടുന്ന രക്ഷിതാക്കളുടെ കുട്ടികളെ എ ഫോർ ആപ്പിൾ, എന്നോ എ പ്ലസ് ബി ഓൾ സ്ക്വയർ എന്നോ ആരു പഠിപ്പിക്കും? ആ കുട്ടികൾ എത്ര മനഃപ്രയാസത്തിലാവും ജീവിക്കുന്നുണ്ടാവുക?

കടുത്ത, നീണ്ട മനസ്താപത്തിലേക്കവൾ വീണു. അയാളോട് വെറുപ്പും കോപവും തോന്നി. അയാളുടെ വാക്കുകൾ: 'ഞാൻ അൻപത്തിരണ്ട് പെണ്ണുങ്ങളുമായി ലൈംഗികവേഴ്ച നടത്തി.'

പെണ്ണുങ്ങളെക്കുറിച്ച് അവൻ എന്താണാലോചിക്കുക? അവർ വെറും സാധനങ്ങളാണോ, അവന് സുഖിക്കാനുള്ള പാവകൾ? വികാരങ്ങൾ എന്നൊന്നില്ലേ? ഹൃദയം, മനസ്, ആത്മാവ്? മാംസം മാത്രമാണോ പ്രധാനം? സഫീക്കിന് ഹൃദയമില്ലേ?

അയാൾ അവളെ മധുരവും വശീകരിക്കുന്നതുമായ വാക്കുകളിൽ മയക്കി, അവൾ വിചാരിച്ചു. ചതിച്ചതാണ്. അയാളുടെ ലിസ്റ്റിലെ അടുത്ത പെണ്ണാണവൾ. അൻപത്തിമൂന്നാമത്തെ അവൾ അയാൾക്കൊന്നുമല്ല. വേദനയും ഏകാന്തതയും അവളെ വീർപ്പുമുട്ടിച്ചു. അവന് കുകിയെ തൊടാൻ അവസരമില്ലെങ്കിലും അവർ വാക്കുകളിലൂടെ ബെഡ്റൂമിന്റെ വികാരതീവ്രതകൾ ഇ–മെയിൽ വഴി പങ്കിട്ടിരുന്നു. അത്തരമൊരാളുടെ മുന്നിൽ അവൾക്ക് വിവസ്ത്രയാവണമായിരുന്നു, കാരണം അയാൾക്ക് ശരീരമല്ലായിരുന്നു പ്രധാനം. കുകിക്ക് സങ്കടം തോന്നി. അത് പശ്ചാത്താപമായും കോപമായും പരിണമിച്ചു. ഇത്തരം കാര്യങ്ങൾ അവളെ വല്ലാതെ വിഷമിപ്പിച്ചു. ലോകം അട്ടിമറിഞ്ഞതായി അവൾക്കു തോന്നി.

അവൾക്കു തെറ്റുപറ്റി. അവൾ തെരഞ്ഞെടുത്തയാൾ ശരിയല്ല, അയാൾ അവളെ വിലമതിക്കുന്നില്ല. അവൾക്ക് തിരിച്ചുപോകാനുമാവുന്നില്ല. അവൾക്ക് മിണ്ടാട്ടമില്ലാതായി. അവളുടെ മൗനം കുടുംബത്തിലുള്ളവർക്ക് മനസിലാക്കാനായില്ല. 'എന്തുപറ്റി? സുഖമില്ലേ? വയറുവേദന വീണ്ടുമുണ്ടോ?' – അനികേത് ചോദിച്ചു.

'പഴയ വയറുവേദനയാണെങ്കിൽ ഞാൻ പറയുമായിരുന്നില്ലേ? എന്തുണ്ടാവാനാ?' അവൾ അസ്വസ്ഥയായി തിരിച്ചു പറഞ്ഞു. 'ദിവസം മുഴുവനീ വീട്ടിനുള്ളിലിങ്ങനെ കുത്തിയിരിക്കുന്നു. നിനക്കോഫീസിൽ പോയി പത്തു മണിക്കൂർ പരിശ്രമിക്കേണ്ടതില്ല. പിന്നെന്താ ഇത്ര മൗനം? എന്തുപറ്റി? ആരെങ്കിലും എന്റെ വീട്ടിൽ നിന്നും വിളിച്ചോ?'

'ഒന്നുമില്ല, ഒന്നുമില്ല എനിക്ക്. ഞാനെന്തിന് മൗനിയാകണം? ഒരു കുഴപ്പവുമില്ല. എല്ലാം ശരിയാണ്. ഞാൻ നന്നായിരിക്കുന്നു.'

'മുഖം മനസിന്റെ കണ്ണാടിയാണ്' അവൾ ചിന്തിച്ചു. പക്ഷേ പറയാ

തിരിക്കുകയാണ്. എപ്പോഴും ചടുലമായിരിക്കാറുള്ള അവളുടെ സ്വത്വം ഇപ്പോഴുണ്ടോ? കുറച്ചു സമയം സ്വയം ആലോചിച്ചിരിക്കേണ്ടതല്ലേ?

കുഞ്ഞുമോൻ പറഞ്ഞു: 'അമ്മ മിണ്ടാതിരിക്കുമ്പോൾ എനിക്കും സങ്കടമുണ്ട്.'

'അമ്മയെ നോക്കണ്ട' അനികേത് പറഞ്ഞു. 'അമ്മ മോശം മൂഡിലാണ്.' ചിന്തകൾ മുഖത്തെ ഭാവങ്ങളിൽ പ്രകടമാവുന്നു, കുകി ആലോചിച്ചു. പക്ഷേ ഈ സമസ്യകൾ ആരോട് പറയാൻ, ഈ വികാരങ്ങൾ, സംഘർഷങ്ങൾ? ഈ രണ്ട് ലോകവും ഒന്നിക്കുന്നതെങ്ങനെ? വീടിനോടവൾ നീതി കാട്ടുന്നുണ്ടോ? മനസിന്റെ പിൻവാതിലുകൾ അടച്ചിടാം, അതാണ് നല്ലത്, കുകി കരുതി.

അമ്മയെ ബുദ്ധിമുട്ടിക്കരുതെന്ന് അനികേത് മക്കളോട് പറഞ്ഞു. കുട്ടികൾ അവരുടെ ലോകത്ത് തിരക്കിലാണ്. അനികേത് ടി വി യിലും വർത്തമാന പത്രങ്ങളിലും പൂണ്ടിരിക്കും. അവൾ വീട്ടിലൊറ്റയ്ക്കായി.

ഒരുദിവസം മുഴുവൻ കുകി കിടക്കയിൽത്തന്നെ കിടന്നു. വീട്ടമ്മയാണെന്ന് അവൾ മറന്നു. ഭക്ഷണം വിളമ്പാൻ മറ്റുള്ളവർ അവളെ കാത്തുനിന്നു. പത്രത്താളിൽനിന്നു മാറാൻ അനികേതിന് ബുദ്ധിമുട്ടായിരുന്നു. "എങ്ങനെയുണ്ട് നിനക്ക്?" ഇടയ്ക്കിടെ അയാൾ ചോദിച്ചു. "വല്ല മരുന്നും വാങ്ങണോ? ഡോക്ടറെ കാണണോ?"

"ഒന്നും വേണ്ട, ഞാനെല്ലാ പണിയും ചെയ്തോളാം. കുറച്ചു സമയം തന്നാൽ മതി."

"ശരി, നമുക്കിന്ന് ബ്രഡും ഓംലെറ്റും മതി. എന്തു പറയുന്നു. നിനക്കും ബ്രഡ് പോരെ?"

"മതി." ചെറിയ മോൻ പറഞ്ഞു – 'നമുക്കൊരു ദിവസം പിസാ കഴിക്കണം.'

കുകിക്ക് സങ്കടമായി, കുറ്റബോധവും. എന്താണവൾ ചെയ്യുന്നത്? വീടു മുഴുവൻ അവളുടെ ചുമലിലാണ്. എന്നിട്ടെന്താണവൾ ചെയ്യുന്നത്? അവൾക്കുപുറമേ ജീവിതത്തിന് മോഹങ്ങളും സാധ്യതകളുമുണ്ട്. ഭർത്താവിനോടും കുട്ടികളോടും ഉത്തരവാദിത്വങ്ങളുണ്ട്. അവൾ ഭക്ഷണം പാചകം ചെയ്യാനായി എഴുന്നേറ്റു. പക്ഷേ സ്നേഹമുള്ള കുടുംബം അവളെ അതിനനുവദിച്ചില്ല. അവളെ, അവളുടെ ചിന്തകളിലേക്കും, വേദനകളിലേക്കും, അപരാധബോധത്തിലേക്കും, സംഘർഷത്തിലേക്കും വിട്ടു. പിറ്റേദിവസം എല്ലാവരും പോയിക്കഴിഞ്ഞപ്പോൾ അവൾ കംപ്യൂട്ടറിലേക്ക് സ്വയം ആകർഷിതയായി. സഫീക്കിന്റെ മെയിലുണ്ടോ എന്നു നോക്കാനായി അവൾ ലോഗ്ഓൺ ചെയ്തു. ഹൃദയമിടിപ്പു കൂടി, വിരലുകൾ കീ ബോർഡിൽ ഓടി നടന്നു. അവളുടെ മെയിൽ ബോക്സ് ശൂന്യമാണ്, വായിക്കാത്ത മെയിലുകളില്ല.

ഇങ്ങനെയൊരിക്കലും സംഭവിച്ചിട്ടില്ല. വീട്ടിൽ അവളില്ലാത്തപ്പോൾ പോലും അവളുടെ മെയിൽ ബോക്സിലേക്ക് മെയിലുകളുടെ പ്രവാഹമായിരുന്നു. ഇപ്പോഴെന്തു സംഭവിച്ചു? അൻപത്തിരണ്ട് പെണ്ണുങ്ങളുമായി

ലൈംഗികവേഴ്ച നടത്തിയെന്നു പറഞ്ഞ് സഫീക്ക് അവളിൽനിന്നു വിട്ടുപോകാൻ ആഗ്രഹിക്കുകയാണോ? അവളുടെ കാലുകൾ വഴുതാതിരിക്കാൻ അവളങ്ങനെ ചിന്തിച്ചു. ഈ വെറുപ്പിൽ ആ ബന്ധത്തിൽ നിന്ന് വിടുതൽനേടാൻ പറ്റുമോ? അന്നവൾ ഇളകി മറിഞ്ഞ മനസോടെ അഞ്ചോ ആറോ തവണ ഇന്റർനെറ്റ് പരതി, പക്ഷേ എല്ലാം വെറുതെ. ഓരോ തവണയും ശൂന്യമായ ഇ–മെയിൽ ബോക്സ്! അവൾക്ക് നിരാശ തോന്നി.

'സഫീക്ക്, നീയെവിടെയണ്?' അവൾ ഉറക്കെ കരഞ്ഞു. തനിക്കു ചുറ്റും പലവിധ ഉത്തരങ്ങൾ അലയുന്നതായി അവൾക്കു തോന്നി.

സ്വയം മാറ്റാനായവൾ ടി.വി. ഓൺ ചെയ്തു. വിവിധ ചാനലുകളിലായുള്ള കുടുംബ സീരിയലുകളിൽ മനസ് ചേർക്കാനായില്ല. ഉറങ്ങാൻ നോക്കിയിട്ടും രക്ഷയില്ല. അവൾ സഫീക്കിന്റെ വാചകങ്ങൾ ഓർത്തു :

'നിന്നിൽ ഞാനെന്നെ നഷ്ടപ്പെടുത്തി
നീയില്ലാതെ ഞാനെന്നെ അന്വേഷിക്കുന്നു
ഇനിയും നഷ്ടപ്പെടാനായി'

സ്വയം രക്ഷിക്കാനായവൾ അയൽപക്കത്ത് വെറുതെ വർത്തമാനത്തിന് പോകുന്നതിനെക്കുറിച്ചാലോചിച്ചു. ഏതോ വേദന അവളെ അമർത്തുന്നു. ഈ വേദന വ്യത്യസ്തമാണ്. കഴിഞ്ഞ രാത്രി കുറ്റബോധത്തിലായിരുന്നു, വഞ്ചനയുടെ വേദനയിലായിരുന്നു. കാസനോവയെപ്പോലെ ഒരാൾ അവളെ നോക്കി പൊട്ടിച്ചിരിച്ചു കൊണ്ട് ഉറക്കെ പറയുന്നു: "നിങ്ങളറിഞ്ഞോ, ഞാനൊരു പെണ്ണിനെ തോൽപ്പിച്ചു." അതവളെ പിന്തുടർന്നു.

അടുത്ത ദിവസം വഞ്ചനയുടെ വേദനയല്ല, സ്നേഹം നഷ്ടപ്പെടുന്നതിന്റെ അസ്വസ്ഥതയാണ് തോന്നിയത്. സഫീക്കിനെ നഷ്ടപ്പെടാനാവില്ല. സ്നേഹത്തിലാവുന്നതിനപ്പുറം വിഷമവൃത്തം വേറെയില്ല. അവൾക്കാ സ്നേഹം നഷ്ടപ്പെടുത്താനായില്ല. ഇന്നലെ തോന്നിയ വിഷമം ഇന്നവളിൽ ഇല്ലാതായി. രണ്ടു ദിവസം കഴിഞ്ഞ് തന്റെ മെയിൽ ബോക്സിൽ കുകിക്ക് രണ്ടു മെയിലുകൾ വന്നു.

'എന്തു പറ്റി നിനക്ക്? എനിക്ക് മെയിലയയ്ക്കാത്തതെന്താണ്? നിനക്ക് സുഖമില്ലേ? കുടുംബത്തിൽ വല്ല പ്രശ്നവും? എന്നോടു പറയാതെ ടൗണിൽ പോയതാണോ? എന്റെ മെയിൽ നിന്നെ വേദനിപ്പിച്ചോ?' അവൻ തിടുക്കത്തോടെ, ആകാംക്ഷയിലാണ് –

'എനിക്കറിയില്ല
എനിക്ക് നിന്നെ നഷ്ടപ്പെടുന്നു
അതുപോലെ എന്നെയും'

അതുപക്ഷേ കുകിയുടെ പുനർജന്മമായി. അവൾ ചിരിച്ചു. അവളുടെ ദിനങ്ങളിൽ സൂര്യപ്രകാശം വന്നുചേർന്നു. അവളുടെ ചലനങ്ങളിൽ അഭൗതികശക്തി വന്നുചേർന്ന പോലെ. അതിന്റെ രഹസ്യമെന്തെന്ന് മറ്റാർക്കും മനസിലായതുമില്ല.

തീ നാളങ്ങളിലേക്ക് ആകൃഷ്ടയായ ചിത്രശലഭത്തെപ്പോലെ അവൾ കംപ്യൂട്ടറിൽ മുഴുകി. സ്വയമറിയാതെ, തന്റെ വിചാര വികാരങ്ങൾ പകർന്ന് അയാളെ വേദനിപ്പിക്കാനും കുറ്റപ്പെടുത്താനും തുടങ്ങി. 'ഒരു പൂമ്പാറ്റയെപ്പോലെ ജീവിക്കുന്നതിലെന്തർഥം? പെണ്ണുങ്ങളുടെ ദേഹമുപയോഗിച്ച് അവരോട് ഒരു വികാരവും സൂക്ഷിക്കാത്ത ജീവിതമെന്തിന് നയിക്കുന്നു? ശരീരസുഖത്തിനായാണ് ഞാൻ നിങ്ങളോടൊപ്പം ചേർന്നതെന്ന് കരുതുന്നുവോ? ആദ്യമേ ഞാനിതറിഞ്ഞിരുന്നുവെങ്കിൽ എന്നാണ് ആഗ്രഹിക്കുന്നത്?'

'നീ എന്നെ കളിയാക്കുകയാണ് കുഞ്ഞേ. നീയെന്നെ പുൽച്ചാടി എന്നുവിളിച്ചു!' സഫീക്ക് മറുപടി എഴുതി. 'അതെ. ഞാനംഗീകരിക്കുന്നു.ഞാനൊരു പുൽച്ചാടിയുടെ ജീവിതം നയിച്ചിരുന്നു. യൗവനത്തിന്റെ ഒഴുക്കിൽ ഞാൻ സ്ത്രീശരീരം ഓരോ രാത്രിയിലും അനുഭവിച്ചു. പക്ഷേ, രോക്ഷണാ, നീയാണെനിക്ക് ആദ്യമായി പവിത്രവും നിസ്വാർഥവുമായ സ്നേഹം കാണിച്ചുതന്നത്. നീ മറ്റുള്ളവരിൽ നിന്ന് വ്യത്യസ്തയാണ്. ഒരുദിവസം ഞാൻ നിനക്ക് കാണിച്ചു തരും, ഞാനെത്ര മാത്രം നിന്നെ സ്നേഹിക്കുന്നുവെന്ന്. ഞാനെത്ര നിന്നെ ആരാധിക്കുന്നുവെന്ന്. ഞാനത് ഒരുദിവസം തെളിയിക്കും. എന്നെവിട്ടു പോകരുത്. ഞാനിതാ എന്റെ തലകുനിച്ച് നിന്റെ പാദങ്ങൾ സ്പർശിക്കുന്നു. എന്റെ കുറ്റങ്ങൾ പൊറുക്കണം. എന്നെ ഉപേക്ഷിക്കരുത്. എന്നെ പുൽച്ചാടി എന്നു വിളിക്കരുത്.'

# മൂന്ന്

'ദയവായി എന്നെ പുൽച്ചാടിയെന്നു വിളിക്കരുത്.' അവൾ സഫീക്കിനെ വേദനിപ്പിച്ചിരിക്കാം. കുകിയങ്ങിനെ ചെയ്യുമോ? അവൾ സ്നേഹിക്കുന്ന മനുഷ്യനെ വിളിക്കാത്ത പേരുകളില്ല – വൃത്തികെട്ട ചെകുത്താൻ, മാംസദാഹിയായ ഭീരു, രുചിഭേദമറിയാത്ത വിടൻ...? പദങ്ങൾ ഉപയോഗിക്കുന്നതിനുമുമ്പ് ശ്രദ്ധിക്കാമായിരുന്നു. അത്രയ്ക്ക് അശ്രദ്ധ പാടുണ്ടായിരുന്നോ? അവനെത്ര വേദനിച്ചിരിക്കും! കുകിയുടെ ഹൃദയം അവനുവേണ്ടി കരഞ്ഞു. കുകിയുടെ പ്രശ്നമെന്തെന്നാൽ, അവൾക്ക് ഒന്നും മറച്ചുവെക്കാനാവില്ല. സഫീക്കിനെക്കുറിച്ച് ആദ്യമേ അവൾക്കെല്ലാമറിയാമായിരുന്നു. അതുകൊണ്ടുതന്നെ അയാളുടെ കഴിഞ്ഞുപോയ കാര്യങ്ങളെടുത്തുവെച്ച് കുറ്റപ്പെടുത്തേണ്ടതില്ല.

അവൾ വീണ്ടും വീണ്ടും അവനെ കുറ്റപ്പെടുത്തിക്കൊണ്ടിരുന്നു. പക്ഷേ, അവരുടെ ബന്ധം ശക്തമായതേയുള്ളൂ. അത് വിധിയാവാം, കുകി വിചാരിച്ചു. ഇതെല്ലാം പരമമായ സത്ത മുൻകൂട്ടി തീരുമാനിച്ചതാവാം. മകന്റെ ഭാവിയെക്കുറിച്ചും കുടുംബത്തിന്റെ നന്മയ്ക്കുവേണ്ടി ചടങ്ങുകൾ നടത്തുമ്പോഴും സമ്പാദ്യം വർധിപ്പിക്കാനായി പണം ഇൻവെസ്റ്റ് ചെയ്യുമ്പോഴുമൊക്കെ സഫീക്കുമായി സംസാരിക്കണമെന്ന് തീരുമാനിച്ചതാവാം. ഇപ്പോൾ ജീവിതം അവൾക്കു വീണ്ടും ഇരുപത് വർഷങ്ങൾ സമ്മാനിച്ചിരിക്കുന്നു.

അവനും അവളില്ലാതെയൊന്നുമില്ല, അവൾക്കും. രണ്ടുപേരും പരസ്പരം കഠിനമായി വഴക്കിട്ടു. കുകിയെഴുതി: 'നിങ്ങളെന്റെ വിധിയെഴുത്താണ്. അല്ലെങ്കിൽ പിന്നെന്തിനാണ് എല്ലാ തടസങ്ങളും തട്ടിമാറ്റി എന്റെ മനസ്സ് അവിടെ എത്തുന്നത്?'

'നിങ്ങളെന്റെ ശത്രുരാഷ്ട്രത്തിലാണ്

ഞാൻ നിങ്ങളുടെ വിശ്വാസമംഗീകരിക്കുന്നില്ല.
ഞാനുമായി നിങ്ങൾക്കെന്തു സമാനതകൾ?
എന്നിട്ടും എന്തോ ഒന്ന്, എന്നെ നിങ്ങളിലേക്ക് വലിക്കുന്നു
മരത്തിൽ നിന്ന് ഇല വീഴുന്നതുപോലെ
ഞാൻ നിന്നിലെത്തുന്നു, സ്വതന്ത്രയാവുന്നു.'
സഫീക്ക് സ്വതസിദ്ധമായ ആവേശത്തിൽ മറുപടി എഴുതി:
'ഓ, എന്റെ രാത്രിയുടെ പ്രണയദേവതേ,
നീ യഥാർഥ്യമോ, മനോവിഭ്രമമോ
നീ ഇങ്ങനെ ചുംബിക്കുമ്പോൾ
സ്വർഗീയാനുഗ്രഹമല്ലാതെ മറ്റൊന്നുമല്ല
ഞാനുരുകുന്നു, എനിക്കിനിയും പകരണം
ഞാനിതാ നിന്റെ കാന്തിയിലേക്ക് കരങ്ങൾ നീട്ടുന്നു.
നീയടുത്തില്ലാത്തത് ഒരു രഹസ്യമാണ്
നിന്നെ സ്വർഗത്തിൽ നിന്നയച്ചതാണ്
എനിക്ക് ചുംബനം തരൂ, സ്നേഹം തരൂ.'

ആ ദിവസം സഫീക്ക് തബസുമ്മിനെ നിശാപാർട്ടിക്ക് കൊണ്ടുപോയി. രാത്രി വൈകിയാണ് മടങ്ങിവന്നത്. അയാളുടെ സ്റ്റുഡിയോ, ക്യാൻവാസ്, കളറുകൾ, കംപ്യൂട്ടർ എല്ലാം അയാളെ കാത്തിരുന്നു, കംപ്യൂട്ടറിനുള്ളിൽ രോക്ഷണയും. തിരക്കിടാതെ അയാൾ രോക്ഷണയുടെ അടുത്തുവന്നു. ഇന്റനെറ്റിൽ ലോഗുചെയ്തു. രോക്ഷണ അയാളെ അടുത്തേക്ക്, അവളുടെ ഡെസ്ക് ടോപ്പിനടുത്തേക്ക് ഇരിക്കാൻ ക്ഷണിച്ചു. സഫീക്കെഴുതി: 'ഞാൻ ന്യൂ ഇയർ പാർട്ടിക്ക് പോവാറില്ല. തബസും ലേറ്റ് നൈറ്റ് പാർട്ടിക്ക് പോവാൻ നിർബന്ധിച്ചു. നിന്നെ ഒറ്റയ്ക്കാക്കാൻ എനിക്കിഷ്ടമില്ല, പക്ഷേ തബസുമ്മിനോട് നോ– പറയാനും പറ്റില്ല. ഞാൻ നല്ലോണം കുടിച്ചു. എനിക്ക് ഡാൻസ് ചെയ്യാനറിയില്ല, നിനക്കോ? ആൾത്തിരക്കിനിടയിൽ ഞാൻ നിന്നെ തിരഞ്ഞു. പക്ഷേ നീ എന്റെ ഉള്ളിലായിരുന്നു. ഞാൻ വൈൻ കഴിച്ചു കൊണ്ട് തബസുമ്മിനെ നോക്കുകയായിരുന്നു. അവൾ പുരുഷ സുഹൃത്തുമായി അഴിഞ്ഞാടുന്നു.

ലഹരിയിൽ സഫീക്ക് ഇങ്ങനെ എഴുതി. 'എന്റെ ജീവിതത്തിലെ ഏറ്റവും ശ്രേഷ്ഠയായ സ്ത്രീയാണ് നീ. ഞാനെന്റെ ഗ്രാമത്തിലെ സ്വത്ത് ആദ്യഭാര്യയ്ക്ക് എഴുതിക്കൊടുത്തു. ഈ കെട്ടിടം, ഇതു ഞാൻ രണ്ടാം ഭാര്യയ്ക്ക് കൊടുത്തു. പക്ഷേ നിനക്ക് ഞാൻ എന്റെ ഹൃദയം വെച്ചിരിക്കുന്നു. നാമിനി വഴിപിരിയരുത്. നീയല്ലാതെ എനിക്കാരുമില്ല. 'ഭ്രാന്തമായ ആ നിമിഷങ്ങളിൽ അവൻ മൂന്നു കവിതകളെഴുതി :

'ഓ, എന്റെ മാതാവേ, ഓ, എന്റെ മകളേ, ഓ, എന്റെ മറുപാതിയേ' മൂന്നും കുകിക്ക് സമർപ്പിച്ചു. അയാൾ ഈ മൂന്നു രൂപത്തിലും അവളെ കണ്ടിരുന്നു. കുകിയുടെ സാമീപ്യത്തിനും സൗഹൃദത്തിനും വേണ്ടിയുള്ള ആഗ്രഹങ്ങളായിരുന്നു എല്ലാ കവിതകളും. 'നിനക്കറിയാമോ രോക്ഷണാ.' സഫീക്ക് കുറേ തവണ എഴുതി. 'ഈ സ്റ്റുഡിയോവിൽ

എനിക്ക് നിതാന്തമായ സമാധാനം കിട്ടുന്നു.നീയെന്റെ വളരെ അടുത്താണെന്നും, ഈ കംപ്യൂട്ടറിൽ നിന്റെ സാമീപ്യമുണ്ടെന്നും എനിക്കു തോന്നുന്നു. ഞാൻ നിന്നെ സ്വപ്നം കാണുന്നു. എനിക്ക് നീ ഇല്ലാത്തതിന്റെ വേദനയുണ്ട്. ഞാൻ നിന്നെ ആശിക്കുന്നു, നീയിവിടെ ഇല്ലെങ്കിലും. ഇവിടെ ശൂന്യത മാത്രം.'

തബസുമ്മിനു വേണ്ടി സഫീക്ക് ഒരു രാത്രിഞ്ചരമൃഗത്തെപ്പോലെ കാത്തുനിൽക്കുന്നതവൾ മനസ്സിലോർത്തു. ചിത്രം വരയ്ക്കുന്നതിനും കുകിക്ക് 24 kb ഇ–മെയിലയക്കുന്നതിനും മുമ്പ് ഇങ്ങനെ കാത്തിരിക്കണമായിരുന്നു, പലപ്പോഴും പ്രഭാതമാകുന്നതുവരെയുള്ള ഇത്തരം നീണ്ട കാത്തുനിൽപ്പുകളിൽ സഫീക്കിന്റെ രാവുകൾ അവസാനിക്കാതെ നിന്നു.

സഫീക്കിനോട് സംവദിക്കാൻ തുടങ്ങിയപ്പോൾ മുതൽ കുകി തബസുമ്മിന്റെ ചൂഷണങ്ങളെക്കുറിച്ച് കേട്ടിരിക്കുന്നു. നിരാശതയില്ല, എതിർപ്പില്ല. ഇ–മെയിലിൽ ചിലപ്പോഴൊക്കെ തബസും കടന്നു വരികയും ചെയ്യും. 'കുഞ്ഞേ, എന്റെ കരങ്ങളിലേക്ക് വരൂ, തബസും ഇനിയും വന്നിട്ടില്ല.' പിന്നെപ്പോഴോ അവനെഴുതി – 'തബസും അവളുടെ ഏറ്റവും പ്രായം കുറഞ്ഞ പുരുഷമിത്രത്തോടൊപ്പം പുറത്തേക്ക് പോയി. നിനക്കറിയുമോ, അവന് വെറും ഇരുപത്തഞ്ച് വയസേ ഉള്ളൂ.'

അല്ലെങ്കിൽ 'രോക്ഷണാ, തബസും ഇന്ന് ഡേറ്റിങ്ങിന് പോയി. വേലക്കാരിയും അവധിയിലാ. ഞാനിന്ന് മകളെ പാചകത്തിൽ സഹായിച്ചു. ഞങ്ങളിപ്പോൾ രാത്രിഭക്ഷണം കഴിച്ചതേയുള്ളൂ. പിന്നെ ഒരു പെഗ് റമ്മും, ഒരു സിഗരറ്റും. ഇപ്പോൾ ഞാൻ നിന്നോടൊപ്പം'

തന്റെ പുരുഷമിത്രങ്ങളോടൊപ്പം സ്ഥിരമായി ഡേറ്റിംഗിനു പോവാറുള്ള തബസും അർധരാത്രിക്ക് ശേഷമോ അതിരാവിലെയോ മാത്രമേ തിരിച്ചുവരാറുള്ളൂ. തന്റെ രണ്ടാം ഭാര്യക്ക് സഫീക്ക് എല്ലാ സ്വാതന്ത്ര്യങ്ങളും നൽകി. തബസുമ്മിനെക്കുറിച്ച് ഒരനിഷ്ടമോ ദേഷ്യമോ അയാളുടെ ഭാഗത്തുനിന്ന് ഒരിക്കലും ഉണ്ടായില്ല. ബഹു ഭാര്യാത്വമനുഭവിക്കുമ്പോഴും ഭാര്യമാർ സത്യസന്ധരായിരിക്കണമെന്നു വിചാരിക്കുന്ന സ്വാർഥരായ പുരുഷന്മാരെപ്പോലെയല്ല ഇയാൾ – കുകി വിചാരിച്ചു.

ചിലപ്പോഴെങ്കിലും തബസുമ്മിന്റെ സ്വഭാവരീതികൾ കുകിക്ക് ദഹിച്ചില്ല. പക്ഷേ അവളത് സഫീക്കിനെ അറിയിച്ചില്ല. അവൾ പറയുന്നത് അയാൾക്കിഷ്ടമായില്ലെങ്കിലോ, അവൾ പേടിച്ചു. ഒരിക്കൽ മാത്രം, ഇങ്ങനെ ചോദിച്ചു: 'നിങ്ങളെന്തിന് വൈകുന്നേരങ്ങളിൽ വീട്ടിലിരിക്കുന്നു, നമാസിന് പൊയ്ക്കൂടെ? പഴയതാലോചിച്ചിരിക്കുന്നതെന്തിന്? കുട്ടികളോട് 'ശുഭരാത്രി' പറയാനാളില്ലാതെ. കുട്ടികളെക്കൊണ്ട് അവരുടെ അമ്മയെവിടെ എന്നന്വേഷിപ്പിക്കാമോ? അവർ പരാതിപ്പെടാറില്ലേ?'

സഫീക്ക് ചിലപ്പോഴൊക്കെ കുകിയുടെ സംശയങ്ങൾക്ക് മറുപടി പറയാൻ മറന്നു പോകും. ഈ ചോദ്യത്തിനങ്ങനെ സംഭവിച്ചു. പക്ഷേ

കുകിയുടെ മധ്യവർഗമനസ് ഇത്തരം ശീലങ്ങളെ ഒരിക്കലും മാനിച്ചില്ല. പിന്നെയവരുടെ വ്യക്തിഗതപ്രശ്നങ്ങളിൽ മനഃപൂർവം ഇടപെടാതിരിക്കാൻ ശ്രദ്ധിച്ചു.

'നിനക്കറിയുമോ രോക്ഷണാ,' സഫീക്കെഴുതി, 'ഇന്നൊരു വല്ലാത്ത കാര്യം സംഭവിച്ചു. തബസുമ്മിന്റെ കൂടെ കിടക്കുമ്പോൾ ഞാൻ പലതവണ നിന്റെ പേര് വിളിച്ചു. ദേഷ്യപ്പെടാതെ, എന്നെ അത്ഭുതപ്പെടുത്തിക്കൊണ്ട്, മന്ദഹസിച്ചുകൊണ്ട് തബസും ചോദിച്ചു, 'എന്തിനാണ് ഒരിക്കലും നിന്റേതാവാത്ത ഒരു പെണ്ണിനെ സ്നേഹിക്കുന്നത്?' തബസുമിനെ എനിക്കറിയാം. എന്റെ ജീവിതത്തിലേക്ക് ഒരു പെണ്ണു വന്നാൽ അവൾ സഹിക്കില്ല. പക്ഷേ അവൾ യാതൊരു പരാതിയുമില്ലാതെ നിന്നെ സഹിക്കുന്നതെങ്ങിനെ? ഇതൊരു അത്ഭുതമാണ്. എന്റെ പ്രണയദേവതേ, ഇത് വിസ്മയമല്ലാതെ മറ്റൊന്നുമല്ല.'

സഫീക്കിന്റെ കഥ വായിച്ചവൾ ആവേശഭരിതയായി. പക്ഷേ അത് അവളെ വിഷമിപ്പിക്കുകയും ചെയ്തു. സംവേദനങ്ങളില്ലാതെ, മനസ്സില്ലാതെ, വാത്സല്യമില്ലാതെ ദേഹം മാത്രം? ഇതെന്തൊരു ലോകം? സ്വപ്നലോകത്തിൽ പെയിന്ററിംഗ് നടത്തുകയാണോ ഇയാൾ? അതോ ശരിക്കും ഇതാണോ നടക്കുന്നത്?

അനികേത് ഒരിക്കലവളെ ഡാർജിലിങ്ങിലേക്ക് കൊണ്ടു പോയി. പുതിയ സ്ഥലം. അവളവിടെ ആളൊഴിഞ്ഞ പ്രദേശങ്ങളിൽ അലഞ്ഞു തിരിഞ്ഞു. ഇടയ്ക്കവർ റെഡ്ലൈറ്റ് പ്രദേശത്തും കടന്നു. അവളവിടെ വ്യത്യസ്തമായ ഒരു കാഴ്ച കണ്ടു–ദാരിദ്ര്യവും ഇല്ലായ്മയും. എന്നിട്ടും സ്ത്രീകൾ ഭംഗിയുള്ള സാരിധരിച്ച് മുടിയിൽ പൂ ചൂടി, നന്നായൊരുങ്ങി, ഓരോ വീടിനു മുമ്പിലും വശീകരണച്ചിരിയോടെ നിൽക്കുന്നു–കുകി അനികേതിനോടാരാഞ്ഞു–'ഇവരെന്തിനാണ് ഇവിടിങ്ങനെ നിൽക്കുന്നത്?'

ഒന്നും പറയാതെ അനികേത് അവളെ തെരുവിൽനിന്നും വലിച്ചുകൊണ്ടുപോയി. പിന്നെ ശ്വാസമടക്കിപ്പറഞ്ഞു – 'അത് റെഡ്ലൈറ്റ് ഏരിയയാണ്. വേശ്യാത്തെരുവ്.'

ദൈവമേ, ഇവരിങ്ങനെയോ ജീവിക്കുന്നത്, അവൾക്ക് വിഷമമായി. അവർക്ക് പിച്ചക്കാരുടെ സൗകര്യം പോലുമില്ലല്ലോ, അവൾ ഓർത്തു.

ഡാർജിലിങ്ങ് വിശ്വസിക്കാനാവാത്ത വിധം സുന്ദരമാണ്.പക്ഷേ,ആ തെരുവ്, അതവൾക്ക് മറക്കാനായില്ല. അതവളെ പിൻതുടർന്നു.ആ സ്ത്രീകൾ തങ്ങളുടെ ഇല്ലായ്മകൊണ്ടും ആവശ്യങ്ങൾ കൊണ്ടും ദേഹവ്യാപാരം നടത്തുകയാണ്. പക്ഷേ സഫീക്കെന്തിനാണത് ചെയ്യുന്നത്? അവൾക്ക് ആ ജീവിതരീതികൾ മനസിലായില്ല. അയാൾക്ക് സ്ത്രീദേഹം ഒരു വസ്തു മാത്രം. സന്തോഷിക്കാനുള്ള ഉപകരണം. ഒരു തവണ കുകി ചോദിച്ചു, 'നിങ്ങളെന്താണിത്ര ഉദാരനായത്? നിങ്ങളുടെ മുല്ലമാർ വലിയ പാരമ്പര്യവാദികളല്ലേ? നിന്റെ ഈ അലസ ജീവിതത്തെ അവർ വിമർശിക്കാറില്ലേ? ശരീയത്ത് നിയമങ്ങളെക്കുറിച്ച് നിങ്ങൾക്ക് പേടിയില്ലേ? തബസും ബുർക്ക ധരിക്കാറുണ്ടോ?'

'ഇവിടെ രണ്ടു പാക്കിസ്ഥാനുണ്ട് രോക്ഷണാ. ഒന്ന് ഇല്ലാത്തവരുടേത്, ഒന്ന് ഉള്ളവരുടേത്. ഞങ്ങൾ രണ്ടാമത്തേതിൽ പെടുന്നു. ഞങ്ങൾ പാശ്ചാത്യരെപ്പോലെ. ഉള്ളവന് ഒന്നിനും തടസമില്ല. ശരീയത്തിന്റെ പിടികളിൽ നിന്നവർ ദൂരെയാണ്. ഇവിടത്തുകാർ എന്നെ അമേരിക്കൻ പിൻതാങ്ങി' എന്നാണ് പറയാറ്. നീ പറയുന്ന മുല്ലകൾ പാക്കിസ്ഥാനിലെ സാധാരണ മനുഷ്യരാണ്. അവർ മദ്രസയിൽ പഠിപ്പിക്കുന്നു. എന്തിനാണിതൊക്കെ ചോദിക്കുന്നത്? എന്റെ പഴയ തെറ്റുകൾക്കിനിയും മാപ്പു തരില്ലേ? ഞാനിനിയും അവയിലേക്ക് തിരിച്ചു പോകുമെന്ന് നീ കരുതുന്നുവോ? എന്റെ ജീവിതത്തിൽ വേറെയാരും ഇപ്പോഴില്ല, നീ വിശ്വസിക്കുന്നില്ലേ? ഞാൻ നിനക്ക് ചേരുന്നവനല്ല, എനിക്കറിയാം പ്രിയേ. ഒരുപാട് തെറ്റുകൾ ഞാൻ ചെയ്തു കൂട്ടി. നീ എന്നോട് പൊറുക്കണം, എന്റെ കൊച്ചുദേവതേ... നീയും നിന്റെ പുഞ്ചിരിയുമില്ലാതെ എനിക്ക് ജീവിതമില്ല.

# നാല്

'ശരിക്കും ഞാൻ നിനക്ക് ചേരുന്നില്ല, എനിക്കറിയാം. ഞാനൊരുപാട് തെറ്റുകൾ ചെയ്തു. പക്ഷേ നിയെനിക്ക് മാപ്പു തരണം, എന്റെ കൊച്ചു ദേവതേ... നീയും നിന്റെ പുഞ്ചിരിയുമില്ലാതെ എനിക്ക് ജീവിതമില്ല.'

ഈ മനുഷ്യന്റെ കാര്യമോർത്ത് അവൾക്ക് വിഷമമായി. അവൾ മാനസികസംഘർഷത്തിലായി. എപ്പോൾ വേണമെങ്കിലും അയാളുടെ മുന്നിൽ വാതിൽ കൊട്ടിയടയ്ക്കാം. പക്ഷേ എന്തോ ഒരു തടസം. ഏതോ ദിവ്യശക്തി അവളെ ഭരിക്കുന്നു. ഏതോ ഒരജ്ഞാത അടുപ്പം തുടരുന്നു. വാക്കുകളിൽ അവൾ വശംവദയായി. അയാളുടെ വാചകങ്ങൾ കടുത്ത സ്നേഹത്തിലവതരിക്കുന്നു. അലൗകിക സ്നേഹത്തിന്റെ വലയിലാണവൾ. ചിലപ്പോഴൊക്കെ കംപ്യൂട്ടറിനു മുന്നിലിരുന്ന് അയാൾക്ക് മറുപടി കൊടുക്കാൻ അവൾക്കായില്ല. അവനെ വെറുക്കുന്നതു പോലെ എഴുതാൻ നോക്കി, പക്ഷേ അവനെഴുതാതെ ഉറങ്ങാനായില്ല.

പുറംപൂച്ചിനുള്ളിൽ അവൾക്ക് വളരെ മൃദുവായ ഒരു ഹൃദയമുണ്ട്. അതവളെ അവനോടൊപ്പം ചേരാതിരിക്കാൻ അപരിചിതമായ, രഹസ്യമായ കാരണങ്ങളിലേക്കാനയിച്ചു. അവളയയ്ക്കുന്ന ഓരോ മെയിലിനും മറുപടി വിശദീകരിക്കാൻ അയാൾ എന്തു പാപമാണ് ചെയ്തത്? എന്തിനാണിത്ര പശ്ചാത്തപിക്കുന്നത്? ആരെയെങ്കിലും കൊന്നിട്ടുണ്ടോ? കൊള്ളയടിച്ചോ? മറ്റുള്ളവരെ ചൂഷണം ചെയ്തോ? തീവ്രവാദിയാണോ അയാൾ? ജനക്കൂട്ടത്തിലേക്ക് ഒന്നും നോക്കാതെ തുരുതുരാ വെടിവെച്ചിട്ടുണ്ടോ? ഇല്ലെങ്കിൽ പിന്നെ പശ്ചാത്താപസ്വരമെന്തിന്? ഏത് പാപത്തിനാണ് പശ്ചാത്താപം? 'എനിക്കറിയാം, ഞാൻ നിനക്ക് ചേരുന്നില്ല. പ്രിയേ, ഞാനൊരുപാട് തെറ്റുകൾ ചെയ്തു. നീയെന്നോട് പൊറുക്കണം. എന്റെ ദേവതക്കുട്ടീ. എനിക്ക് നീയും നിന്റെ പുഞ്ചിരിയുമില്ലാതെ ജീവിതമില്ല.'

ഇല്ല, കുകി ഒരിക്കലും ഇത്തരം ചോദ്യങ്ങൾ ചോദിച്ചിട്ടില്ല. അവനെ വേദനിപ്പിച്ചേക്കാവുന്ന കാര്യങ്ങളിൽ നിന്നവൾ മന:പൂർവം ഒഴിഞ്ഞുമാറി നിൽക്കുമായിരുന്നു. പക്ഷേ സുഹൃദ്ബന്ധം വളർന്നപ്പോൾ സഫീക്ക് അവന്റെ എല്ലാ കഴിഞ്ഞ കാര്യങ്ങളും കുകിയുടെ മുമ്പിൽ തുറന്നു വെച്ചു. വിഷമിച്ചു കൊണ്ടവൻ ഇങ്ങനെ എഴുതി: 'എനിക്ക് ഇന്ന് വലിയ നീണ്ട മെയിലെഴുതാൻ വയ്യ. ചോദ്യം ചെയ്യപ്പെടാൻ പോകേണ്ടതുണ്ട്. ഞാനിന്ന് തിരക്കിലാണ്. തിരിച്ചുവന്ന ശേഷം നീണ്ട മെയിലെഴുതാം.'

ഇതുവരെയുള്ളതിൽവെച്ച് അതായിരുന്നു ഏറ്റവും ചെറിയ മെയിൽ. എന്തു പറ്റി? എന്തിനാണ് ചോദ്യംചെയ്യപ്പെടുന്നത്? കുകിക്ക് വേവലാതി യായി. ആരോട് ചോദിക്കാൻ? അയൽക്കാരുടെപോലും വിലാസമോ ഫോൺനമ്പറോ അറിയില്ല. ഉണ്ടായിരുന്നുവെങ്കിൽ അവൾ തീർച്ച യായും വിളിച്ചു ചോദിച്ചേനെ. തബസുമ്മിനെ ഒരിക്കൽപോലും കണ്ടി ട്ടോ സംസാരിച്ചിട്ടോ ഇല്ല. മാത്രവുമല്ല, പബ്ലിക് ബൂത്തിൽ നിന്നും പാക്കിസ്ഥാനി നമ്പറിൽ വിളിക്കാനും ബുദ്ധിമുട്ടാണ്.

അവൾക്ക് വേവലാതിയായി, എന്തെങ്കിലുമറിയാൻ തിടുക്കപ്പെട്ടു. ഇത് തികച്ചും അപരിചിതമാണ് – ഇതുവരെ കാണാത്ത, തൊടാത്ത, മണക്കാത്ത മൈലുകൾക്കപ്പുറത്തുള്ള ഒരാൾ ഓരോ നിമിഷവും അവൾ അയാളുടെ സാന്നിധ്യം അനുഭവിക്കുന്നു.

ആരെ വിശ്വസിക്കും? കുകി വല്ലാതെ വിഷമിച്ചു.അവൾ കാരണ മാണോ അയാൾ പ്രശ്നത്തിലായത്? ശത്രുരാഷ്ട്രത്താണയാൾ. അയാൾ വല്ല ഐ എസ് ഐ യോ മറ്റോ ആണോ? കുകി വിഷമത്തോടെ വേറൊ രു കാരണംകൂടി ചിന്തിച്ചു–ഭ്രാന്തു കയറി, സഫീക്ക് അവളുടെ ഫോട്ടോ യുടെ കുറേ കോപ്പികളെടുത്ത് എല്ലായിടത്തും–ചുമരിലും, കാറിലും, സ്റ്റഡി ടേബിളിലും എല്ലാം–പതിച്ചിരുന്നു. 'ആരാണിവൾ? നിങ്ങളുടെ ഭാര്യ? കാമുകി?' സുഹൃത്തുക്കൾ ചോദിച്ചു, 'അവളെനിക്കെല്ലാമാണ്. 'അയാൾ ഉത്തരം പറഞ്ഞു. 'എന്റെ ചിത്രം ഇങ്ങനെ എല്ലായിടത്തും പതിക്കാൻ പേടിയില്ലേ നിങ്ങൾക്ക്' കുകി ഒരിക്കൽ ചോദിച്ചു. 'കുട്ടികൾ എന്തു പറയും?'

'അവൾക്ക് എല്ലാം അറിയാം.' അവൻ മടികൂടാതെ പറഞ്ഞു – ഒന്നും പേടിക്കാനില്ലാത്ത ഭാവത്തോടെ. എനിക്കുമുമ്പേ തബസും അവരോ ടെല്ലാം പറഞ്ഞിട്ടുണ്ട്. നീ ഇവിടെ വന്നു നോക്കൂ, എത്ര വലിയ സ്വാഗ തമാണ് കിട്ടുക എന്ന്. നീയെന്റെ വീടിന് പ്രിയപ്പെട്ടവളാണ്.'

'ഭഗവാനേ, ഇതേ കാര്യം അവൾക്ക് സ്വന്തം കുടുംബത്തെക്കുറിച്ച് പറയാനാകുമോ? ഭർത്താവോ കുട്ടികളോ ഇത് കണ്ടാൽ. കോപിഷ്ഠ നായി അനികേത് അവളെ കൊന്നേക്കും. കുട്ടികൾ പിന്നെ അവളെ അമ്മേ എന്നു വിളിക്കുമോ?'

ഇവിടെ തന്റെ കുടുംബത്തിൽ കുകിക്ക് പറയാനും ആദരവ് നേടാനും പറ്റുന്നു. പക്ഷേ പാക്കിസ്ഥാനി സഫീക്കിന് ഈ വീട്ടിൽ എന്ത് സ്ഥാനമാണുള്ളത്? അയാൾ അവളുടെ ഇൻബോക്സ് ഫോൾഡറിനു

മുകളിലെ ഒന്നു മാത്രം. കുകിയുമായി സൊാറ പറയുന്ന ഒരാൾ. ഒരിക്കൽ ഒരു മാലാഖ മന്ത്രശക്തിയാൽ യുവാവിനെ ആട്ടിൻകുഞ്ഞാക്കി മാറ്റിയിരുന്നു. ഒരു മാജിക് വടിയുണ്ടായിരുന്നുവെങ്കിൽ കൂകിയും അയാളെ അങ്ങനെയാക്കി മാറ്റുമായിരുന്നു.

അടുത്ത ദിവസം സഫീക്കിന്റെ ഇ–മെയിൽ വന്നു. അവൻ ഒന്നും മറച്ചില്ല. എഴുതി, 'എനിക്കീ രാജ്യം വിടണം. ഈ രാജ്യത്തെ രീതികൾ എനിക്ക് വെറുപ്പാണ്. മിലിറ്ററി മേധാവിത്വം എനിക്ക് വെറുപ്പാണ്. അവർ കഴിഞ്ഞുപോയത് കുത്തിപ്പൊക്കി, രണ്ട് വർഷംമുമ്പ് കഴിഞ്ഞവ. ഇപ്പോഴവയ്ക്ക് അർഥം തന്നെയില്ല, അത്രയെഴുതി അവൻ നിർത്തിയിരിക്കുന്നു, ഏതോ സങ്കടത്തിൽ മുങ്ങിപ്പോയതു പോലെ.

ഏത് കേസ്? അവനെന്തിനാണിത്ര വിഷമിക്കുന്നത്? കുകിക്കവന്റെ അടുത്തെത്താൻ തോന്നി, ആശ്വസിപ്പിക്കാനും. അവൾ പറയാൻ കൊതിച്ചു: 'വിഷമിക്കരുത്, ഞാൻ നിന്നോടൊപ്പമുണ്ട്.' എന്നാലും അവന്റെ വിഷമം ഗൗരവമുള്ളതാണെന്നവൾക്ക് മനസിലായി. 'ഞാൻ വിടില്ല, ഞാനാരെയും നോക്കില്ല. 'അവൻ ആവർത്തിച്ചെഴുതുന്നുണ്ടായിരുന്നു.

'എന്താ സംഗതി? എന്തിനാണിങ്ങനെ വിഷമിക്കുന്നത്? 'കുകി ഇ–മെയിലിൽ ആരാഞ്ഞു. 'അത്ര വ്യക്തിപരമെങ്കിൽ നിങ്ങളുടെ ബുദ്ധിമുട്ടുകൾ പറയൂ, എന്താണ് വിഷമം?'

മറുപടി വായിച്ചപ്പോൾ ആ മനുഷ്യനോട് കുകിന്ക്കുള്ള വെറുപ്പ് കൂടി.അവൾക്കയാളെ ഒട്ടും മനസിലായില്ല. 'രണ്ടു വർഷംമുമ്പ് ഞാനൊരു തെറ്റുചെയ്തു.' സഫീക്ക് എഴുതി. 'അപ്പോഴതിന് വല്യ പ്രശ്നമുണ്ടായില്ല. പക്ഷേ ഇപ്പോൾ മിലിറ്ററി ഓഫീസർ ആ കേസ് കുത്തിപ്പൊക്കി തബസുമ്മിനെ ഭയപ്പെടുത്തുന്നു. ഞാനൊരിക്കൽ ഒരു തെറ്റു ചെയ്തു രോക്ഷണാ. ഇവിടൊരു പെൺകുട്ടി, എന്റെ വിദ്യാർഥികളിലൊരുവൾ, എന്റെ പെയിന്റിംഗിന്റെ മോഡലായിരുന്നു. ഞാനവളുമായി ബന്ധപ്പെട്ടു. അവൾ പിന്നീട് വിവാഹിതയായി, ഇപ്പോൾ കുടുംബത്തോടൊപ്പം സുഖമായി കഴിയുന്നു. അവൾ പഴയതൊക്കെ മറന്നു കാണണം. അതിനിപ്പോൾ ഒരു അർഥവും ഇല്ല. മിലിറ്ററി ഓഫീസർ തബസുമ്മിനെ അവളെ ഉപയോഗിച്ചുകൊണ്ട് ബ്ലാക്ക് മെയിൽ ചെയ്യുകയാണ്.'

മോഡൽ, ബ്ലാക്ക് മെയിൽ? ഏത് മോഡൽ? ഏത് പെയിന്റിംഗ്? കുകിക്കൊരു തുമ്പും വാലും കിട്ടിയില്ല. ആകെ മനസിലായത്, അയാൾക്കൊരു പെൺകുട്ടിയുമായി രണ്ടു വർഷംമുമ്പ് ബന്ധമുണ്ടായിരുന്നുവെന്നാണ്. അയാളുടെ അഴിഞ്ഞ ജീവിതത്തെക്കുറിച്ച് അവൾക്കറിയാം. പക്ഷേ ഈ തരത്തിലുള്ള ബ്ലാക്ക് മെയിൽ കേൾക്കുന്നത് ആദ്യമാണ്. സഫീക്ക് അവളെ വല്ലാതെ പരിഭ്രമിപ്പിക്കുന്നു. അവൾ പകുതി ഇന്ത്യയിലും പകുതി പാക്കിസ്ഥാനിലുമായി.

'എന്താ സംഭവിച്ചതെന്ന് ദയവായി വിശദമാക്കൂ.' കുകി എഴുതി, 'എനിക്ക് മനസിലാവുന്നില്ല. നിങ്ങൾക്ക് പെൺകുട്ടിയുമായി വൈകാരിക

മായ അടുപ്പം ഇല്ല എന്നത് ശരിയാണോ? അടുപ്പമില്ലാതെ നിങ്ങളവളെ പ്രാപിച്ചു, എന്നുപറഞ്ഞാൽ ബലാൽക്കാരം ചെയ്തു. അവൾ അനുവദിക്കാതെ നിങ്ങളവളെ ഭോഗിച്ചു. അവൾ കേസ് കൊടുത്തു, ശരിയല്ലേ? പിന്നെ നിങ്ങൾക്കെങ്ങനെ പറയാനാകും അതിലൊരർഥവുമില്ലെന്ന്? എല്ലാ സുന്ദരികളും നിങ്ങളെ അലോസരപ്പെടുത്തുന്നു. നിങ്ങൾക്കൊന്നും കൊടുക്കാനില്ല താനും. അല്ലേ? സഫീക്ക് നിങ്ങൾക്കെങ്ങിനെ ഇത് ചെയ്യാനാവുന്നു?'

വേദനയോടെ, പരാജിതനായി സഫീക്ക് എഴുതി: 'ഡോക്ടർക്ക് രോഗി വെറും ദേഹമാണ് രോക്ഷണാ. എനിക്കും, അവൾ വേറൊരു ശരീരമായിരുന്നു. അവിടെ എനിക്ക് തെറ്റുപറ്റി. അതെ, രോക്ഷണാ, ഞാൻ തെറ്റ് ചെയ്തു. പക്ഷേ, രോക്ഷണാ അവളന്ന് ഒരിറ്റുപോലും കരഞ്ഞില്ല. പിന്നെ ഇപ്പോഴെന്തിന് മാറി? പരാതി കൊടുക്കാൻ ആരോ അവളെ പ്രേരിപ്പിച്ചിട്ടുണ്ട്. ആരാണതെന്ന് എനിക്ക് ഇപ്പോഴറിയില്ല. എന്നാലും ഞാൻ ചെയ്തത് തെറ്റ്. മാപ്പുതരണം രോക്ഷണാ. ഞാനെന്നും നിന്റെ തെറ്റുകാരനാണ് – സഫീക്ക്.'

കുകി തന്റെ പഴയ മധ്യവർഗ കാഴ്ചശീലങ്ങൾ അന്നേ മാറ്റിവെച്ചിരുന്നു. അവളുടെ സങ്കടങ്ങൾ, നിസഹായതകൾ, പരാജയങ്ങൾ. സഫീക്കിനോടുള്ള പ്രേമത്തിൽ അവൾ യഥാർത്ഥ ലോകം മറന്നു.

വിവാഹജീവിതം വ്യത്യസ്തമാണ്. അത് പ്രേമത്തെ തുടച്ചു മാറ്റുന്നു. അത് ബന്ധത്തെ മുറുക്കുന്നു. ഒരു കോൺട്രാക്റ്റിലെന്ന പോലെ ഒരാൾ മറ്റൊരാളുടെ ഉത്തരവാദിത്വങ്ങളിലേക്ക് മാറി ദൈനംദിനം കഴിച്ചുകൂട്ടാൻ തുടങ്ങുന്നു. സ്നേഹച്ചാലുകൾ കാണാതെയാവുന്നു. കുകിയ്ക്കും ഇതുതന്നെയല്ലേ സംഭവിക്കുന്നത്? സ്നേഹച്ചാലുകൾ നഷ്ടപ്പെടുന്നതിൽ അവൾ വല്ലാതെ വിഷമിക്കുന്നില്ലേ? സഫീക്ക് അതിനുള്ള പരിഹാരമാണോ?

കഴിഞ്ഞ എട്ട് മാസമായി തനിക്ക് അസുഖം ബാധിച്ചിട്ടില്ലെന്ന് കുകിയോർത്തു. കഴിഞ്ഞ കുറേ മാസങ്ങൾ പുഞ്ചിരിയോടെ കടന്നുപോയി. ചെറിയ പിണക്കങ്ങളും കുറ്റപ്പെടുത്തലുകളും മനസിടിച്ചില്ല. അനികേതിന്റെ കോപവും കലഹവും അവളിൽ വലിയ സ്വാധീനമുണ്ടാക്കിയില്ല.

അസുഖംവന്നത് എപ്പോഴായിരുന്നു? ഒരു കൊല്ലംമുമ്പ്. മരണത്തിന്റെ വാതിൽപടിയിൽ നിന്ന് അനികേത് അവളെ മടക്കിക്കൊണ്ടു വരികയായിരുന്നു. അവൾക്ക് AB നെഗറ്റീവ് രക്തം മൂന്ന് കുപ്പി വേണമായിരുന്നു. വയറ്റിൽ അൾസർ. നിരന്തരം രക്തം പോയതിനാൽ അനീമിക് ആയി. ഹീമോഗ്ലോബിൻ ആപൽക്കരമായി കുറഞ്ഞു.വീട്ടിൽ കുട്ടികളെ നോക്കുക, രക്തം ശരിയാക്കുക, രാത്രി കൂടെനിൽക്കുക, ബെഡ്പാൻ വൃത്തിയാക്കുക, മുഷിഞ്ഞ ബെഡ്ഷീറ്റ് മാറ്റുക–എല്ലാ പണികളും അനികേതിന്റെ ചുമലിലായി. എല്ലാത്തിനുമൊടുവിൽ അനികേത് ക്ഷീണിച്ച നായകനെപ്പോലെയായി.

എട്ട് ദിവസം കഴിഞ്ഞാണ് ആശുപത്രിയിൽനിന്ന് വന്നത്. അനികേത് വൃത്തിക്കാരനാണ്. വാച്ച്, ഷൂ, മാല, വള എല്ലാം–ഡെറ്റോളൊഴിച്ച് കഴുകി

വൃത്തിയാക്കി. പിന്നെയും മതിയാവാതെ ഇരുന്നു. വീട്ടിലെല്ലാത്തിലും വൈറസ് ഇഴഞ്ഞു നീങ്ങുന്നുവെന്നയാൾക്കു തോന്നി. അവൾക്ക് തീർത്തും ഭേദമായിട്ടില്ല. അനികേത് വീട്ടിലേയും ഓഫീസിലേയും ജോലികൾക്കിടയിൽ വല്ലാതെ ബുദ്ധിമുട്ടി. പ്രൊമോഷനുവേണ്ടി അവന്റെ സ്വഭാവസർട്ടിഫിക്കറ്റയയ്ക്കുന്ന സമയമാണത്.

അവൻ മുഷിഞ്ഞു. പ്രൊമോഷന്റെ കാര്യത്തിൽ അവന് എതിരാളികളില്ല. അവന്റെ സമപ്രായക്കാർ നേരത്തെ വിട്ടുപോയതാണ്. ഇപ്പോഴുള്ളവരെല്ലാം ജൂനിയേഴ്സാണ്. അവന് ജോഷിയെ നന്നായി അറിയാം. ദാസിനേയും. 'പ്രധാന് എങ്ങിനെ പ്രൊമോഷൻ കിട്ടി?' അനികേത് പിറുപിറുത്തു. 'അവന്റെ അമ്മായിയപ്പൻ എം.പി.യാണ്. കഠിനാധ്വാനത്തെ ആരും നോക്കുന്നില്ല, എല്ലാത്തിനും പാദസേവ. സ്റ്റാറ്റസ്, എല്ലാത്തിനും മുകളിൽ. നിങ്ങൾക്ക് എത്രമാത്രം കഴിവുണ്ടായാലും പ്രയോജനമില്ല. നിന്റെ അച്ഛൻ ഒരിക്കൽ അളിയന്റെ ട്രാൻസ്ഫർ മാറ്റിച്ചില്ലേ. എനിക്ക് വേണ്ടി ഏതെങ്കിലും എം പി യോടോ എം എൽ എ യോടോ ഒന്നു പറഞ്ഞാലെന്താ?'

'അച്ഛന് ഇപ്പോൾ വയസായി. രാഷ്ട്രീയത്തിലില്ല. പിന്നെങ്ങിനെ ചെയ്യും?' കുകി അമ്പരന്നു.

'നീ പറഞ്ഞുവോ? തന്തയില്ലാത്ത ആ അളിയന് ചെയ്തകാര്യം അദ്ദേഹത്തിന് എനിക്ക് വേണ്ടി ചെയ്യാൻ പാടില്ലേ? ഞാനിവിടെ മകൾക്കു വേണ്ടി തുണി തിരുമ്മുന്നു. എന്നിട്ടൊരു ശ്രദ്ധയുമില്ലാതെ.'

അനികേതിന് ദേഷ്യംവന്നാൽ പിന്നെ തെറി വിളിക്കും. അപ്പോഴയാൾ സഭ്യനോ പ്രശസ്തമായ എം എൻ സിയിൽ ജോലി ചെയ്യുന്ന, വലിയ പഠിപ്പുള്ള എക്സിക്യൂട്ടീവോ ആണെന്ന് ആർക്കും ഓർക്കാനാവില്ല.

'അച്ഛനെ എന്തിനാണ് കുറ്റപ്പെടുത്തുന്നത്?' കുകി പറഞ്ഞു. 'അദ്ദേഹം പറ്റില്ലെന്നു പറഞ്ഞില്ലല്ലോ. എല്ലാം ശരിയാവും, വിഷമിക്കാതിരിക്കൂ.'

'എല്ലാം ശരിയാവും, ഒന്നുമല്ല.' അനികേത് മുരണ്ടു.

കുകിക്ക് അനികേതിനെയോർത്ത് സങ്കടമായി. അവൾക്കറിയാം, സങ്കടംകൊണ്ട് അവന്റെയുള്ളിൽ ഹീനതാബോധമുണ്ടായിരിക്കുന്നു. അതിരാവിലെ ജോലിക്കു പോകും, രാത്രി എട്ടിനേ തിരിച്ചു വരികയുള്ളൂ. സെയിൽസിലാവുന്ന സമയത്ത് രാവും പകലും ഓർഡർ പിടിക്കാൻ ഓടി നടക്കും. കൂട്ടുകാരൊക്കെ ആ സമയം ഓഫീസിലെ എ സി മുറിയിലായിരിക്കും. എന്നിട്ടും അവർക്കെളുപ്പം പ്രൊമോഷനായി. ഓഫീസിൽ നിയമനം ലഭിച്ചപ്പോഴും പ്രൊമോഷന്റെ കാര്യം വന്നപ്പോൾ വിശ്വസിക്കാനാവാത്ത സെയിൽസ് കണക്കുകൾ കാണിച്ച് അവർക്കു തന്നെ പ്രൊമോഷൻ. അപ്പോഴും അവൻ അവിടെത്തന്നെ.

'ഒറീസക്കാരനെ ആരു ശ്രദ്ധിക്കാൻ? ഒറീസയിൽ നിന്നായത് വലിയ ശാപമായി.' അനികേത് പരാതിപ്പെട്ടു. കുകിക്ക് അനികേതിനെ മനസിലായി.

അയാൾ തന്റെ നിയന്ത്രണത്തിനപ്പുറത്തുള്ള മുൻധാരണകളേയും വിചാരങ്ങളേയും ചോദ്യംചെയ്യുകയാണ്. അയാൾ ഗ്രാമവാസിയാണെന്നുള്ളതും അയാളുടെ അച്ഛൻ കൃഷിക്കാരനാണെന്നുള്ളതും അത്ര വലിയ വിഷയമാണോ? അയാൾ സാധാരണ സ്കൂളിൽ പഠിച്ചതും അത്ര വലിയ വിഷയമാണോ? അയാൾ സ്വയം ഐ ഐ ടിയിൽ നിന്നും എഞ്ചിനീയറിംഗ് ഡിഗ്രി എടുത്തു കഴിവ് തെളിയിച്ചതാണ്. അതുകൊണ്ടയാൾ മറ്റുള്ളവർക്ക് തുല്യനല്ലെന്ന് പറയാനാവില്ല. പക്ഷേ അത്തരം സഹതാപമില്ല, ആർക്കും. അവൾ പലപ്പോഴും അവനെ പിൻതാങ്ങി. ഇവിടത്തെ ആളുകൾക്ക് എപ്പോഴും മേൽക്കൈയാണ്, അയാൾക്കറിയാം. പക്ഷേ കോർപ്പറേറ്റ് ഏണിയിൽ കയറിപ്പോകുന്ന 'വരത്തന്മാരെ' ക്കുറിച്ചും അറിയേണ്ടതാണ്. അനികേതിന്റെ ദേഷ്യപ്രകൃതിയും നിർത്താത്ത കലമ്പലും അവന്റെ പ്രൊമോഷനെ ബാധിക്കുന്നുണ്ടാവാം. കുകിക്ക് അസുഖംമാറാൻ ഒരു മാസമെടുത്തു. ഷോപ്പിംഗിനു പോകാൻ കുട്ടികൾ കുറേ ദിവസമായിപ്പറയുന്നു. അനികേത് അവരെ പുറത്തു കൊണ്ടുപോയി. കുട്ടികൾക്ക് ഉത്സവമായി.അവർ പിസ്സ കഴിച്ചു, ഡിസ്നി ലാൻഡിൽ മദിച്ചു. കുകിയും പുറത്തിറങ്ങിയിട്ട് ഏറെ നാളായിരുന്നു. പിസ്സ കഴിച്ച ശേഷം, കുട്ടികൾ ബേൽപുരി വാങ്ങി. അവൾക്കൊരബദ്ധം പറ്റി! തിരക്കിനും തമാശയ്ക്കും സന്തോഷത്തിനുമിടയിൽ റോഡ്സൈഡിൽ നിന്നും അവൾ ഒരു ഗ്ലാസ് വെള്ളം വാങ്ങിക്കുടിച്ചു. അനികേത് ചുവന്നു തുടുത്തു. കുകിക്ക് ഒറ്റയടി കൊടുത്തു. തരിച്ചുപോയ മൗനത്തിനുശേഷം പറഞ്ഞു– 'ഞാൻ നിനക്കു വേണ്ടി ആയിരങ്ങൾ ചിലവാക്കി. ആരോഗ്യം വീണ്ടെടുക്കാൻ എത്ര പ്രയാസപ്പെട്ടു. റോഡരുകിൽ നിന്ന് വെള്ളം കുടിക്കാൻ നിന്നോടാരു പറഞ്ഞു? വീട്ടിൽനിന്ന് ഒരു കുപ്പി വെള്ളം എടുക്കാൻ പാടില്ലായിരുന്നോ?'

രംഗം കടയിൽ വന്നവരും, കടക്കാരും, കണ്ടുനിന്നവരെല്ലാം പകച്ചു നോക്കിയപ്പോൾ കുകിക്ക് ചമ്മലായി. അവളിത്ര നാണക്കേട് പ്രതീക്ഷിച്ചില്ല. എന്തോ പറയാൻ ശ്രമിച്ചെങ്കിലും ശബ്ദം വന്നില്ല. കവിളാകെ കണ്ണീരോടെ, അവൾ റോഡിലേക്ക് മുഖംതിരിച്ച് നിന്നു.

'നിന്റെയുള്ളിലെ ആ വൈറസിനെ മാറ്റൂ അനികേത്.' അവൾ പറഞ്ഞു. 'എപ്പോഴുമിങ്ങനെ സ്വയം നിയന്ത്രിക്കാനാവാതെ അത് പുറത്തു വരുന്നു, എനിക്ക് സഹിക്കാനാവില്ല. എന്നിലുള്ള വൈറസിനേക്കാളും അപകടകാരിയാണത്. എനിക്ക് നിങ്ങളുടെ നിലയും വിലയും വേണ്ട, എനിക്ക് നിങ്ങളുടെ സ്നേഹവും വേണ്ട, എനിക്കീ ജീവിതം വേണ്ട.'

## അഞ്ച്

'**എ**നിക്ക് നിങ്ങളുടെ സ്നേഹം വേണ്ട, എനിക്കീ ജീവിതം വേണ്ട.' എന്നിട്ടും ആത്മഹത്യ ചെയ്യണമെന്നവൾക്ക് തോന്നിയില്ല. ജീവിതരീതികളോടാണ് മടുപ്പ്. എപ്പോഴും നീണ്ടുപോകുന്ന സങ്കടം, ഏകാന്തത – സുഖവും സ്നേഹവും കുറയുന്നു.

ജീവിതമിങ്ങനെ പലവഴിക്കും നീങ്ങുമെന്നവൾ എപ്പോഴെങ്കിലും ആലോചിച്ചിരുന്നുവോ? ഒരിടത്ത് അനികേതുണ്ട്, പെട്ടെന്ന് ദേഷ്യം പിടിക്കുകയും വൃത്തിക്ക് വേണ്ടി ബഹളം വയ്ക്കുകയും ചെയ്യുന്നു. സഫീക്ക് വിശാലമനസ്കനാണ്, പക്ഷേ വിടൻ. അനികേതിനോട് ശാന്തമായ ഒരു ഇഷ്ടം, എന്നാൽ സഫീക്കിനോടോ ചടുലമായ സംവേഗങ്ങൾ.

'ആരെയാണ് വേണ്ടത്? എന്നാരെങ്കിലും ചോദിച്ചാൽ അവൾ പറഞ്ഞേക്കും 'രണ്ടു പേരെയും.' അതു ശരിയാണെന്നു തോന്നുന്നില്ല. എന്നാൽ, ഒരാളെ മാത്രം പറഞ്ഞാൽ അവൾക്കു സന്തോഷമാകില്ല. പക്ഷേ അത് സാധിക്കുമോ? അനികേത് സഫീക്കുമായുള്ള കുകിയുടെ ബന്ധത്തെ അംഗീകരിക്കുമോ? അയാൾ അനിയന്ത്രിതനാവും. ഒന്നുകിൽ കുകിയെ കൊല്ലും, അല്ലെങ്കിൽ സ്വയം മരിക്കും. കണ്ണിൽ കണ്ടതെല്ലാം നശിപ്പിക്കും. വീട് ശവശരീരങ്ങൾ കൊണ്ട് നിറയും. അവശിഷ്ടങ്ങൾക്കിടയിൽ തന്റെ ചെയ്തികളോർത്ത് അവൻ തകർന്നിരിക്കും. ഒരിക്കൽ, ട്രെയിൻ യാത്രയിൽ, എതിർദിശയിലിരുന്ന മനുഷ്യൻ കുകിയെ നോക്കി. അനികേതിന്റെ ക്ഷമനശിക്കാൻ അതു മതിയായിരുന്നു. അവനയാളെ തെറി വിളിച്ചു. അന്ന് രാത്രി ഉറങ്ങാനാവാതെ കിടന്നു. കുകി അവന്റെ സ്വത്താണ്. അവനവളെ വേദനിപ്പിക്കും, സ്നേഹിക്കും, സാരിയാലും ആഭരണങ്ങളാലും വിഭൂഷിതയാക്കും. പാർട്ടിക്കും പിക്നിക്കിനും കുകി ഒരു നിഴൽപോലെ അവനെ അനുഗമിക്കും.

തീസ്ത ഇപ്പോഴെവിടെയാണെന്ന് അവൾക്കറിയില്ല. യൂനിവേഴ്സിറ്റിയിൽ പഠിക്കുമ്പോൾ അവളുടെ റൂംമേറ്റായിരുന്നു. ഉദാരഹൃദയ. കുകിയില്ലാത്തപ്പോൾ അനികേതിന് കൂട്ടായിരുന്നു. അവൾ ഗ്രാമത്തിൽ നിന്ന് തിരിച്ചുവന്നപ്പോൾ അനികേത് പറഞ്ഞു: 'കുകി എന്റെ ശിരസ് ഞാനിത് നിന്റെ പാദങ്ങളിൽ വെയ്ക്കുന്നു.' കുകി വിസ്മയിച്ചു. എന്തു പറ്റി? എന്താണിയാൾ അർഥമാക്കുന്നത്!

അപ്പോൾ അനികേത് ഐ ഐ ടി ഖരക്പൂർ വിദ്യാർഥി. കുകിയെ കാണാൻ ഇടയ്ക്കിടെ വരുമായിരുന്നു. അപ്പോഴയാൾ വരുമെന്ന് കുകിയ്ക്കറിയാമായിരുന്നു. തിങ്കളാഴ്ച വന്നു കയറിയപ്പോൾ അവൾ കേട്ട വാചകങ്ങളിങ്ങനെ: 'തീസ്തയെ സഹിക്കുന്നതെങ്ങിനെ? അവളെങ്ങനത്തെയാണെന്ന് നിനക്കറിയോ? രണ്ടു ദിവസമായി ഞാനവളെ ശ്രദ്ധിക്കുകയാണ്. തരിച്ചു പോയി. കുകി, അത്ഭുതം തന്നെ. നീയിത്തരം കുരുത്തംകെട്ട പാർട്ടികളെ സഹിക്കുന്നുണ്ടല്ലോ. എല്ലാ ശനിയാഴ്ചയും വീട്ടിൽ പോകുന്നതാണ് നിനക്ക് നല്ലത്.'

എന്താവാം സംഭവിച്ചതെന്ന് കുകി ഊഹിച്ചു. തീസ്ത അവളുടെ രഹസ്യങ്ങളെല്ലാം വിളമ്പിക്കാണും. വാചാലയായ കുട്ടിയാണ്, എന്താ പറയുക – ചെയ്യുക എന്നതിന് യാതൊരു മട്ടും മറവുമില്ല. അവൾ സ്ഥിരം കാമുകിയാണ്, ഇപ്പോഴും കുറേ പുരുഷമിത്രങ്ങളുണ്ട്.

"ഒരുവർഷം കൂടി കാത്തു നിൽക്കണം." അനികേത് പറഞ്ഞു. "അപ്പോഴേക്കും ഞാൻ നിന്നെ തടവിലാക്കും. നീ എന്റേതാവും, എന്റേതു മാത്രം."

തടവിൽത്തന്നെ വേറൊന്നുമല്ല. കാഞ്ചനക്കൂട്ടിൽ – അതായി അവളുടെ അവസ്ഥ. സങ്കടത്തോടെ അവൾ രക്ഷപ്പെടാനും പറക്കാനും കാത്തിരുന്നു. ഒരിക്കൽ അനികേത് പറഞ്ഞതവൾ ഓർത്തു. അപ്പോഴവൾ എം എ ഫൈനൽ ഇയറിലായിരുന്നു. അവൾക്ക് വിവാഹാലോചനകൾ വരുന്നുണ്ടായിരുന്നു. കുകിക്ക് ശല്യം തോന്നി. അനികേതിന് സ്ഥിരമായി എഴുതാൻ പറ്റിയില്ല. ഏതോ ശക്തിയാൽ അവളുടെ ജീവിതനൗക മുന്നോട്ട് പോകുന്നു. അവൾക്കൊന്നും പറയാൻ പറ്റുന്നുമില്ല. ഒരു ദിവസം പെട്ടെന്ന് അനികേത് ഹോസ്റ്റലിലെത്തി. പറന്നുകിടക്കുന്ന മുടി, വടിക്കാത്ത മുഖം, യൗവനത്തിന്റെ തീക്ഷ്ണമായ രൂപം, ഒരു ഭ്രാന്തനെപ്പോലെ. കുകിയുടെ കൈയിലേക്ക് ഒരു പ്ലാസ്റ്റിക് സഞ്ചി കൊടുത്തശേഷം അവൻ പറഞ്ഞു. "നീയെനിക്കയച്ച കത്തുകൾ, ഫോട്ടോകൾ, സമ്മാനങ്ങൾ എല്ലാം ഇതിലുണ്ട്. എനിക്കിവയിൽ നിന്നും മോചനം വേണം. നീയിങ്ങനെ എന്നെ കണ്ടില്ലെന്ന് നടിച്ചാൽ നിന്റെ ജീവിതത്തിൽ നിന്ന് ഞാൻ പുറത്തു പോകാം. നിനക്ക് സന്തോഷമാവും."

അനികേത് ദേഷ്യം കൊണ്ട് തിളങ്ങുന്നു. ഹോസ്റ്റലിൽ മറ്റ് പ്രണയമിഥുനങ്ങൾ അവരെ ശ്രദ്ധിക്കുന്നുണ്ട്. കുകി വല്ലാതായി. അവരുടെ ബന്ധത്തിന്റെ അന്ത്യമാണോ? എന്തിന്? എന്താ കുറ്റം ചെയ്തത്? അവൾ പതറി.കരഞ്ഞു പോയി. അനികേത് നിന്നില്ല, ഹോസ്റ്റലിലേക്ക് തിരിച്ചു പോയി.

അവളെ അനികേത് വിശ്വസിക്കുന്നില്ലേ? ക്യാംപസിലാരോടെങ്കിലും അവൾക്ക് ബന്ധമുള്ളതായി അവന് തോന്നിയോ? എന്തിനാണ് ഇങ്ങനെയൊരു നാടകം? പക്ഷേ അനികേത് അവളെ ഉപേക്ഷിച്ചില്ല. അയാളായിരുന്നു അവളുടെ വിധി. കുറച്ചു വരികൾ പിന്നേയും അനികേതിനെ അവളുടെ ജീവിതത്തിലേക്കടുപ്പിച്ചു. ഇന്നുവരെ അതു തുടരുന്നു.

അനികേത് അവളുടെ യൗവനപ്രേമമാണ്, സഫീക്ക് മധ്യവയസിലെയും. അനികേതിനെക്കുറിച്ചെന്തെങ്കിലും പറയുമ്പോൾ സഫീക്ക് സുന്ദരമായി ഒഴിഞ്ഞു മാറുന്നത് കുകി മനസിലാക്കി. അനികേതിനെക്കുറിച്ച് അറിയാൻ അയാൾക്ക് ഒരു താൽപ്പര്യവുമില്ല. കുകിയുടെ ജീവിതത്തിൽ അയാളുടെ സാന്നിധ്യം അയാൾ മാനിക്കാത്തതുപോലെയായിരുന്നു. അവിടെ ഒരു സഫീക്കും രോക്ഷണയെന്ന കുകിയും മാത്രമുള്ളതുപോലെ. ചിലപ്പോഴൊക്കെ തോന്നി അനികേതിനോട് സഫീക്കിന് അസൂയയാണ്. അവൾ അയാളെക്കുറിച്ച് പറയുമ്പോഴും എഴുതുമ്പോഴുമൊക്കെ അത് അനികേതിനെക്കുറിച്ചും കൂടിയാണ്. സഫീക്ക് തിരിച്ചെഴുതി. 'നിന്നോടുള്ള എന്റെ സ്നേഹം അനികേതിന്റേതിനേക്കാൾ പവിത്രവും കൂടുതൽ തീവ്രവും നിതാന്തവുമാണ് –

നീയെന്റെ നാളമാണ്
എന്റെ അന്തരംഗമതിൽ ജ്വലിക്കുന്നു.
അതെന്നെ പൂർണനാക്കുന്നു.
നീയെന്റെ ജീവിതം, ലോകം, അതിനാൽ
നീയില്ലാതെ ഞാനില്ല
നിന്നെ ഞാനെന്നും കൊതിച്ചിരുന്നു
എന്നും സ്വപ്നം കണ്ടിരുന്നു.
നിന്നിലൂടെ എന്റെ പുനർജന്മമായി
നിന്റെ വശീകരണശക്തിയിൽ, പ്രപഞ്ചരഹസ്യം
നിന്റെ സ്നേഹത്തിൽ തുടിക്കുന്നു
എന്റെ ആത്മാവ് നിന്റെ സ്നേഹത്തിന്റെ
ജാലത്തിൽ വിഭ്രമിച്ചിരിക്കുന്നു
ഞാൻ നിന്നെ സ്നേഹിക്കുന്നു
ഇനിയെന്നും അങ്ങനെ
ഇതാണ് വിധി
എന്നെന്നേയ്ക്കും
രണ്ടു ഹൃദയങ്ങൾ,രണ്ടാത്മാക്കൾ ഒന്നിച്ച് എപ്പോഴും
മരണംവരെ പിരിയാതെ
നമ്മളിനിയും കണ്ടുമുട്ടും
മേലെ സ്വർഗത്തിൽ.'

സഫീക്കെഴുതി – 'ഞാൻ നിന്നെ ഒരു ദിവസം എന്റെ കൂടെ കൂട്ടും.

നീ വരുമോ? ആരെങ്കിലും തടഞ്ഞാൽ ഞാൻ വക വെക്കില്ല. ഞാൻ പാരീസിലേക്ക് പോകാൻ തയാറാവുകയാണ്. കൊളംബിയ യൂനിവേഴ്സിറ്റിയിൽ ഒരു പോസ്റ്റ് ഒഴിഞ്ഞിട്ടുണ്ട്, ഞാനവിടെ അപേക്ഷിച്ചിട്ടുണ്ട്. അവിടെ കിട്ടാൻ ബുദ്ധിമുട്ടാണെന്ന് എനിക്കറിയാം. നല്ല കടുത്ത മത്സരമുണ്ടാവും. എന്നാലും ഞാൻ നോക്കും. അതിനുവേണ്ടി ഇസ്ലാമിക് കലകളെക്കുറിച്ചൊരു ചെറുപ്രബന്ധം തയാറാക്കേണ്ടതുണ്ട്.'

'നീ കേട്ടിട്ടുണ്ടോ ലവ്റേ ആർട്ട് ഗ്യാലറി? ഞാൻ നിന്നെ അവിടെ കൊണ്ടു പോകും. നീ വരുമോ? ഞാൻ സ്വപ്നം കാണുകയാണ്. അവിടെ എല്ലാവരുടേയും മുന്നിൽവെച്ച് ഞാൻ നിന്നെ ചുംബിക്കുന്നത്. നിന്റെ ചെഞ്ചുണ്ടിൽ. ആം....പ്രിയേ. നിന്റെ ചുണ്ടുകളിൽ ഞാനമരുന്നു.' ഇവ വെറും സ്വപ്നമാണ്. കുകിക്കറിയില്ല, എന്നെങ്കിലും പാരീസിൽ പോകാനാവുമോ എന്ന്, ഈഫെൽ ടവറിൽ കയറി പാരീസ് നഗരം കാണാനാവുമോ എന്ന്. ഫാഷൻ നഗരമായ പാരീസ് അവളുടെ മുമ്പിൽ എന്നെങ്കിലും തലകുനിക്കുമോ എന്ന്.

അവൾക്കറിയില്ല, അവൾക്കെന്നെങ്കിലും സഫീക്കിനോടൊപ്പം, കൈകോർത്ത് പാർക്കിൽ ഇരിക്കാനാവുമോ എന്ന്. പക്ഷേ ഇതൊരു നല്ല സ്വപ്നമായി തോന്നുന്നു. ഒരു കാലമെത്തുമ്പോൾ വീട്ടുപ്രശ്നങ്ങൾ നിങ്ങളുടെ മനസിൽ വന്നു നിറയുമ്പോൾ സ്വപ്നങ്ങളുടെ വശ്യതയാർന്ന ലോകം നിങ്ങളുടെ മുന്നിൽ തുറന്നു വരും. അപ്പോൾ നിങ്ങൾ ഒരു പുതിയ-വ്യത്യസ്ത മനുഷ്യനാകും. ഒന്നും വൈകിയിട്ടില്ല, എല്ലാം പുതിയതായിത്തുടങ്ങാവുന്നതേയുള്ളൂ.

'നിനക്കറിയുമോ രോക്ഷണാ' സഫീക്ക് എഴുതി 'ഇപ്പോൾ തുടങ്ങിയ പെയിന്റിംഗിനെക്കുറിച്ചാണെനിക്ക് ചിന്ത. നീയാണെന്റെ പ്രചോദനം. രോക്ഷണാ, നിന്റെ സ്നേഹവും തബസുമ്മിന്റെ സങ്കടവും എന്നിലെ സർഗവാസന ഉണർത്തുന്നു. തബസുമ്മിന്റെ സങ്കടം എനിക്ക് സഹിക്കാനാവില്ല, നിന്റെ സ്നേഹമില്ലാതെ എനിക്ക് ജീവിക്കാനാവില്ല. നീയില്ലാതെ ഞാനൊന്നുമല്ല. എന്നെ ഒരിക്കലും ഉപേക്ഷിക്കരുത്. നിനക്കുവേണ്ടി ഞാൻ എന്തുംചെയ്യാൻ തയാറാണ്. നിന്നെ ഒരു നോക്കു കാണാൻ ഞാൻ ലോകത്തിലെ ഏത് മുക്കിലും മൂലയിലേക്കും പോകാൻ തയാറാണ്. ഞാൻ അവസാനശ്വാസംവരെ നിന്നെ കാത്തിരിക്കും. രോക്ഷണാ, എന്നെ ഉപേക്ഷിക്കരുത്.'

'എനിക്ക് മറയ്ക്കാൻ ഒന്നുമില്ല. നമ്മൾ രണ്ടുപേരല്ല, നീ എന്റെ വീട്ടുകാരി തന്നെ. തബസുമ്മിനോട് എന്ത് മറച്ചുവെക്കാൻ? നീ വന്ന ശേഷം എന്റെ ജീവിതമാകെ മാറി! നീ ആശങ്കകളുടെ ദൂതയാണ്. തബസും ചിരിക്കാൻ തുടങ്ങി, ഞാനും. നീയെന്റെ ഭാഗ്യദേവത. എന്നെ വിട്ടുപോകുന്നതിനെക്കുറിച്ചൊരിക്കലും സംസാരിക്കരുത് കേട്ടോ?'

'നിങ്ങളെന്താണ് എപ്പോഴും എന്നെ നഷ്ടപ്പെടുന്നതിനെക്കുറിച്ച് പേടിക്കുന്നത്?' കുകി ചോദിച്ചു, 'നിങ്ങൾക്ക് ശരിക്കും തോന്നുന്നുവോ, ഞാൻ നിങ്ങളെ ഉപേക്ഷിച്ച് എന്റെ പാട്ടിന് പോകുമെന്ന്? നിങ്ങൾ എന്റെ

വിധിയാണ്. ജീവിതനദി എന്നെ എങ്ങോട്ടാണ് കൊണ്ടുപോകുന്നതെന്ന് എനിക്കറിയില്ല. എന്തൊക്കെയാണ് സ്ഥാവരം, എന്തൊക്കെയാണ് ജംഗമം–എന്ന് ഞാനിപ്പോൾ ചിന്തിക്കാറില്ല. ഞാൻ മരീചികയ്ക്കു പിറകെയാണോ അതോ പൂർണതയിലേക്കോ? എനിക്കറിയാത്തത് ഒരുപാടുണ്ട് സഫീക്ക്. നാളെ ലോകത്തുണ്ടാവുമോ ഇല്ലയോ, ഒന്നുമ റിയില്ല. നീ ഇവിടേക്കോ, ഞാൻ നിന്റെ രാജ്യത്തേക്കോ വരുമോ എന്നുമ റിയില്ല. വലിയ ബർലിൻ മതിൽ വീണതെങ്ങനെയെന്നറിയില്ല. ബിഗ് – ബാങ് തിയറി അറിയില്ല, ശാസ്ത്രജ്ഞന്മാർ പെട്ടെന്ന് വിധിയിൽ വിശ്വ സിക്കാൻ തുടങ്ങിയതെങ്ങനെയെന്നറിയില്ല. വളരെ വലിയ ഒരു സന്യാസി ജീവിതത്തിന്റെ അവസാനനാളുകളിൽ വേശ്യയുടെ അടു ത്തേക്ക് പോകുന്നതെന്തിനെന്നറിയില്ല. എനിക്കറിയാത്തതായി ഒരുപാ ടുണ്ട്.' 'നിനക്കറിയില്ലെങ്കിൽ പിന്നെയാർക്കറിയാനാണ്?' സഫീക്ക് എഴുതി. 'നീയാണെന്റെ ദേവത, മാലാഖ. ഞാൻ നിന്റെ സൗന്ദര്യം കണ്ട് തരിച്ചിരിക്കുന്നു. ഇത്ര പതുക്കെ പറക്കുന്ന മാലാഖയെ ഇതുവരെ ഞാൻ കണ്ടിട്ടില്ല.'

# ആറ്

'**ഞാ**ൻ നിന്റെ സൗന്ദര്യമാസ്വദിക്കുകയാണ്. ഇത്ര പതുക്കെ പറക്കുന്ന മാലാഖയെ ഞാൻ കണ്ടിട്ടില്ല.'

'നീ കടന്നു വന്ന ശേഷം എന്റെ ജീവിതത്തിൽ സങ്കടങ്ങളില്ല, വേദനകളില്ല. ഒന്നുമില്ല!'

ഇ–മെയിൽ വായിച്ച് കുകി ചിരിച്ചു പോയി. ശരിക്കും അവൾ ഒരു മാലാഖയായിരുന്നെങ്കിൽ, അവളനുഭവിക്കുന്ന ഇത്തരം വേദനകളിൽ നിന്നും രക്ഷപ്പെടാമായിരുന്നു. കുകി എഴുതി – 'നീയെന്നെ കാണുന്നു, തൊടുന്നു എങ്കിൽ സങ്കടവും വേദനയും സംശയവും അതൃപ്തിയുമുള്ള ഒരു സാധാരണ മനുഷ്യസ്ത്രീയാണ് ഞാനെന്ന് മനസിലാവും. ഞാൻ ദേവതയല്ല, എനിക്ക് ദിവ്യശക്തിയുമില്ല. എനിക്ക് വിശപ്പും, ദാഹവും, ലൈംഗികമോഹങ്ങളുമുണ്ട്. എന്റേതായ ചിന്തകളും മോഹങ്ങളുമുണ്ടെനിക്ക്. ഞാനഭിനയിക്കുന്നുമുണ്ട്, കള്ളം പറയുന്നുണ്ട്. ഞാൻ അനികേതിനെ വഞ്ചിക്കുന്നു, എന്നിട്ട് മുഖംമൂടിക്കുള്ളിൽ ജീവിക്കുന്നു.'

'എന്തുകൊണ്ടാണ് ഞാൻ നിങ്ങൾക്ക് പ്രധാനമായത്? ഞാൻ നിങ്ങൾക്കതിനെന്തു തന്നു?'

കുകിയുടെ മെയിലിന് സഫീക്കിന്റെ മറുപടി വന്നു.

'മാലാഖകളുണ്ട്<br>
സ്വർഗത്തിൻ മേലെ<br>
അവർ സ്വർഗീയ ചൈതന്യമാർന്ന<br>
അന്തരംഗസ്നേഹത്താൽ.<br>
നിന്റെ സ്നേഹം ചൈതന്യമാണ്.<br>
ഓരോ ദിനത്തിന്റേയും തിളക്കം<br>
നീ കാണുന്നവർക്കെല്ലാം വഴി കാണിക്കുന്നു.

രോക്ഷണാ, ഈ ദിവസങ്ങളിൽ എന്റെ ചുണ്ടുകളിൽ കാണുന്ന പുഞ്ചിരി നീ സമ്മാനിച്ചതാണ്. ഇതിൽ കൂടുതൽ നീയെന്ത് തരാനാണ്? എനിക്കൊന്നും ഒളിപ്പിക്കാനില്ല. നീ വേറിട്ട അസ്തിത്വമല്ല. നിനക്കറിയുമോ, നീ വന്നശേഷം ഞാൻ നിശാക്ലബുകളിൽ പോയിട്ടില്ല, കൂട്ടലൈംഗികതയ്ക്കു പോയിട്ടില്ല. നിന്റെ സ്നേഹമെന്നെ മാറ്റി. എനിക്ക് തബസുമ്മിനെക്കുറിച്ച് ദു:ഖമുണ്ട്. ഞാനവൾക്ക് എല്ലാ സ്വാതന്ത്ര്യങ്ങളും കൊടുത്തിട്ടുണ്ടെന്ന് നിനക്കറിയാമല്ലോ. പുരുഷസുഹൃത്തുക്കളോടൊപ്പം അവൾ ഡേറ്റിംഗിനു പോകുന്നതിന് ഞാൻ തടസം പറയാറില്ല. പക്ഷേ ലോകത്തിന്റെ തിളക്കത്തിലും മോടിയിലും മനുഷ്യനേയും രാക്ഷസനേയും തിരിച്ചറിയാൻ അവൾക്കാവുന്നില്ല. അവൾ ഇപ്പോൾ വിഷമത്തിലാണ്. ഒരു ആർമിക്കാരന്റെ പിടിയിലാണ്. അയാൾ ക്രൂരനും സ്വാർഥനുമാണ്. അവളുടെ മറയത്തരത്തിൽ അയാൾ തൻകാര്യം നോക്കി തന്റെ ബോസിന് അവളെ ഒരു രാത്രി കാഴ്ചവെച്ചു.

അവൾ തയാറായില്ല. ആ സംഭവത്തിൽ അവൾ സ്തംഭിച്ചു പോയി. ആ സംഭവത്തിനുശേഷം അവൾ വീട്ടിൽത്തന്നെ ചടഞ്ഞിരിപ്പാണ്. വിഷാദത്തിന്റെ നീണ്ടകാലം. ഈ സമയത്തവൾ ജീവനില്ലാത്ത പോലെയാണ്. ഈ ദിനങ്ങളിൽ അവളെ തൊടാൻ പോലുമാവില്ല എനിക്ക്. വിഷാദരോഗത്തിന്റെ പിടിയിലാണവൾ, സ്വയം നഷ്ടപ്പെടുത്തിയ ചിന്തകളുടെ ഓരത്ത്. ആ വൃത്തികെട്ടവനാണെങ്കിൽ ഫോണിലൂടെ അവളെ വിളിച്ചുകൊണ്ടിരിക്കുന്നു. അവൾക്കിനി അവനെ കാണാനിഷ്ടമില്ല. എന്നിട്ടും മിലിറ്ററിക്കാരൻ അവളുടെ പിറകെയാണ്. അവസാനം, മടുത്തപ്പോൾ അവനെന്താണ് ചെയ്തതെന്നറിയുമോ നിനക്ക്? അവനവളെ ബ്ലാക്ക് മെയിൽ ചെയ്യാൻ തുടങ്ങി. എന്നെ ബ്ലാക്ക് മെയിൽ ചെയ്താൽ തബസുമ്മിനെ അവന് കിട്ടുമെന്നവൻ വിചാരിച്ചു. അവനെങ്ങിനെയാണ് എന്നെ ബ്ലാക്ക് മെയിൽ ചെയ്തതെന്നറിയുമോ നിനക്ക്? അവൻ രണ്ടുവർഷം പഴയ ആ കേസ് പുതുക്കിയെടുത്തു. എല്ലാവരും മറന്നുപോയ അതിനെ കോൾഡ് സ്റ്റോറേജിൽ നിന്നും പുറത്തിറക്കി. നീ ഓർക്കുന്നുണ്ടാവും ചോദ്യം ചെയ്യപ്പെടുന്നതിനായി കുറച്ചുദിവസം മുമ്പ് എനിക്ക് ഇസ്ലാമാബാദിൽ പോകണമായിരുന്നു. പക്ഷേ എന്റെ മാലാഖേ, നീ അടുത്തുണ്ടെങ്കിൽ ആർക്കും എന്നെ തൊടാനാവില്ല. എല്ലാം പെട്ടെന്ന് ശരിയാകുമെന്ന് ഞാൻ കരുതുന്നില്ല. ഞാൻ നിന്നെ സ്നേഹിക്കുന്നു രോക്ഷണാ. ഞാൻ നിന്നെ ആരാധിക്കുന്നു. എന്റെ ആകാശം മങ്ങി മിന്നലുകൾ പൊട്ടി വീഴുമ്പോൾ തോന്നും നാളെയുണ്ടാവില്ല എന്ന്. ഞാൻ നിന്നിലേക്ക് തിരിയും. അവയിൽ നിന്ന് എന്റെ മാലാഖേ, നീ എന്നെ രക്ഷിക്കും.

കുകിയ്ക്ക് ആദ്യമാദ്യം തബസുമ്മിനെക്കുറിച്ച് മോശം അഭിപ്രായമായിരുന്നു. വൃത്തികെട്ട സ്വഭാവമുള്ള സ്ത്രീയാണ് അവരെന്ന് അവൾ കരുതി. ഒരു മധ്യവർഗ സ്ത്രീയാണവർ, എങ്ങനെ ഇത്രയധികം പുരുഷന്മാരുമായി ഇടപഴകുന്നു? കാമത്തിനു പിറകെയാണവർ. മനോരോഗി

യാവാനാണ് സാധ്യത. സഫീക്ക് പറഞ്ഞിട്ടുണ്ട് – തബസുമ്മിന് കുറേ പുരുഷമിത്രങ്ങളുണ്ട്. അവരുടെ പുരുഷ മിത്രങ്ങളിൽ ഏറ്റവും ഇളയവന് ഇരുപത്തിരണ്ട് വയസേയുള്ളൂ. അവൻ അവളെ മസാജ് നടത്തിക്കൊടുക്കുകയും വീട്ടുകാര്യങ്ങളിൽ സഹായിക്കുകയും ചെയ്യുന്നുണ്ട്. കാമത്തിന്റെ അടിമയാവും. ഏറ്റവും വെറുക്കപ്പെട്ടതും പൊറുക്കാനാവാത്തതുമായ ഒന്നുണ്ട് – അവരുടെ മകളെ പെണ്ണുകാണാൻ അന്വേഷിച്ചുവന്ന ആൾ തബസുമ്മിനെ ചുംബിച്ചു. അവൻ സഫീക്കിന്റെ കസിൻ ആയിരുന്നു. എല്ലാവരും പോയിക്കഴിഞ്ഞ ശേഷം തബസും വഴക്കുണ്ടാക്കി, ആ തന്തയില്ലാത്തവന്റെ വീട്ടിലേക്ക് മകളെ കെട്ടിക്കില്ല എന്നു പ്രഖ്യാപിച്ചു. തബസുമ്മിനെ കിട്ടാൻ വേണ്ടിയാണവർ നഗ്മയെ കെട്ടി മരുമകളാക്കാൻ ആഗ്രഹിക്കുന്നതെന്നവൾ വിചാരിച്ചു. ആ വഴി വേഗം അവളിലെത്താമെന്ന് അയാൾ വിചാരിച്ചിട്ടുണ്ടാവും. ആദ്യംതന്നെ ഇങ്ങനെ പെരുമാറുന്ന ഒരാളെ കൈകാര്യം ചെയ്യാൻ പിന്നീട് ബുദ്ധിമുട്ടാവും. ഇത്തരക്കാരുമായി ബന്ധം വേണ്ട, അവൾ തറപ്പിച്ച് പറഞ്ഞു.

കുകി ഈ സംഭവം നേരത്തേ കേട്ടിരുന്നു. സഫീക്കും അവളുടെ അഭിപ്രായം മാനിച്ചു. 'പറയൂ–എന്തു ചെയ്യണം? എനിക്കൊരു തീരുമാനത്തിലെത്താനാവുന്നില്ല. നഗ്മയെ ഞാനവരുടെ കുടുംബത്തേക്ക് കെട്ടിച്ചു വിടണോ വേണ്ടയോ? ഞാൻ തബസുമ്മിന്റെ അഭിപ്രായം മാനിക്കുന്നു. രണ്ടാനമ്മ തകർക്കാനുള്ള കളികളിച്ച് വേണ്ടാത്ത പുകിലുണ്ടാക്കുകയാണെന്ന് നഗ്മ പരാതിപ്പെടും.'

അപ്പോൾ കുകി ആ പ്രശ്നത്തിലത്ര സങ്കീർണത കണ്ടില്ല. തബസുമ്മിന്റെ ബന്ധങ്ങൾ അങ്ങിനെയുള്ളവയാണല്ലോ. മറ്റൊരാൾ വന്ന് എങ്ങിനെ അവളെയങ്ങ് തൊടും? അവൾക്ക് പ്രതികരിച്ചു കൂടെ? ആത്മാഭിമാനമില്ലെ അവൾക്ക്? വിവാഹബന്ധം മുന്നോട്ട് കൊണ്ടുപോകേണ്ടതില്ലെന്നും, ആദ്യമേ ഇത്രയും ബുദ്ധിമുട്ടുകൾ വന്ന സ്ഥിതിക്ക് വേണ്ടാന്നുവയ്ക്കുകയാണ് നല്ലതെന്നും കുകി എഴുതി. ഇതോടൊപ്പം മിലിറ്ററിക്കാരന്റെ സംഭവംകൂടി കേട്ടപ്പോൾ കുകി തബസുമ്മിനോടൽപ്പം മൃദുവായി. അവൾക്ക് ദയ തോന്നി. ആദ്യം വിചാരിച്ചതുപോലെ അവൾ ഒരു വൃത്തികെട്ടവളല്ല.

തബസുമ്മിന്റെ പെരുമാറ്റത്തിനു കാരണം വിടനായ സഫീക്കാണെന്നും കുകിക്ക് തോന്നിയിരുന്നു. ഭർത്താവിന്റെ വേഗത്തിനനുസരിച്ച് സ്വയമാകാൻ ശ്രമിച്ച് അവൾ മോശം അവസ്ഥകളിൽ വീണു പോയ ഒരു പാവം ഭാര്യയാണ്.

മെല്ലെ മെല്ലെ തബസുമ്മിനോടുള്ള ദേഷ്യം അയഞ്ഞു. അവളോർത്തു – തബസും വെള്ളാരംകല്ലുകൾ പോലെയുള്ള കണ്ണുകളുമായി ഇരിക്കുന്നു. ഹൃദയവേദനയിൽ അത് മരിച്ചിരിക്കുന്നു. കുകി എഴുതി – 'തബസുമ്മിനെ അറിയിക്കുക, ഞാൻ അവർക്കു വേണ്ടിയും വേദനിക്കുന്നു. അവൾക്ക് സംഭവിച്ചത് മോശമായിപ്പോയി. തന്റെ കാമുകിയെ എങ്ങിനെയാണൊരാൾ വേറൊരാൾക്ക് കൊടുക്കുക? തബസും

ജീവനില്ലാത്ത വസ്തുവാണോ? അവളുടെ നിസഹായത എന്നെ അസ്വ സ്ഥമാക്കുന്നു. അവളുടെ കാര്യങ്ങളിൽ എനിക്ക് നല്ല വേദനയുണ്ട്. അവളോടൊപ്പമിരിക്കൂ സഫീക്ക്. അവൾക്ക് കൂട്ടാവൂ. സങ്കടങ്ങൾ ജീവിത ത്തിന്റെ അഭിന്നമായ ഭാഗമാണ്. ജീവിതത്തിന്റെ ഓരോ നിമിഷത്തിലും നിങ്ങൾക്ക് സങ്കടങ്ങളുണ്ടാവും. നിനക്ക് നന്നായറിയാം, സഫീക്ക്. അയാൾ, വലിയ സൂട്ടിന്റേയും പ്രകാശപൂർണമായ നോട്ടത്തിന്റേയും സുന്ദരമായ മുഖത്തിന്റേയും ഉള്ളിൽ എത്ര ശൂന്യനാണ്? എനിക്കറിയില്ല, ഭൗതിക സുഖങ്ങൾക്കിടയിൽ എനിക്ക് കുറച്ച് അനുഭവങ്ങളേയുള്ളൂ. അനികേതുമായി എന്റേത് പ്രേമവിവാഹമായിരുന്നു. പക്ഷേ വിവാഹ ത്തിനു മുമ്പ് ഞങ്ങൾക്ക് ദേഹബന്ധമില്ലായിരുന്നു. വിവാഹശേഷം അനി കേതിന് പെൺമനശ്ശാസ്ത്രമറിയാനോ അന്വേഷിക്കാനോ ഉള്ള യാതൊരു താൽപ്പര്യവുമില്ലെന്ന് ഞാൻ മനസിലാക്കി.

കാമം വെറും കളിയാണയാൾക്ക്. രതിമൂർച്ച എന്തെന്ന് ഇനിയും എനിക്കറിയില്ല. കഴിഞ്ഞ പതിന്നാല് വർഷമായി എനിക്കൊരു ചുംബനം ലഭിച്ചിട്ടില്ലെന്നു പറഞ്ഞാൽ നീ ഞെട്ടിയേക്കും. പലപ്പോഴുമിത് അസ്വാഭാ വികമാവാം, എങ്കിലും ഞാനും അനികേതുമായുള്ള ബന്ധം ദൃഢമാണ് – ഇളകാതെ, അനങ്ങാതെ, ഒരൽപ്പം പോലും. അങ്ങനെയല്ലെങ്കിൽ അവന്റെ സങ്കടങ്ങൾ എന്നെ ഇത്രയധികം സങ്കടപ്പെടുത്തില്ലായിരുന്നു വല്ലോ.

നിനക്കറിയാം, ഈ സ്നേഹം, വയലിന്റെ രോദനം പോലെ സമയാ തീതമായി മുഴങ്ങിക്കൊണ്ടിരിക്കുന്നു – ഒരേ സമയം, ഒരേ ബോധം, ഒരേ ഉപബോധം.

തബസുമ്മിലേക്ക് തിരിച്ചു പോകൂ. അവൾക്ക് അനുഭവവേദ്യനാകൂ, അവളോട് കൂട്ടുചേരൂ, കഴിയുന്നത്ര സമയം അവളോടൊപ്പം ചെലവഴിക്കൂ.

# ഏഴ്

'**അ**വൾക്ക് അനുഭവവേദ്യനാകൂ, അവളോട് കൂട്ടു ചേരൂ, അവളുടെ അടുത്ത് കഴിയുന്നത്ര സമയം ചെലവഴിക്കൂ. ആരുടെ? തബസുമ്മിന്റേയോ, നിന്റേയോ? എനിക്കാദ്യം എന്റെ കണ്ണുകളെ വിശ്വസിക്കാനായില്ല കുട്ടീ. നിന്റെ ഭർത്താവ് കഴിഞ്ഞ പതിന്നാല് വർഷമായി നിന്നെ ചുംബിച്ചിട്ടില്ലെന്ന്! അതു ഭയങ്കരമാണ്! നിന്റെ അവസ്ഥ ഭയങ്കരമായി തോന്നുന്നു എനിക്ക്. നിന്റെ ഭർത്താവിനെങ്ങിനെ ഇത്ര ആണത്തമില്ലാത്ത, കഴിവില്ലാത്ത ജീവിയായിരിക്കാൻ കഴിയുന്നു എന്നെനിക്കറിയില്ല. പതിന്നാല് വർഷങ്ങൾ! എന്തൊരു നഷ്ടം! എങ്ങിനെയതിനു കഴിയുന്നു? എനിക്ക് നിന്റെ വേദന മനസിലാവും. വിഷമിക്കരുത്. ഇപ്പോൾ നിന്നിൽ ഞാനുണ്ട്. നിനക്ക് നഷ്ടപ്പെട്ട എല്ലാ കൊച്ചു കൊച്ചു സുഖങ്ങളും ഞാൻ നിനക്ക് തരും. എനിക്ക് നിന്റെ കാര്യം ഭയങ്കരമായി തോന്നുന്നു രോക്ഷണാ. ഇതൊന്നും ഇതുവരെ എന്നോട് പറയാത്തതെന്ത്? എന്റെ കരങ്ങളിലേക്കടുക്കൂ, എന്റെ കുട്ടി എനിക്ക് നിന്നെ പുണരണം.'

ആ നീണ്ട മെയിൽ മുഴുവൻ ശാരീരിക അടുപ്പത്തിന്റേയും സ്നേഹമുണ്ടാക്കുന്നതിന്റേയും വിവരണങ്ങളായിരുന്നു. വിവിധ രീതിയിൽ, വിവിധ ശൈലിയിൽ. അവൾക്ക് ശ്വാസം മുട്ടി. അവൾ വിയർത്തു. തീർത്തും മ്ലാനയായി. അനികേത് ആണത്തമില്ലാത്തവനെന്ന് പറയേണ്ടതില്ലായിരുന്നു. അതവൾക്ക് ദഹിച്ചില്ല. അവൾക്ക് സഫീക്കിനോട് ദേഷ്യം തോന്നി. അനികേതിനോടയാൾക്ക് അസൂയയാണോ? നേരത്തേയും അവൾ ശ്രദ്ധിച്ചിട്ടുണ്ട്, സഫീക്ക് അനികേതിനെക്കുറിച്ചൊന്നും ആരായാറില്ല. അനികേതിനെക്കുറിച്ച് സൂചനകളുള്ള എന്തെങ്കിലും അവൾ എഴുതിയാലും അങ്ങിനെയൊരു അനികേതില്ല എന്നുള്ള മട്ടിലാണ് മറുപടി വരിക. അവളൊരു സ്പിൻസ്റ്ററാണെന്ന മട്ടിൽ. വളരെ

ദിവസങ്ങൾക്ക് ശേഷമാണയാൾ അനികേതിനെക്കുറിച്ചെഴുതിയത്. അപ്പോഴും പേരെഴുതിയില്ല. 'എന്റെ പ്രതിരൂപം' എന്നാണ് സൂചിപ്പിച്ചത്.

ആ മെയിൽ അവൾ വീണ്ടും വീണ്ടും വായിച്ചു. ഓരോ തവണയും 'കഴിവില്ലാത്തവൻ' എന്ന വാക്ക് വരുന്നിടത്തുവെച്ച് നിൽക്കും. ഉപയോഗ മില്ലാത്ത, ബോധമില്ലാത്ത മനുഷ്യൻ, അവളാലോചിച്ചു. ഇല്ല, ഇയാളോ ടുള്ള സംവാദം നിർത്തണം. അവളുടെ ഭർത്താവിനെ 'കഴിവില്ലാത്തവൻ' എന്നു വിളിക്കാൻ അയാൾക്കെങ്ങനെ ധൈര്യം വന്നു? വിവാഹജീവിത ത്തിലെ ലൈംഗികാതൃപ്തി കൊണ്ടാണ് കുകി അയാളോടുള്ള ബന്ധം സ്ഥാപിച്ചതെന്ന് കരുതുന്നുവോ? കാമാസക്തിയല്ലാതെ ഈ മനുഷ്യന് വേറൊന്നിനെക്കുറിച്ചും ചിന്തിക്കാനാവില്ലേ? ഇയാളെന്തൊരു മനുഷ്യ നാണ്?

ദേഷ്യം സഫീക്കിനോട് വിശദീകരണം ചോദിക്കുന്നതുവരെ നീണ്ടു. 'എന്റെ ഭർത്താവിനെ കഴിവില്ലാത്തവൻ എന്നു വിളിക്കാൻ നിങ്ങൾക്കെങ്ങനെ ധൈര്യം വന്നു? നിങ്ങളെത്ര ബോധമില്ലാത്തവനാണ്! നിങ്ങൾക്കയാളോട് അസൂയയാണ്! നിങ്ങളുടെ വാക്കുകൾ കൊണ്ട് എനിക്ക് മുറിവേറ്റു. വിവാഹം ബോറടിയാണ്, സമ്മതിച്ചു. മരണം വരെ യുള്ള സന്ധിയാണ്. വിവാഹജീവിതം തള്ളിപ്പറയുന്ന നിമിഷം നീ നിന്റെ തന്നെ അസ്തിത്വം ചോദ്യം ചെയ്യുന്നു, അതില്ലാതെ നീയും നിസഹാ യനും ഏകനുമാവും, നിനക്കറിയുമോ?'

'ശരീരമാണോ എല്ലാം സഫീക്ക്? വികാരങ്ങൾ ഒന്നുമല്ലേ? സൗന്ദര്യം, രുചി തുടങ്ങിയ പദങ്ങൾ എന്താണ്? നിങ്ങളൊരു ചിത്രകാരൻ. ശരീരത്തിനപ്പുറത്തു പോകുന്ന സൗന്ദര്യത്തെക്കുറിച്ച് നിങ്ങൾ എന്ത് പറയും? ഒരു സൈദ്ധാന്തികന്റെ ശക്തമായ വിചാരങ്ങൾ? സനാതനമായ സ്നേഹത്തെക്കുറിച്ച്? ഇവയൊക്കെ കലാകാരന്റെ അടയാളങ്ങളാണ്.'

'നിങ്ങളെന്നെ സ്നേഹിക്കുന്നുവോ, സഫീക്ക്? ഞാനെന്താണോ അതിനെ സ്നേഹിക്കണം. കുകിയെ നിർമിച്ചു നിർത്തുന്ന എല്ലാ സാധന ങ്ങളേയും സ്നേഹിക്കണം. സൗന്ദര്യം, വൈരൂപ്യം, എന്റെ വരത്തമാനം, ഭൂതം, ബന്ധുക്കൾ, എന്റെ രാജ്യം, എന്റെ ചിന്തകൾ. ഇതെല്ലാം അംഗീ കരിക്കണം. ഇതെല്ലാം അംഗീകരിക്കുമോ നീ?' ഇല്ല, ആ കത്തിൽ കുകി ചുംബിക്കുകയോ, വൈകാരികമായ വാചകങ്ങൾ എഴുതുകയോ ചെയ്തില്ല.

ദേഷ്യത്തിൽ ആ ഇ-മെയിൽ അയച്ചു കഴിഞ്ഞപ്പോഴാണവൾക്ക് ആശ്വാസം തോന്നിയത്. നെഞ്ചിൽനിന്നൊരു ഭാരം ഇറക്കി വെച്ചതു പോലെ. പക്ഷേ, അടുത്ത നിമിഷം ഒരു ചിന്ത അവളിൽ നുരഞ്ഞു പൊന്തി. സഫീക്ക് മറുപടി അയച്ചില്ലെങ്കിൽ? ആ മെയിൽ വായിച്ച് അയാളെ കളിയാക്കിയതായി തോന്നിയെങ്കിൽ? അവരുടെ ബന്ധത്തിന്റെ അന്ത്യമി താകുമോ?

അവളുടെ ചുറ്റും ശൂന്യത നിറഞ്ഞതുപോലെ തോന്നി. എന്താ ണവൾക്കു വേണ്ടത്? സഫീക്കിൽ നിന്ന് അവൾ പ്രതീക്ഷിക്കുന്നതെന്ത്? സഫീക്ക് ഇങ്ങനെ പറഞ്ഞാൽ: 'ഞാനെന്റെ കഴിഞ്ഞ ജീവിതത്തിൽ

തൃപ്തൻ. നിനക്ക് നിന്റെ ലോകത്ത് ജീവിക്കാം. എന്നെയിങ്ങനെ കളിയാക്കിക്കൊണ്ടിരിക്കാൻ നീയാരാണ്? എന്റെ ജീവിതം നിയന്ത്രിക്കാൻ നിനക്കാരാണ് അധികാരം തന്നത്? അനികേതിനോടൊപ്പം നീ നിന്റെ ജീവിതം നയിക്കുക, എന്നെ എന്റെ ലോകത്ത് വിടുക. നമ്മുടെ ലോകം വളരെ വ്യത്യസ്തമാണ്.

നീ സ്നേഹത്തെക്കുറിച്ച് പറയുന്നു.സ്നേഹത്തിലെന്താണ് ഉള്ളത്? എവിടെയാണതുള്ളത്? ഒരാളുടെ അസ്തിത്വം ശരീരത്തിലിരിക്കെ, ശാരീരിക കാര്യങ്ങളോടിത്ര അരുചിയെന്തിന്? ശരീരമില്ലാത്തിടത്ത് ആകർഷണമുണ്ടാവാനെന്തു സാധ്യത? പഞ്ചേന്ദ്രിയങ്ങളോടെ ശരീരമില്ലെങ്കിൽ സ്നേഹം അനുഭവവേദ്യമാകുമോ?'

അങ്ങിനെ സഫീക്കിന്റെ മറുപടി വന്നു. ഒരു മണിക്കൂറിനു മുമ്പാണ് കുകി ഇ–മെയിൽ അയച്ചത്. ഇത്ര പെട്ടെന്നവൾ മറുപടി തരുമെന്ന് കരുതിയിരുന്നില്ല. അവൾ വിചാരിച്ചത്, സഫീക്ക് അവളോടുള്ള ബന്ധം തന്നെ നിർത്തിക്കളയുമെന്നാണ്.

'എന്നെയിങ്ങനെ തെറ്റിദ്ധരിക്കുന്നതെന്തെന്ന് എനിക്ക് മനസിലാവുന്നില്ല,' സഫീക്ക് എഴുതി. 'എന്റെ പ്രതിരൂപ'ത്തോട് എനിക്കെന്തിനസൂയ തോന്നണം. ഞാനെന്റെ വിലപിടിച്ച നിധി അയാളുടെ കൈയിലല്ലേ സൂക്ഷിച്ചിരിക്കുന്നത്? ഞാനയാളോട് നന്ദിയുള്ളവനാണ്. ഞാനെന്തു തെറ്റ് ചെയ്തിട്ടാണ് നീയെന്നോട് കോപിക്കുന്നത്? നീയല്ലേ എഴുതിയത് കെട്ടിയവൻ കഴിഞ്ഞ പതിന്നാല് വർഷമായി നിന്നെയൊന്നു ചുംബിച്ചിട്ടില്ല എന്ന്. ഞാനിതെങ്ങനെ മനസിലാക്കും? ഞാൻ നിന്റെ ഉൾകാന്തിയെ സ്നേഹിക്കുന്നു. ഞാനൊരിക്കലും ശരിക്കുള്ള സ്നേഹമറിഞ്ഞിട്ടില്ല. എന്റെ ജീവിതം സ്ത്രീദേഹത്തിൽ കഴിച്ചുകൂട്ടി. നീയാണെന്നെ ശരിയായ അർഥത്തിൽ സ്നേഹിക്കാൻ പഠിപ്പിച്ചത്. നിന്നോട് തോന്നുന്നതെന്തെന്ന് ഞാനെങ്ങനെ പറഞ്ഞു മനസിലാക്കും? നമ്മൾ കണ്ടിട്ടില്ല, പക്ഷേ ഞാനോരോ നിമിഷവും നിന്നെയനുഭവിക്കുന്നു. നീയാണ് എന്റെ ജീവിതം, രോക്ഷണാ. നീയാണ് എന്നെ ജീവിതം പഠിപ്പിച്ചത്. നീയാണ് എന്നെ എനിക്കാകേണ്ട വിധത്തിലുള്ള മനുഷ്യനാകാൻ പഠിപ്പിച്ചത്, നിബന്ധനകളില്ലാതെ സ്നേഹിക്കാൻ പഠിപ്പിച്ചത്.

ഞാൻ നിന്നെ അറിയാതെ വേദനിപ്പിച്ചെങ്കിൽ എന്നോട് പൊറുക്കുക. എന്നെ തെറ്റിദ്ധരിക്കരുത്. നീയില്ലാതെ എനിക്ക് അസ്തിത്വമില്ല. നിനക്കറിയില്ല, ഞാൻ നിന്നെക്കുറിച്ച് എത്ര സ്വപ്നങ്ങളാണ് നെയ്തതെന്ന്. ഒരു ദിവസം, നമ്മളൊന്നിച്ച് ഒരേ വിലാസം ഉപയോഗിക്കും. ഓരോ തവണയും അല്ലാഹുവിനോട് ഞാൻ പ്രാർഥിക്കും, നിനക്കു വേണ്ടി, കുഞ്ഞേ, ഞാൻ എന്റെ ലഘു പ്രബന്ധത്തിന്റെ തിരക്കിലാണ്. അതുകൊണ്ടാണ് ഈ ദിവസങ്ങളിൽ വലിയ ഇ–മെയിലുകൾ അയയ്ക്കാനാവാത്തത്. പെയിൻറിംഗിനുവേണ്ടി സമയം ചെലവഴിക്കാനും പറ്റുന്നില്ല. അടുത്ത ഒരു മാസത്തേക്കോ മറ്റോ പെയിന്റിംഗ് തൊടാൻ പറ്റുമെന്ന് തോന്നുന്നില്ല. ലഘുപ്രബന്ധം ഡിസംബർ അവസാനത്തേക്ക്

ശരിയാക്കണം. ജനുവരി ആദ്യവാരം തിസീസ് സമർപ്പിക്കണം. നിന്നോടടുക്കുവാൻ അതാണ് ഒരേ ഒരു വഴി. മാതാവേ, തിസീസ് തയാറാക്കാൻ എന്നെ അനുഗ്രഹിക്കൂ.'

ഒരു കാറ്റടിച്ചു പോയതുപോലെ കുകി ആത്മാന്വേഷണത്തിൽ വീണു, കഴിഞ്ഞ കുറേ ദിവസങ്ങളായി. കുകിക്കറിയാം രാഷ്ട്രങ്ങൾ, മതങ്ങൾ, ജാതികൾ തമ്മിലുള്ള വ്യത്യാസങ്ങൾക്ക് പരമാത്മാവിന്റെ അടുത്ത് യാതൊരു സ്ഥാനവുമില്ല. മനുഷ്യമനസിന്റെ ഇച്ഛകൾക്കും മോഹങ്ങൾക്കും മുമ്പിൽ ഇവയെല്ലാം തുച്ഛമാണ്.

സഫീക്കിനയച്ച കടുപ്പമുള്ള ആ കത്തിനെക്കുറിച്ചോർത്ത് കുകിക്ക് ഖേദമായി. പെട്ടെന്ന് ദേഷ്യം വന്നതെന്താണ്? സഫീക്ക് അവളെ വല്ലാതെ സ്നേഹിക്കുന്നുണ്ട്, ആദരിക്കുന്നുണ്ട്. എന്താണവൻ ചെയ്ത തെറ്റ്? അവളെഴുതി, ആ ഇ-മെയിൽ വായിക്കുന്ന ആരും അങ്ങനെ തന്നെ ചിന്തിച്ചു പോകും.

എങ്ങനെയാണവൾ സ്വന്തം വിവാഹജീവിതത്തിലെ ഉറക്കം തൂങ്ങിയ കാര്യങ്ങൾ അവനോട് പറഞ്ഞത്? വിവാഹജീവിതത്തിന്റെ പറഞ്ഞു പഴകിയ രസതന്ത്രം? കുകി എഴുതുമായിരുന്നോ? 'സഫീക്ക്, നിനക്കറിയുമോ? നീ വരുന്നതിനുമുമ്പ് ഞാൻ സ്നേഹഭാഷ മറന്നിരുന്നു. എന്റെ നിമിഷങ്ങൾ ഏകാന്തമല്ല, രാത്രി ഇരുട്ടിലുമല്ല. പക്ഷേ വിശാലമായ രോമവിരാജിതമായ മാറുള്ള പുരുഷൻ എനിക്കാരുമല്ലാതായി മാറുന്നു. ഞങ്ങൾ ഒരേ കിടക്കയിൽ ഒന്നിച്ചു കിടക്കുന്നു. പക്ഷേ ഞങ്ങൾ പരസ്പരബന്ധം മറന്നു. ആരോ ജാലവിദ്യ കാണിച്ച് ഇന്ദ്രിയങ്ങൾ മരവിപ്പിച്ചതുപോലെ, ചോദനകളോ സംവേഗങ്ങളോ നശിച്ചപോലെ.'

കുകി എഴുതുമായിരുന്നോ? –'സഫീക്ക് ഞങ്ങൾ എട്ടു മണിക്കൂർ ശയ്യയിൽ മരവിച്ച് കിടന്നുറങ്ങുമെന്ന് നീ എങ്ങിനെ അറിയും? ഞങ്ങൾ സമയം കഴിച്ചുകൂട്ടുകയാണ്, ജീവിതം ജീവിക്കുകയല്ല എന്ന് നിനക്കെങ്ങിനെ അറിയും?'

ഇതെല്ലാം സഫീക്കിന് എഴുതേണ്ട കാര്യമെന്ത്? നടാടെ തുണിയുരുന്ന പ്രക്രിയയാവില്ലേ അത്?

അനികേത് കഴിവില്ലാത്തവനൊന്നുമല്ല. വൃത്തിയെക്കുറിച്ച് വേവലാതി പിടിക്കുന്നവനാണ്. ചിലപ്പോഴൊക്കെ കുകി അവന്റെ കവിളിലേക്കോ, കഴുത്തിലേക്കോ നിശ്വാസം വിട്ടാൽ പോലും അവന് ശ്വാസം മുട്ടും. അതുകൊണ്ടാണ് കുകി അവർക്കിടയിൽ ഒരു നീണ്ട തലയിണ ഇടുന്നത്. വേഴ്ച കഴിഞ്ഞാൽ തലയിണ ചുവരായി മാറും, രണ്ടാത്മാക്കളെ പരസ്പരം മാറ്റിക്കൊണ്ട്.

അവൻ ചുംബനത്തിൽ അനുഭവത്തേക്കാൾകൂടുതൽ ബാക്ടീരിയകളെ കണ്ടു....അവരുടെ വീട്ടിൽ വെള്ളം കുടിക്കാൻ ഓരോരുത്തർക്കും പ്രത്യേകം പ്രത്യേകം ഗ്ലാസാണ്, ചുണ്ടുകൾ മുട്ടുന്നത് തീർത്തും വിലക്കുള്ള കാര്യമാണ്. ആരും മറ്റൊരാളുടെ തോർത്ത് ഉപയോഗിക്കില്ല. ഓരോരുത്തർക്കും പ്രത്യേകം സോപ്പ്, അവനവന്റെ ഇഷ്ടാനുസരണം.

വാഷ് ബേസിൻ, അടുക്കള, കക്കൂസ് – എല്ലായിടത്തും ഡെറ്റോളിന്റെ കുപ്പി വെച്ചിരിക്കും. സ്വഭാവങ്ങൾ മാറും, ശീലങ്ങളും. ഇഷ്ടങ്ങളും ഇഷ്ട ക്കേടുകളും മാറും. കുകി ജോലിക്കു പോകുന്നതും, മറ്റ് പുരുഷന്മാരു മായി ഇടപഴകുന്നതും അനികേത് ഒരിക്കലും ഇഷ്ടപ്പെട്ടില്ല. ജോലിക്ക് പോയാൽ സ്ത്രീകൾക്ക് മൃദുത്വവും ശുദ്ധഗതിയും നഷ്ടപ്പെടുമെന്നയാൾ വിശ്വസിക്കുന്നു.

കുകിക്ക് പലപ്പോഴും വീടിനുള്ളിൽ ശ്വാസം മുട്ടി. വിശേഷിച്ച് അനി കേതിന്റെ കലി നേരിടേണ്ടിവരുമ്പോൾ. അയാളിൽ നിന്ന് ദൂരെ പോകു ന്നതവൾ മനസിൽ കണ്ടു. അനികേതിന്റെ വീടിനുവേണ്ടി കഷ്ടപ്പെ ടുന്നതിലും നല്ലത്, ഒറ്റയ്ക്ക് ഏതെങ്കിലും ഓഫീസിൽ ജോലി ചെയ്ത് ജീവിക്കുന്നതാണ് എന്നവൾ ആലോചിച്ചു. വല്ലപ്പോഴും അവൾ തന്റെ സർട്ടിഫിക്കറ്റുകൾ എടുത്തുവച്ച് നോക്കി. അവ മെല്ല തൊട്ടു നോക്കു മ്പോൾ കാലത്തോടൊപ്പം അവയ്ക്ക് നഷ്ടപ്പെട്ടുപോയ ഭംഗിയും പ്രസക്തിയുമോർത്തു.

ഒരു ജോലി നോക്കാൻ വളരെ വൈകിപ്പോയി. എൻ ജി ഒ തുടങ്ങാം. പക്ഷേ അനികേത് സഹിക്കുമോ? ഒരു നഴ്സറി സ്കൂൾ തുടങ്ങാം. സ്കൂൾ കെട്ടിടം എവിടെയാകണമെന്നവൾ ആലോചിച്ചു. എന്താണ് പഠി പ്പിക്കുക? പ്രവൃത്തി സമയം ഏതാകണം? ചോദ്യങ്ങളവളെ പിൻതുടർന്നു കൊണ്ടിരുന്നു. അനികേത് കുടുംബത്തെ സ്നേഹിച്ചിരുന്നു, വളരെ ശ്രദ്ധാ ലുവുമായിരുന്നു. വൈകുന്നേരങ്ങളിൽ ജോലി കഴിഞ്ഞ് നേരെ വീട്ടിലേക്ക് വരും. ഒരു കപ്പ് ചായ കുടിച്ചു കഴിഞ്ഞാലുടൻ കുട്ടികളെ പഠിപ്പിക്കാൻ തുടങ്ങും. വൈകീട്ട് കുളി കഴിഞ്ഞാൽ അരമണിക്കൂർ പ്രാർഥന. കുകിക്ക് അനികേതിനെ ശരിക്കറിയാം. അയാൾ കുടുംബത്തിനുവേണ്ടി എന്തും ചെയ്യും. ചൗള ചിലപ്പോൾ കളിയായി പറയും, 'സഹോദരാ, ഫാമിലിയെ നോക്കിയതു മതി, ജോലിയും നോക്കൂ.'

ആദ്യനോട്ടത്തിൽ അനികേത് ക്ഷിപ്രകോപിയും വേഗം അസ്വസ്ഥ നാവുന്നവനുമായിരുന്നു. സത്യംപറഞ്ഞാൽ അയാൾ ഒറ്റയാനും നിസഹായനുമാണ്. ആരുമവനെ സ്നേഹിക്കുന്നില്ലെന്ന് അനികേതിനു തോന്നുന്നു. അച്ഛനോ, അമ്മയോ, പെങ്ങളോ, കുട്ടികളോ, അയലത്തു കാരോ ആരും. കുകിയോട് പരാതിപ്പെടാനും അയാൾ മടിച്ചില്ല. അനി കേത് സഫീക്കിന്റെ ഇ–മെയിൽ കാണുകാണെങ്കിൽ ബഹളം വെക്കും – 'നീ എന്റെ പിറകിൽനിന്ന് ഇതാണ് ചെയ്യുന്നത്, 'അവൻ പറയുമായി രിക്കും – 'ഞാൻ കഴിവില്ലാത്തവൻ, ഹ! ഉപയോഗമില്ലാത്തവൻ, ഞാന തല്ലേ? നിന്നെ ഞാൻ എത്രയധികം സ്നേഹിച്ചു, നീ എന്നെയെങ്ങനെ വഞ്ചിച്ചു.'

ഏറ്റവും ക്ഷമയുള്ള,രോഗിയായ മനുഷ്യനെപ്പോലും 'കഴിവില്ലാ ത്തവൻ' എന്നു വിളിക്കാമോ? രക്തം തിളയ്ക്കാൻ ഇത്രയും പോരേ?

കുറച്ചുകഴിഞ്ഞ് തണുത്തശേഷം പിന്നെയും പറയും 'എന്റെ തലയി ലെഴുത്തിതാണ്.' പിന്നെ ചെറുപ്പകാലത്തെ നിരാശതകൾ വിവരിക്കാൻ തുടങ്ങും. ചെറുപ്പത്തിൽ അവൻ മാതാപിതാക്കൾക്ക് പ്രിയങ്കരനല്ലാ

യിരുന്നു. അനിയന് പോക്കറ്റ് മണി കൊടുക്കാൻ അച്ഛനോട് പറയുന്ന അമ്മ ഒരിക്കലും അവനു കൊടുപ്പിക്കില്ലായിരുന്നു, എന്നു പറയും. സിനിമയ്ക്ക് പോകുമ്പോൾ ടിക്കറ്റിന്റെ പൈസയല്ലാതെ ഒറ്റ പൈസ കൂടുതൽ കൊടുത്തില്ലായെന്നും. ഒരിക്കൽ മൂത്ത പെങ്ങളുടെ സ്ഥലത്തുള്ള മാർക്കറ്റിൽ പോയി. റോഡുവക്കിൽ മധുര പലഹാരങ്ങൾ കണ്ടു കൊതിച്ചു, പക്ഷേ വാങ്ങാൻ പൈസയില്ല. ബസിന്റെ പൈസയേ കൈയിലുള്ളൂ. ഒന്നും വാങ്ങാതെ മടങ്ങിവന്നപ്പോൾ ചേച്ചി ചോദിച്ചു – "നീ മാർക്കറ്റിൽ പോയി, മധുരമൊന്നും വാങ്ങിയില്ലേ?" "പൈസയില്ലായിരുന്നു," അവൻ പറഞ്ഞു. അവളവന് പത്തു രൂപ കൊടുത്തു, അവൻ അത്ഭുതപ്പെട്ടു പോയി. 'എല്ലാവരുടെ ഹൃദയവും രാമുവിനു വേണ്ടി കരയും, ഇളയമകൻ. എന്നെക്കുറിച്ച് ആരെങ്കിലും ഒന്നോർക്കുന്നത് നീ കണ്ടിട്ടുണ്ടോ?"

അയാളേക്കാൾ കുകിയെയാണോ കുട്ടികൾ കൂടുതൽ സ്നേഹിക്കുന്നത് എന്നുള്ള ശങ്കയും അനികേതിനുണ്ട്. അതുകൊണ്ട് അയാൾ കുട്ടികളോട് കൂടുതൽ അടുപ്പം കാട്ടി. കൂടെക്കൂടെ കുകിക്ക് സുഖമില്ലാതാവുന്നതുകൊണ്ട് കുട്ടികൾക്ക് അസുഖം വന്നാൽ അനികേതായിരുന്നു രാത്രി ഉറങ്ങാതെ അവരുടെകൂടെ കഴിച്ചു കൂട്ടുന്നത്. അവരെ നോക്കും, ഭക്ഷണം കൊടുക്കും, സമയത്ത് മരുന്ന് കഴിച്ചോ എന്നു നോക്കും. അവരുടെ പരാതികളും ആവശ്യങ്ങളും ശ്രദ്ധിക്കും. എന്നിട്ടും കുട്ടികൾ കുകിയെ അധികം സ്നേഹിച്ചു. ചിലപ്പോൾ അനികേത് നിരാശയോടെ പറഞ്ഞു പോകും – "നിങ്ങൾക്ക് അച്ഛന്റെ വിലയറിയില്ല, ഞാൻ മരിച്ചാലേ നിങ്ങൾക്കത് മനസിലാകൂ."

കുകി അവനെ സമാധാനിപ്പിക്കും – 'എന്തിനാണിതൊക്കെ പറയുന്നത്? അവർക്കെന്ത് മനസിലാവാനാണ്? സ്നേഹം, വാത്സല്യം – ഇതെല്ലാം തുറന്നു കാട്ടാൻ പറ്റുമോ?

"എനിക്കറിയാം." അനികേത് ആവർത്തിച്ചു: "നമ്മുടെ മക്കൾക്ക് അവരുടെ അമ്മയോടാണ് സ്നേഹം." കുകിക്ക് ദേഷ്യം വരും. "അമ്മയെ സ്നേഹിച്ചാലെന്താ? എന്താണതിൽ തെറ്റ്? എല്ലാ കുഞ്ഞുങ്ങളും അവരുടെ അമ്മയെയാണ് ആദ്യം സ്നേഹിക്കുക." കുട്ടികളും അനികേതിന്റെ തെറ്റിദ്ധാരണ മാറ്റാൻ ശ്രമിക്കും. പക്ഷേ അയാളുടെ പ്രതികരണങ്ങൾ അവരെ മിണ്ടാതിരിക്കാൻ പ്രേരിപ്പിക്കും.

"നിങ്ങളുടെ കോപമാണ് കുട്ടികളെ അകറ്റുന്നത്. നിങ്ങളെയും നിങ്ങളുടെ വികാരങ്ങളെയും മനസിലാക്കാൻ എല്ലാവരും കുകിയല്ല."

അനികേത് ദീർഘനിശ്വാസം പൊഴിച്ച് നഖം കടിക്കും. ഇത് കുകിയെ ദേഷ്യം പിടിപ്പിക്കും. അവളയാൾക്ക് മുന്നറിയിപ്പ് കൊടുത്തു: "നിങ്ങൾ ദുർഭാഗ്യം വലിച്ചു കേറ്റുകയാണ്. നഖം കടിക്കുന്നത് മോശമല്ലേ? നിങ്ങളെന്തിനിത്ര ചിന്താഗ്രസ്ഥനാവുന്നു, ശ്രദ്ധയില്ലാതാവുന്നു?"

"മുഖർജിയും ശർമയും ഇത്തവണ ചിക്കാഗോവിലും ന്യൂയോർക്കിലും പോയി." അനികേത് പറഞ്ഞു. "എല്ലാം അവരുടെ ബോസു

മാരുടെ കാലുനക്കിയതുകൊണ്ട്. അവർ ഇത്തവണ ഫാമിലിയെയും കൊണ്ടാ പോയത്."

അനികേതിനെ കമ്പനി ഒരിക്കലേ യു എസ് എ യ്ക്ക് വിട്ടിട്ടുള്ളൂ. അതും മടിച്ച് മടിച്ച്. അവസാന നിമിഷം വരെ മറ്റാരെയെങ്കിലും വിടുമോ, അവസരം നഷ്ടപ്പെടുമോ എന്നോർത്ത് അനികേത് പേടിച്ചിരുന്നു. വിദേശത്ത് പോകാൻ അവസരം കിട്ടുകയാണെങ്കിൽ ജഗന്നാഥന്റെ അമ്പലത്തിൽ പൂജ നടത്തിക്കൊള്ളാമെന്ന് അവൻ സങ്കടത്തോടെ പ്രാർ ഥിച്ചു, അങ്ങനെ ചെയ്യുകയും ചെയ്തു.

അനികേതിനെന്തുപറ്റി എന്നറിയില്ല. ഓഫീസിൽനിന്ന് വന്ന ശേഷം, എല്ലാവർക്കും പാസ്പോർട്ടിനായി അയാൾ പേപ്പറുകൾ ശരിയാക്കി, ആറുമാസത്തിനുള്ളിൽ അവ റെഡിയായി കിട്ടുകയും ചെയ്തു. "ഒരു ചാൻസ് എപ്പോഴാണ് കിട്ടുക എന്ന് ആർക്കറിയാം?" അയാൾ പറഞ്ഞു. "എപ്പോൾ വന്നാലും, നമ്മളെല്ലാവരും പോവും, രസിക്കും."

തനിക്ക് പാസ്പോർട്ട് എടുക്കാൻ കുകി ഒരിക്കലും ഒരു ഉത്സാഹവും കാണിച്ചില്ല. പക്ഷേ അവൾ ഒരിക്കലും ഇങ്ങനെയും ഓർത്തില്ലായിരുന്നു, മറ്റൊരാൾ വിദേശത്തുപോകാനായി അവളെ വിളിക്കുമെന്ന്. – 'ഒരു ദിവസം ഞാൻ നിന്നെ പാരീസിൽ കൊണ്ടു പോകും. നമ്മൾ സൈൻ നദിക്കടുത്ത് Louvre(ലവ്റെ)കാണും. അവിടെ എല്ലാവരുടെയും മുന്നിൽ വെച്ച് ഞാൻ നിന്നെ ചുംബിക്കും എന്നിട്ട് പറയും – 'ഇത് എന്റെ ഭാര്യ.'

# എട്ട്

"ഇത് എന്റെ ഭാര്യ" അനികേത് കോളകുടിച്ചുകൊണ്ട് മാറി നിൽക്കുന്ന കുകിയെ പരിചയപ്പെടുത്തി.

"ഹലോ" കുകി പറഞ്ഞു, കണ്ണുകളിൽ ചോദ്യവുമായി.

"ശനിയാഴ്ച പാർട്ടിക്ക് കണ്ടില്ല" ആ മനുഷ്യൻ ചോദിച്ചു.

കുകിക്ക് വേണ്ടി അനികേത് പറഞ്ഞു – "അവൾക്ക് പാർട്ടി ഇഷ്ടമല്ല. ആൾക്കൂട്ടത്തിലിവൾ അസ്വസ്ഥയാവും."

"ഓ, ജീവിതം ആസ്വദിക്കാൻ മടിയെന്തിന്? അത് മുഴുവനായി ജീവിക്കണം."

"ഇല്ലില്ല, അങ്ങിനെയല്ല, വീട്ടുജോലികളും കുട്ടികളുടെ പഠിത്തവും കഴിഞ്ഞ് സമയം കിട്ടുന്നത് വളരെ കുറവാണ്" കുകിക്ക് പറയേണ്ടി വന്നു.

'എന്നുവെച്ചാൽ?' അയാൾ ചോദ്യരൂപേണ നോക്കി. മിസ്റ്റർ ഘോസ് ലെയുടെ വരവോടെ ചർച്ച വേറെവഴിക്ക് നീണ്ടുപോയി.അവർ സൊറ പറഞ്ഞിരിക്കുമ്പോൾ, കുകി പിന്നണിയിൽ നിന്നുയരുന്ന ഗസലിന്റെ നേരിയ ഈരടികൾ കേട്ടുകൊണ്ട് പനീർപകോടയും കഴിച്ചിരുന്നു. ആ സമയം മിസിസ് ശർമ തന്റെ കുട്ടികളെ കോച്ചിംഗ് ക്ലാസിനു വിടുന്നതും, ആരുടെയോ മകൾ ആസ്ത്രേലിയയ്ക്കു പോയതും, വേറെയാരുടേയോ മകൾ യു എസ് എ യ്ക്ക് പോയതുമൊക്കെ പറയുന്നുണ്ടായിരുന്നു.

പാർട്ടി കഴിഞ്ഞ് പിരിയാറായപ്പോൾ അവർ ആ മനുഷ്യനെ വീണ്ടും കണ്ടു. "നിങ്ങൾ പോവുകയാണോ?" - ചിരിയോടെ അയാൾ ചോദിച്ചു.

"അതെ സർ," കുകി തലയാട്ടിക്കൊണ്ട് പറഞ്ഞു.

"എപ്പോഴെങ്കിലും ഞങ്ങളുടെ വീട്ടിൽ വരണം."

"ശരി, വരാം," അനികേത് പറഞ്ഞു.

ശുഭരാത്രിയാശംസിച്ച് അവർ ഹാൾ വിട്ടു. കുട്ടികൾക്ക് ഇനിയുമവിടെ ഇരുന്നാൽ കൊള്ളാമെന്നുണ്ട്, പക്ഷേ അനികേത് സമ്മതിച്ചില്ല.

"നിങ്ങൾ പരിചയപ്പെടുത്തിയ ആ മനുഷ്യൻ ആരാണ്? ഞാനിതുവരെ അയാളെ കണ്ടതായി തോന്നുന്നില്ല." കുകി ചോദിച്ചു.

"മിസ്റ്റർ ചൗഹാൻ, എന്റെ തൊട്ടുമുകളിലത്തെ ബോസ്."

"ഓ, എന്റീശ്വരാ! ഞാൻ വിചാരിച്ചു നിങ്ങളുടെ സഹപ്രവർത്തകനാണെന്ന്. നിങ്ങളിത്ര പൊട്ടനായതെന്ത്?"

"എന്തിന്? അറിഞ്ഞാൽ നീയെന്ത് ചെയ്യുമായിരുന്നു?" – കുസൃതിച്ചിരിയോടെ അനികേത് ചോദിച്ചു.

അമ്പരന്നു പോയ കുകി "വിവരക്കേട് പറയരുത്" എന്നും പറഞ്ഞ് കുട്ടികളെ ചൂണ്ടി. അനികേത് ചിരിക്കാൻ തുടങ്ങിയപ്പോഴേക്കും വണ്ടിയിൽ നിന്നൊരു ശബ്ദം കേട്ടു. അതപരിചിതമായ ശബ്ദം.

"എന്തു പറ്റി?" കുകി ചോദിച്ചു.

"ആക്സിലേറ്റർ പ്രവർത്തിക്കുന്നില്ലെന്ന് തോന്നുന്നു."

കുറച്ച് ദൂരം കഴിഞ്ഞ് കാറ് നിന്നു. "പപ്പ, എന്തു പറ്റി?" മൂത്ത മകൻ ചോദിച്ചുകൊണ്ട് ബാക്ക്സീറ്റിൽ ചാഞ്ഞിരുന്നു.

"അവിടെ ഇരിക്കൂ, നോക്കട്ടെ." – അനികേത് ശകാരിച്ചു.

മടിച്ചു സ്റ്റാർട്ടായി വണ്ടി ഒരൽപ്പം ദൂരം കഴിഞ്ഞ് വീണ്ടും നിന്നു, ആരോ ശപിച്ചതുപോലെ നിന്നുപോയി. അനികേത് ബോണറ്റിൽ വെള്ളമൊഴിച്ചു. അരമണിക്കൂർ അങ്ങിനെ കഴിഞ്ഞു. അടുത്തെങ്ങും ഗാരേജുമില്ല, മെക്കാനിക്കിനെ പറഞ്ഞയക്കാൻ. ടെൻഷൻ കയറി അനികേത് നഖം കടിക്കാൻ തുടങ്ങി. "പപ്പ നമ്മളെങ്ങിനെ വീട്ടിൽ പോകും? ആരോടെങ്കിലും ലിഫ്റ്റ് ചോദിച്ചാലോ?" ചെറുമകൻ ചോദിച്ചു.

"മിണ്ടാതിരി," കുകി ശാസിച്ചു. അനികേതിനോട് കുകിക്ക് ദേഷ്യം തോന്നി. വണ്ടി ഗാരേജിലയയ്ക്കാൻ അവൾ അനികേതിനോട് പറഞ്ഞതാണ്, അല്ലെങ്കിൽ വിറ്റ് പുതിയ ഒരെണ്ണം വാങ്ങണം. എവിടെ കേൾക്കാൻ. ഇപ്പോൾ അനുഭവിക്കട്ടെ.

മൗനം മുറിച്ചുകൊണ്ട് വീണ്ടും മൂത്ത മകൻ ചോദിച്ചു: "നമ്മളിപ്പോ എന്താ ചെയ്ക?" എന്താ ചെയ്യുക എന്ന് അനികേത് ആലോചിക്കുകയാണ്. നേരം വൈകുന്നു. റോഡിൽ വാഹനങ്ങൾ കുറഞ്ഞിട്ടുണ്ട്. "നമ്മുടെ കോളനിയിലെ ആരെങ്കിലും ഈ വഴിക്ക് വരികയാണെങ്കിൽ നിങ്ങൾ പൊയ്ക്കോ. ഞാൻ ഇവിടെനിന്ന് ശരിയാക്കിയിട്ട് വരാം." അനികേത് പറഞ്ഞു. അപ്പോൾ തന്നെ ഒരു ഓട്ടോറിക്ഷ വന്നു. അനികേത് തടഞ്ഞു നിർത്തി. സഹായിക്കണമെന്നു പറഞ്ഞു.

അവരെ വീട്ടിലാക്കാനും അനികേത് സിറ്റിയിൽ നിന്നൊരു മെക്കാനിക്കിനെ വിളിച്ചുകൊണ്ടുവരാനും തീരുമാനിച്ചു. പക്ഷേ അർധരാത്രിയിൽ റോഡിന്റെ നടുവിൽ കാർ ഉപേക്ഷിച്ചു പോവുന്നത് നല്ലതല്ലെന്നായിരുന്നു ഓട്ടോക്കാരന്റെ ഉപദേശം. പോലീസ് കാറെടുത്തുകൊണ്ടു പോയേക്കും, അത് വേറെ തലവേദനയാവും. "ഒരു കയറെടുക്കൂ. കാർ എന്റെ ഓട്ടോ

യിൽ കെട്ടിവലിച്ച് കൊണ്ടുപോകാം. അഞ്ചോ ആറോ കിലോമീറ്ററിന്റെ കാര്യമേയുള്ളൂ." കുകിക്ക് ആശ്വാസമായി.

എല്ലാവരും കാറിനകത്തിരുന്നു. ഓട്ടോ കാർ വലിച്ച് നീങ്ങിത്തുടങ്ങി. പക്ഷേ പെട്ടെന്നുതന്നെ കയർ പൊട്ടി. ഓട്ടോഡ്രൈവർ കയർ ഒന്നുകൂടെ കൂട്ടിക്കെട്ടി. പക്ഷേ അവരോടൊക്കെ ഓട്ടോയിൽ ഇരിക്കാൻ പറഞ്ഞു. വേദന സഹിക്കുന്നതുപോലെ ആ മുച്ചക്രവണ്ടി മെല്ലെ നീങ്ങി. പകുതി ദൂരം ഓട്ടോയിലും, പകുതി നടന്നും അവരെങ്ങനെയൊക്കെയോ വീടെത്തി. വീടെത്തിയപ്പോഴേക്കും കുട്ടികൾ തീർത്തും തളർന്നിരുന്നു. കുട്ടികൾക്ക് സംഭവങ്ങളിൽ വലിയ പ്രയാസമായി. മടങ്ങി വരുംവഴി കുട്ടികൾ അടക്കം പറഞ്ഞു കൊണ്ടിരുന്നു – "അമ്മാ, ഈ പഴഞ്ചൻ കാർ ആക്രിക്കാരനു കൊടുത്തേക്കൂ," മൂത്തവൻ പറഞ്ഞു.

"മിണ്ടാതിരി, ഇതുകേട്ടാൽ അച്ഛന് ദേഷ്യം വരും." അവൾ മകനെ ശാന്തനാക്കി. പക്ഷേ അവൾതന്നെ തീർത്തും ദേഷ്യത്തിലായിരുന്നു. കഴിഞ്ഞവർഷം മഴക്കാലത്ത് ഗാരേജിൽ വെള്ളം കയറി.അത് കാറിനകത്തേക്കും ഒഴുകി. വെള്ളം കുറഞ്ഞപ്പോഴേക്കും കാർ ചീത്തയായിരുന്നു. കുഷ്യൻ സീറ്റുകൾ നനഞ്ഞു വീർത്തു. മെറ്റാലിക് ഡോറുകൾ തുരുമ്പെടുത്തു. കാറു നന്നാക്കാൻ പണം ചെലവാക്കുന്നതിൽ അനികേത് വിസമ്മതിച്ചു. അയാൾ പറഞ്ഞു: "നമുക്കൊരു പുതിയ വണ്ടി വാങ്ങാം, എന്തായാലും." ഒന്നല്ലെങ്കിൽ, മറ്റൊന്ന്. എന്തെങ്കിലും കാരണം കൊണ്ട് ഇതുവരെ അത് നടന്നില്ല.

"അമ്മയ്ക്കറിയോ. അങ്കുറൊക്കെ നമ്മുടെ കാർ ഓട്ടോറിക്ഷയിൽ കെട്ടിവലിക്കുന്നതു കണ്ടു." ചെറിയമോൻ പറഞ്ഞു. "നാളെ ഞങ്ങളെ അവർ കളിയാക്കും. അതു കളയാത്തതെന്ത്? അമ്മാ ഇനിയതിലിരിക്കാൻ ഞങ്ങളോട് പറയരുത്." മൂത്തവനും പറഞ്ഞു – "വർമ അങ്കിളും പുതിയ സാൻട്രോ വാങ്ങി. നമ്മളൊഴിച്ച് കോളനിയിലെല്ലാവർക്കും പുതിയ കാറുണ്ട്."

കുട്ടികളുടെ സംസാരം കേട്ട് അനികേതിന്റെ അടക്കിവെച്ച ദേഷ്യം ആളിപ്പടർന്നു. സ്റ്റഡിടേബിളിൽ നിന്ന് ചൂരലെടുത്ത് കോപത്തോടെ അവർക്കുനേരെ തിരിഞ്ഞു മുറുമുറുത്തു, "ഇഡിയറ്റ്. നിനക്ക് മാത്സിൽ 80 വാങ്ങാനാവില്ല, എന്നിട്ട് സാൻട്രോ വേണം പോലും!" കുകി ഇടയ്ക്കു കയറി. "അവർ ചെറിയ കുട്ടികൾ, എന്തിനവരെ ശാസിക്കുന്നു? പലരും നമ്മളെ കണ്ടു. കുട്ടികൾക്ക് മോശം തോന്നി, അവരതു പറഞ്ഞു. അതിന് ഇത്ര ദേഷ്യപ്പെടുന്നതെന്തിന്?" "നീയാണവരെ വഷളാക്കിയത്, യു ബിച്ച്. നീയാണവരെ നശിപ്പിച്ചത്." അവൻ കുകിയെ അടിക്കാൻ തുടങ്ങി. വേദന കൊണ്ടവൾ പുളഞ്ഞു. അൽപ്പംകഴിഞ്ഞ് അനികേത് ശാന്തനായി, ചൂരലെറിഞ്ഞു കളഞ്ഞു.

വേദനയിൽ വിതുമ്പിക്കൊണ്ട് കുകി നോക്കി. മുന്നിലത്തെ മുറിയുടെ ജനലുകൾ പെട്ടെന്ന് തുറക്കുന്നു. കുട്ടികൾ അവരുടെ മുറികളിലേക്ക് പോയി. പക്ഷേ അവരുടെ കണ്ണുകളിൽ വെറുപ്പും ദേഷ്യവും പ്രകടമായിരുന്നു.

അവളുടെ അരക്കെട്ടിലും കൈകളിലും ചുമന്ന പാടുകൾ തിണർത്തു. അവൾക്ക് നല്ല വേദന തോന്നി. കരച്ചിലടക്കാനായില്ല. വേദനയുടെയല്ല, അപമാനത്തിന്റെ കണ്ണുനീർ. കരച്ചിലടക്കാൻ ആവതു ശ്രമിച്ചു, പക്ഷേ പറ്റിയില്ല. വീടുവിട്ടു പോകാനാഗ്രഹിച്ചു. അനികേതിനോട് കടുത്ത വെറുപ്പായിരുന്നു. പഠിച്ചിട്ടെന്തു കാര്യം? നല്ല ശമ്പളം കിട്ടിയിട്ടെന്തിന്? അനികേത് ഒരു മനുഷ്യനല്ല, കലിവരുമ്പോൾ ഒട്ടും ബോധമില്ല. തികച്ചും നീചൻ. ആത്മഹത്യ ഒരു പോംവഴിയാണെന്നവൾക്ക് പലപ്പോഴും തോന്നി. പക്ഷേ ഇത്രയ്ക്ക് ക്രൂരനായ അനികേതിന്റെ കൈയിൽ നിഷ്കളങ്കരായ കുട്ടികളെ ഏൽപ്പിച്ച് എങ്ങിനെ സ്വാർഥയായി രക്ഷപ്പെടും. മൂത്ത മകൻ അസ്വസ്ഥനായി കിടക്കയിൽ കിടക്കുന്നത് അവൾ കണ്ടു. “ലൈറ്റ് ഓഫ് ചെയ്യാം. ഉറങ്ങാൻ കിടന്നോളൂ.” കുകി പറഞ്ഞു. അവനൊന്നും മിണ്ടിയില്ല. അവൻ വല്ലാതെ വ്യസനിക്കുന്നുവെന്ന് മുഖത്ത് കാണാം, വാടിയിരിക്കുന്നു.

അവൻ അനികേതിന്റെപോലെയാണ്. ക്ഷിപ്രകോപി. എല്ലാ കോപവും അവൻ കുകിയോട് തീർക്കും. ദേഷ്യം വരുമ്പോഴെല്ലാം അവൻ സാധനങ്ങൾ എടുത്തെറിയും. തലയണയെടുത്ത് എറിയുകയും ഫ്രിഡ്ജിൽനിന്ന് മുട്ടയെടുത്ത് അവിടെയും ഇവിടെയും എറിഞ്ഞ് കുഴയ്ക്കുകയും ചെയ്യും. ഇവൻ വളരുമ്പോൾ അനികേതിനെ കേറി അടിക്കുമായിരിക്കും, കുകിക്ക് തോന്നി. അവളുടെ മകൻ അനികേതിനെ സഹിക്കില്ല.

അനികേതിനെ പേടിക്കുന്നതുപോലെ കുകി മൂത്ത മകനെയും പേടിച്ചു. അവൾക്കറിയാം അവന്റെ ദേഷ്യം മുഴുവൻ അനികേതിനോടാണ്. എന്നിട്ടും സമാധാനിപ്പിക്കുന്ന വാക്കുകളുമായോ സാന്ത്വനിപ്പിക്കുന്ന സ്പർശവുമായോ അവൻ ഒരിക്കലും അവളുടെ അടുത്തേക്ക് വന്നില്ല. എന്നാൽ ചെറിയ മകൻ അവന്റേതായ രീതിയിൽ അമ്മയെ സമാധാനിപ്പിക്കാൻ ശ്രമിച്ചു.

കുകി വസ്ത്രം മാറിക്കൊണ്ടിരിക്കെ, അനികേത് രണ്ടു മുറികളിലും കൊതുകുവല കെട്ടുകയായിരുന്നു. അനികേതിന്റെ കൂടെക്കിടക്കാൻ തോന്നിയില്ല കുകിക്ക്, എങ്കിലും പോയി മിണ്ടാതെ കിടന്നു. അവൾ ഉറങ്ങിത്തുടങ്ങിയപ്പോഴേക്കും അനികേത് കിടന്നിട്ടുണ്ടായിരുന്നില്ല.

അർധരാത്രി കുകി ഞെട്ടിയെഴുന്നേറ്റു. ആരോ അവളെ സ്പർശിച്ചതുപോലെ, അനികേത് അവളുടെ പാടുകളിൽ മരുന്ന് ഇടുകയായിരുന്നു. പിറകിലും, അരയിലും കൈയിലും. കണ്ണടച്ച് കുകി അങ്ങനെ തന്നെ കിടന്നു. എങ്ങനെ സ്വയം നിയന്ത്രിക്കാനാണ്? കണ്ണുകളിൽനിന്ന് കണ്ണുനീർ ധാരയായി ഒഴുകി, രാവ് ഉറങ്ങാതെ കഴിഞ്ഞു.

# ഒൻപത്

**രാ**ത്രി ഒരു പോള കണ്ണടച്ചില്ല. കംപ്യൂട്ടറിനു മുമ്പിൽ കുനിഞ്ഞിരുന്നു. പ്രഭാതമായി, കിളികൾ ചിലച്ചു തുടങ്ങി. 'ഇല്ല, ഇനി കാത്തിരിക്കില്ല. ഞാനിതാ ഇ-മെയിലയയ്ക്കാൻ തീരുമാനിച്ചിരിക്കുന്നു. എനിക്കെന്താണ് വരിക എന്നു പിന്നെ നോക്കാം.' സഫീക്ക് എഴുതി.

ഇത്രയ്ക്ക് വിഷമിക്കാൻ അവനെന്തു പറ്റി? കത്തിൽ ഏറെ അക്ഷരത്തെറ്റുകൾ! മുമ്പുവന്ന ഒരു കത്തിലും ഇത്രയും തെറ്റുകൾ ഉണ്ടായിട്ടില്ല. അവൻ ഏതോ കടുത്ത മാനസിക വേദനയിലാണെന്ന് തോന്നുന്നു. അങ്ങനെയിരുന്നു കീബോർഡിൽ അലസമായി വിരലോടിച്ചതാവാം.

കത്തിലെ ഉള്ളടക്കം കുകിയെ നഷ്ടപ്പെടുമെന്ന സഫീക്കിന്റെ ഭയമാണ്. കുകി അവനത്ര വിലപ്പെട്ടതോ? ഇതുവരെ കാണാത്ത, സ്പർശിക്കാത്ത സ്ത്രീയോട് ഇത്ര അടുപ്പം തോന്നാനെന്താണ് കാരണം?

ആ ഇ-മെയിലിനോടൊപ്പം സഫീക്കിന്റെ പല ഫോട്ടോകളും അറ്റാച്ച് ചെയ്തിരുന്നു. അവൾ പല തവണയായി അവനോട് ഫോട്ടോ അയയ്ക്കാൻ പറയുന്നു. ആദ്യമയച്ച ഇ-മെയിലിന്റെ കൂടെ വന്ന ഒരു പാസ്പോർട്ട് സൈസ് ഫോട്ടോ മാത്രമേ അവൾ കണ്ടിട്ടുണ്ടായിരുന്നുള്ളൂ. സുമുഖനായ യുവാവ്, ചുവന്ന ചുണ്ടുകൾ, മിലിറ്ററി മീശ, വെളുത്ത നിറം, ആറിഞ്ച് പൊക്കം, ഗോതമ്പു നിറം.

സഫീക്കിന്റെ ആദ്യ ഫോട്ടോ കിട്ടി, മൂന്നു മാസം കഴിഞ്ഞ് കുകി അവളുടെ ചില ഫോട്ടോകൾ അവനയച്ചു. പക്ഷേ അതിനു മുമ്പുതന്നെ അവളെ സങ്കൽപ്പിച്ച് 'നോക്കൂ, ഇതു നിന്നെപ്പോലെയല്ലേ' എന്നും ചോദിച്ച് അവൻ ഒരു പെയിന്റിംഗ് അയച്ചിരുന്നു.

പെയിന്റിങ്ങ് കണ്ടപ്പോൾ അവളെക്കാണാൻ അയാൾക്കുള്ള കൊതി എത്രയെന്ന് കുകിക്ക് ബോധ്യമായി. അതാണവൾ ഫോട്ടോ അയച്ചത്.

നാണിച്ച ചിരിയുമായി ഒരു മെലിഞ്ഞ പെണ്ണ്. സഫീക്ക് ആ ചിത്രത്തിന്റെ കുറേ കോപ്പികളുണ്ടാക്കി. സ്റ്റുഡിയോവിലും, കാറിലും, ചുമരിലും, ഡയറിയിലും പ്രതിഷ്ഠിച്ചു.

അവളും സഫീക്കിന്റെ ഫോട്ടോ കംപ്യൂട്ടറിൽ സേവ് ചെയ്തിരുന്നു. മറ്റുള്ളവർക്ക് തുറക്കാനാവാത്ത ഫോൾഡറിൽ സൂക്ഷിച്ചു. ചിലപ്പോഴൊക്കെ അതു തുറന്ന് അത്യന്തം സൂക്ഷ്മതയോടെ അവയിലേക്കുറ്റു നോക്കും. ഒരു ദിവസം കംപ്യൂട്ടർ വൃത്തിയാക്കുന്നതിനിടെ അറിയാതെ അതും മായ്ച്ചുപോയി. പക്ഷേ ഇപ്പോഴവനെ കാണാതിരിക്കാൻ ബുദ്ധിമുട്ടാണ്, അവന്റെ മുഖം അവളുടെ ഓർമയിലും ഹൃദയത്തിലും മായാതെ കിടപ്പുണ്ടെങ്കിലും. ഹൃദയത്തിലിരിക്കുന്ന സാങ്കൽപ്പിക മനുഷ്യനോടവൾ തന്റെ എല്ലാ വികാരങ്ങളും പങ്കിട്ടു. ഒരു ദിവസം ഫോട്ടോ നഷ്ടപ്പെട്ടുവെന്നും പുതിയത് അയക്കണമെന്നും അവൾ അഭ്യർത്ഥിച്ചു. ആ അഭ്യർഥന സഫീക്ക് കാര്യമാക്കിയില്ല. പക്ഷേ ഇടയ്ക്കിടെ കുകി ഓർമിപ്പിച്ചുകൊണ്ടിരുന്നു– 'ഞാൻ നിങ്ങളോട് ഒരു കാര്യം ചോദിച്ചിരുന്നു. നിങ്ങളതു മറന്നതുപോലെ. അതുപോലെ ഒരു ദിവസം നീ എന്നെയും മറക്കും.' മറുപടി പറയാതിരിക്കാനായില്ല സഫീക്കിന്. അവനെഴുതി, - 'ഇപ്പോൾ ഫോട്ടോയില്ല. ഞാൻ കഴിഞ്ഞ ഇരുപതു കൊല്ലമായി ഫോട്ടോയെടുത്തിട്ടില്ല. സ്റ്റുഡിയോവിൽ പോയി ഫോട്ടോയെടുക്കാൻ എനിക്ക് മടിയാണ്. പക്ഷേ നിനക്കു വേണ്ടി ഞാനെന്തും ചെയ്യും, നിനക്കറിയാമല്ലോ. ഞാൻ ഫോട്ടോ എടുത്ത് കഴിയുന്നത്ര വേഗം നിനക്കയയ്ക്കുകതന്നെ ചെയ്യും.'

അവനങ്ങിനെ പറഞ്ഞു കൊണ്ടിരുന്നു. ഫോട്ടോ വന്നതുമില്ല. കുകി പറയാതായി. ഇരുപതുകൊല്ലം മുമ്പത്തെ ഫോട്ടോയാണതെങ്കിൽ ഇപ്പോഴവൻ എങ്ങിനെയിരിക്കും? കുറച്ചധികം പ്രായമായിക്കാണും. കുകിക്കും പ്രായംവെച്ചിട്ടുണ്ട്. മുഖം ഒന്നുകൂടി വട്ടത്തിലായി. അമ്പതുകളിലെ മനുഷ്യനെ അവൾ മനസ്സിൽ കണ്ടുനോക്കി, ബ്രൗൺ കണ്ണുകൾ, ചുവന്ന ചുണ്ടുകൾ, മീശ, നരകയറുന്ന മുടി. ഒരു ദിവസം അവളെഴുതി, 'എനിക്കിനി ഫോട്ടോയുടെ ആവശ്യമില്ല. നിങ്ങൾ ഫോട്ടോജനിക്കാണോ അല്ലയോ എന്നറിയുകയും വേണ്ട. പക്ഷേ നിങ്ങൾ എന്റെ അഭ്യർഥന മാനിച്ചില്ല, അതിലാണ് സങ്കടം. നിങ്ങളെന്താണോ, അതെനിക്ക് സ്വീകാര്യമാണ്. നിങ്ങൾ വികലാംഗനോ, അന്ധനോ, മറ്റെന്തെങ്കിലുമോ ആണെങ്കിലും പ്രശ്നമല്ല. ആവർത്തിച്ചു പറഞ്ഞിട്ടും എന്റെ അഭ്യർഥന മാനിക്കാത്തതിൽ എനിക്ക് ഹൃദയവേദനയുണ്ട്. എന്തിനാണ് നീ പേടിക്കുന്നത്? ഇത്രയധികം പങ്കുവെച്ചശേഷം നിന്റെ രൂപം എന്തെങ്കിലും മാറ്റമുണ്ടാക്കുമെന്നോ? എന്നിലൊരു വിശ്വാസവും ഇല്ലേ നിനക്ക്?'

ഈ ഇ–മെയിൽ സഫീക്കിൽ ചലനമുണ്ടാക്കി. അവളുടെ കത്തിൽ അസ്വസ്ഥനായി അവൻ വ്യത്യസ്ത പോസിലുള്ള നാല് ഫോട്ടോ അയച്ചു.

ഒന്ന് മരത്തിനു കീഴെ, മറ്റൊന്ന് പാലത്തിനു മുകളിൽ, വേറൊന്ന് പാർക്കിൽ. അങ്ങനെ ഫോട്ടോ തുറക്കുന്നതിന് മുമ്പ് അവൾ കത്തു വായിച്ചു. മെയിലിൽ ഒരു ഭയം ഉൾച്ചേർന്നിരിക്കുന്നു. എന്താണാ ഭയം? അതവളെയും ഭയപ്പെടുത്തി, പരിഭ്രമിപ്പിച്ചു. മോണിറ്ററിൽ ഫുൾസ്ക്രീൻ വ്യൂവിനു സ്വിച്ചമർത്തി അവൾ തരിച്ചിരുന്നു; നേരത്തേ അയച്ച ഫോട്ടോയുമായി യാതൊരു സാമ്യവും അതിനുണ്ടായിരുന്നില്ല.

ഈ അപരിചിതൻ ആരാണ്?

ഇയാൾക്കാണോ അവൾ ഇത്രയും കാലമായി ഇ-മെയിലയച്ചുകൊണ്ടിരുന്നത്?

അവൾ ലൈംഗികവേഴ്ചയെക്കുറിച്ച് സംസാരിക്കുമായിരുന്നു, കാമസൂത്രയിലെ വിവിധ പോസുകളുപയോഗിച്ചുകൊണ്ട്. ഇല്ല, ഇതു ശരിയല്ല. ഇയാൾ അത്ര സുന്ദരനല്ല. തലയിൽ അത്രയ്ക്ക് മുടിയുമില്ല. മീശയില്ല, ഇത് സഫീക്കാവില്ല. അവൾ സങ്കൽപ്പിച്ച രൂപവുമായി ഇതിന് സാമ്യമില്ല.

ഇതൊരു ഗൂഢാലോചനയാണോ? ഇയാൾ ഒരു വഞ്ചകനാണ്. വിടൻ. അതാണയാൾ ഫോട്ടോ അയയ്ക്കാനിത്ര മടിച്ചത്, അതാണയാൾ ഇങ്ങനെ എഴുതിയത്, 'ഞാനിതാ ഫോട്ടോ അയക്കുന്നു. ഇനിയെല്ലാം വിധിയുടെ കൈയിലാണ്.' ഇതിൽ അയാളുടെ ഉദാസീനത വ്യക്തമാണ്.

അവൾ വിങ്ങിക്കരയാൻ തുടങ്ങി. എന്തിനീ പ്രഹസനം? അയാളുടെ ആകാംക്ഷ, വികാരങ്ങൾ, കവിതാപ്രേമം –എല്ലാം തട്ടിപ്പാണോ? യഥാർഥത്തിൽ അവളെ സ്നേഹിച്ചിരുന്നുവെങ്കിൽ എങ്ങിനെയാണ് ഇത്രയും കള്ളങ്ങൾ പറയാൻ തോന്നിയത്? ഇതൊരു ദിവസം പിടിക്കപ്പെടുമെന്നും അതു കുകിയെ വേദനിപ്പിക്കുമെന്നും അയാൾക്കറിഞ്ഞു കൂടെ? ഇന്റർനെറ്റിൽ പ്രേമിക്കാനാവില്ലെന്നായിരുന്നു കുകി കേട്ടിരുന്നത്. ഒരാൾക്ക് പ്രശംസിക്കാനും ലൈംഗിക അഭിവാഞ്ഛ ജനിപ്പിക്കാനുമേ കഴിയൂ. സൈബർലോകത്തെ ബന്ധങ്ങൾ എളുപ്പം കഴിയുന്നു. നിർമിച്ചെടുത്ത ഒരു പരിസരത്ത് നിങ്ങൾക്ക് കൂട്ടുകാരനോട് ഇഷ്ടമുള്ള രീതിയിൽ പ്രതികരിക്കാൻ സാധിക്കും. അവ സങ്കൽപ്പവും ഫാന്റസിയും ചേർന്നതാണ്, കൂടുതലോ കുറവോ അല്ല. സൈബർ സ്നേഹത്തിൽ ദേഹം മാത്രമേ നിലനിൽക്കുന്നുള്ളൂ, മനസ് തീരെയില്ല. അവൾക്ക് ശ്രദ്ധിക്കാമായിരുന്നു. അവൾ സ്വയം കുറ്റപ്പെടുത്തി.

ഇന്ദ്രിയപ്രേമത്തിന്റെ ആരാധകനാണ് സഫീക്ക്. പക്ഷേ കുകി വ്യത്യസ്തയായിരുന്നു. കെണികളറിയാതെയാണവൾ ഈ വഴിയിലകപ്പെട്ടത്.

ആരെയാണവൾ വിശ്വസിക്കുക? അനികേതിനെ? ആരാണവളുടെ ഏറ്റവും അടുത്ത് നിൽക്കുന്നത്? എങ്ങനെയാണ് അവൾ അവനെ വിശ്വസിക്കുക? എന്താണവൻ പ്രതികരിക്കുക? അവളുടെ കുടുംബമെന്താകും? ഈ പ്രായത്തിൽ എങ്ങിനെയാണവൾ പ്രേമത്തിലാവുന്നത്? അതും ഇങ്ങനെയൊരാളുമായി?

അവൾ കത്ത് പലവട്ടം വായിച്ചു. സൂംചെയ്ത ഫോട്ടോവിലെ സഫീക്കിനെ മനസിൽ കണ്ടു. ഇത് വേറൊരാളായിരിക്കണം. ഇയാൾ അപരിചിതനാണ്. അവൾക്ക് ദു:ഖം തോന്നി, ഇപ്പോഴവൾക്ക് ഈ മനുഷ്യന്റെ രൂപം മാത്രമേ മനസിൽ കാണാനാവുന്നുള്ളൂ. ആദ്യം കണ്ടിരുന്നത് കാണാനാവുന്നില്ല.

'നിങ്ങൾക്കെങ്ങിനെ എന്നെ പറ്റിക്കാനായി?' കുകി എഴുതി.'ഇയാൾ ആരാണ്? ഈ പുതിയ ഫോട്ടോയിലെ മനുഷ്യൻ ആരാണ്? ഇവർ രണ്ടും ഒരാളല്ല. ഇതിലാരാണ് സഫീക്കെന്ന് ഞാനെങ്ങിനെ അറിയും? ആർക്കാണ് ഞാൻ ഹൃദയം പകർന്നത്? എന്റെ വേദന മനസിലാക്കാൻ ശ്രമിക്കൂ, എനിക്കിത് എത്ര വിഷമകരമാണെന്ന് മനസിലാക്കൂ.'

'നിങ്ങളെന്തിന് ഇതുചെയ്തു? ഇതിൽ നിങ്ങൾക്ക് എന്ത് സന്തോഷമാണ് കിട്ടിയത്? ഞാനിത് നിങ്ങളിൽനിന്ന് പ്രതീക്ഷിച്ചില്ല. ഇതിനുശേഷം ഈ ബന്ധം തുടരാൻ വളരെ ബുദ്ധിമുട്ടുണ്ട്. ഇനി എഴുതാനാവുമെന്ന് എനിക്ക് തോന്നുന്നില്ല. ഇത് ഒരുപക്ഷേ എന്റെ അവസാനത്തെ കത്താവും. ഞാൻ പൂർണമായും തകർന്നു പോയി. ഇനി നിന്നിൽ നിന്നും എനിക്ക് ഒന്നുമേ വേണ്ട.'

ശേഷം അവൾ ക്ലിക്ക് ചെയ്തു –'സെൻഡ്'

അപ്പോൾ തന്നെ അവൾ സഫീക്കിന്റെ വാക്കുകൾ ഓർത്തു : 'ഏറ്റവും വലിയ അത്ഭുതം എനിക്ക് നിന്നെ എത്ര വേണമെന്നും, നിനക്ക് എന്നെ എത്ര വേണമെന്നുമുള്ളതാണ്.'

കുകിയുടെ കത്തിന് മറുപടിയായി സഫീക്ക് എഴുതി, 'ഇങ്ങനെ എന്തെങ്കിലും സംഭവിക്കുമെന്ന് എനിക്കറിയാമായിരുന്നു. അതുകൊണ്ടാണ് ഫോട്ടോ അയയ്ക്കാൻ ഞാൻ മടിച്ചത്. കാലം എന്നിൽ മാറ്റം വരുത്തിയത് എന്റെ കുറ്റമാണോ? ഞാൻ നിന്നെ എങ്ങനെ ബോധ്യപ്പെടുത്തും? രണ്ടും എന്റെ ഫോട്ടോ തന്നെയാണ്. ഇരുപതു വർഷം മുമ്പെടുത്ത എന്റെ ഫോട്ടോ അയച്ചത് എനിക്ക് പറ്റിയ ഒരബദ്ധമാണ്. പക്ഷേ എനിക്ക് രഹസ്യ ഉദ്ദേശ്യങ്ങളൊന്നുമില്ലായിരുന്നു. അപ്പോഴെന്റെ കൈയിൽ പുതിയ ഫോട്ടോ ഇല്ലായിരുന്നു. എല്ലാ ദിവസവും കണ്ണാടിയിൽ ഞാൻ എന്റെ മുഖം കാണുന്നുവെങ്കിലും, എന്നിൽ വരുന്ന സൂക്ഷ്മമായ മാറ്റങ്ങൾ എനിക്ക് മനസിലാവാത്തവയാണ്.'

'നീ നിർബന്ധിച്ച് പറഞ്ഞില്ലായിരുന്നുവെങ്കിൽ ഞാനാ ഫോട്ടോ അയയ്ക്കുകയില്ലായിരുന്നു. ഒരാളുടെ രൂപത്തിൽ കാലം വരുത്തുന്ന മാറ്റങ്ങളെക്കുറിച്ച് എനിക്ക് ബോധ്യമാകുന്നു.'

ഞാനിന്ന് അല്ലാഹുവിനോട് പ്രാർഥിച്ചു. ഇങ്ങനെ എന്തിനാണ് എന്റെ രൂപത്തിൽ അവൻ മാറ്റം വരുത്തിയത്? അവൻ എന്താണെന്നെ സ്ഥിരമായി സുമുഖനാക്കി നിർത്താത്തത്? ഓർമിച്ചു നോക്കൂ രോക്ഷണാ, ഞാൻ പലതവണ നിന്നോട് പറഞ്ഞിട്ടുണ്ട്, ഞാനത്ര സുമുഖനല്ലെന്ന്. നീയൊരിക്കലും എന്നെ വിശ്വസിച്ചില്ല, ഞാൻ തലക്കനമില്ലാതെ വിനയം കാട്ടിയതാണെന്ന് നീ ധരിച്ചു. പക്ഷേ രൂപമാണോ എല്ലാം? ആണോ?

ഞാൻ നിന്നെ ഒരുപാട് സ്നേഹിക്കുന്നു, രോക്ഷണാ, നീ എന്നെ ഉപേക്ഷിക്കുമെന്നു പറയുമ്പോൾ, എന്നിലേക്ക് ഇരുട്ടുകയറുന്നതായി തോന്നുന്നു. നീ തന്ന ഉറപ്പുകൾക്കെന്തു പറ്റി? ഒരിക്കൽ നീയിങ്ങനെ എഴുതിയതാണ്, 'എനിക്ക് നിന്നെ സ്വീകരിക്കാനാവും-നീ അംഗവൈകല്യമുള്ളവനോ അന്ധനോ മറ്റെന്തെങ്കിലുമോ ആണെങ്കിലും, ഇത്ര വേഗം ഈ ഉറപ്പുകൾ മറന്നു പോയോ?

ഞാനൊരു വഞ്ചകനല്ലെന്ന് എങ്ങിനെ ബോധ്യമാക്കും?
നീയാണെന്റെ ലോകം, സത്യമായും!
രോക്ഷണാ,
രോക്ഷണാ,
ആദ്യം ഞാൻ ക്ഷമ ചോദിക്കുന്നു.
ഞാൻ നയിച്ച ജീവിതത്തിന്,
ഇപ്പോഴീ ദിവസങ്ങളിൽ;
എന്റെ ഒറ്റപ്പെടൽ
എന്നെ നല്ലവനാക്കി.
ഓടിപ്പോകരുത്.
ഞാനിവിടെ ഇരുട്ടിലാണ്
മൗനം അന്തരീക്ഷത്തിൽ നിറയുന്നു
എന്താണ് നോക്കാത്തതെന്ന് ഞാനത്ഭുതപ്പെട്ടു
നീ എത്ര ശ്രദ്ധിക്കുന്നു.
ഈ ജീവിതം കഴിഞ്ഞിട്ടില്ല
എന്നിട്ടും ഞാൻ ഇവിടെ മരവിച്ചിരിക്കുന്നു
നീയെനിക്ക് കരതലം തരിക
ഞാൻ നിന്റെ കവിളിൽ തലോടും
ഞാൻ ചെയ്തത് നിന്നെ
ഏറെ വിഷമിപ്പിച്ചിട്ടുണ്ട്,
പക്ഷേ അവ ബോധപൂർവമല്ല.
എന്നോട് പൊറുക്കൂ, എനിക്ക് മാപ്പു തരൂ
ഏറെ ഏറെ മാപ്പ്
എന്നോട് ക്ഷമിക്കൂ, എനിക്ക് മാപ്പ് തരൂ
എനിക്ക് നീയില്ലാതെ ജീവിതമില്ല
നിന്റെ പുഞ്ചിരി, നിന്റെ സ്പർശം.'

സഫീക്ക് പശ്ചാത്തപിക്കുന്ന യുവാവിനെപ്പോലിരുന്നു. അവൾക്കത് വായിച്ചപ്പോൾ ആകർഷണം തോന്നി, അവളുടെ ദേഷ്യം കുറഞ്ഞു. ചക്രവാളത്തിൽ മേഘങ്ങൾക്കുശേഷം അവൾക്ക് പുതിയ പ്രഭാതങ്ങൾ തേടാമെന്നു തോന്നി. അവൾ വീണ്ടും അഡോബ് ഫോട്ടോഷോപ്പിൽ ആ ഫോട്ടോകൾ തുറക്കാൻ നോക്കി. എല്ലാ രീതിയിലും ശ്രമിച്ചു. അയാൾ വൃദ്ധനായാൽ എങ്ങിനിരിക്കുമെന്നറിയാനായി.

റോസ് നിറമുള്ള ചുണ്ടുകൾ ഇപ്പോൾ ഒരൽപ്പം വിളറിയതാക്കി. ബ്രൗൺ കണ്ണുകൾ, പുരികങ്ങൾ നേർത്തതാക്കി. അവിടെയും ഇവി

ടെയും ചില ചുളിവുകൾ വരുത്തി. താടി അതുതന്നെ. മീശയില്ലാതെ, ആ മുഖം തികച്ചും വ്യത്യസ്തമായി കാണപ്പെട്ടു. മുടി കുറച്ചു, ഇപ്പോഴ യാളെ തിരിച്ചറിയാൻ ആർക്കും ബുദ്ധിമുട്ടാണ്.

ആദ്യ ചിത്രത്തിലേതുപോലെ ഒരു മീശ വരയ്ക്കാനായി കുകി കംപ്യൂട്ടർ പ്രോഗ്രാമുപയോഗിച്ചു. രണ്ടു ഫോട്ടോകളും സൂക്ഷ്മമായി പരിശോധിച്ചപ്പോൾ അവൾക്ക് ബോദ്ധ്യപ്പെട്ടു, രണ്ടുപേരും ഒരാൾ തന്നെ. അയാൾ കള്ളം പറയുകയല്ല. അവൾക്കാണ് അബദ്ധം പറ്റിയത്. സഫീക്കിന് തോന്നിക്കാണും, അവൾ ഒരു സംശയസ്വഭാവക്കാരിയാണെന്ന്. അയാൾ ആലോചിച്ചു കാണും – 'എനിക്ക് അവൾ മാലാഖ, അവൾക്കോ ഞാനൊരു വഞ്ചകൻ? ഞാനവളെ ദേവതയാക്കി ആരാധിക്കുന്നു. പക്ഷേ ഇവളും ആ അമ്പത്തിരണ്ട് പേരിൽ നിന്നും വ്യത്യസ്തയല്ല.'

അവൾ എഴുതും? കുകിക്ക് വാക്കുകൾ നഷ്ടമായി. ക്ഷമിക്കണ മെന്ന് എഴുതണോ? അറിഞ്ഞുകൂടാത്ത ഏതോ കാരണങ്ങളാൽ അവ ളുടെ വിരലുകൾ കീ ബോർഡിനു മുകളിൽ മടിച്ചു നിന്നു. ഒരു തെറ്റും ചെയ്യാതെ സഫീക്കിന് മാപ്പു ചോദിക്കാമെങ്കിൽ എന്തുകൊണ്ട് അവൾക്കായിക്കൂടാ? ഒരാളുടെ തെറ്റ് ക്ഷമിക്കുന്നത് ആരെയും വേദനിപ്പിക്കില്ല. 'സോറി.' അവസാനം അവൾ എഴുതി. 'നിന്നെ വേദനിപ്പിക്കാനല്ല, ഞാനാ ലോചിച്ചത്. ആ ഫോട്ടോകൾ അത്രയ്ക്ക് വ്യത്യസ്തങ്ങളായിരുന്നു, ആരു കണ്ടാലും സംശയിച്ചു പോകും. ആദ്യമേ നീ അടുത്തകാലത്ത് എടുത്ത ഒരു ഫോട്ടോ ആണ് അയച്ചിരുന്നതെങ്കിൽ ഇത്രയും പ്രശ്നങ്ങ ളുണ്ടാവുമായിരുന്നില്ല. ഞാൻ നിന്നെ ഒരിക്കലും കണ്ടിട്ടില്ല, സങ്കൽപ്പി ച്ചിട്ടേയുള്ളൂ. എനിക്ക് നിന്റെ ഈ രൂപത്തെ സ്നേഹിക്കണം. എന്റെ അവസ്ഥ നിനക്കു മനസിലാകുമെന്ന് പ്രതീക്ഷിക്കുന്നു.'

ആ മെയിൽ അയച്ചശേഷം അവൾ അസ്വസ്ഥയായി.സഫീക്ക് അവൾ ഒരു സുന്ദരിയാണെന്ന് കരുതുകയും, അവന്റെ പ്രതീക്ഷകൾക്കൊത്ത് അവളാകാതിരിക്കുകയും ചെയ്താൽ? സഫീക്കിനവളോടുള്ള ഇഷ്ടം കളയാൻ തുടങ്ങുമോ? കാലം കഴിഞ്ഞതോടെ അവളിലും മാറ്റമുണ്ടായിട്ടുണ്ട്. അവനൊരുപക്ഷേ, ഇങ്ങനെ പരാതിപ്പെടുമായിരിക്കും, 'എന്തൊരു മാറ്റം, നിസാരമായതിനു വേണ്ടി.' അവരെപ്പോഴാണ് രാവിൽ കണ്ടുമുട്ടുക?

# പത്ത്

**എ**ന്തൊരു മാറ്റം, നിസാരനായി ഉറങ്ങുന്ന അനികേതിനടുത്തിരുന്ന് കുകി ആലോചിച്ചു. അവൻ എത്ര സുന്ദരനും നിഷ്കളങ്കനുമാണ്. മുഖം സങ്കടങ്ങളില്ലാതെ, ദിവ്യമായിരിക്കുന്നു.

ശാന്തമായ ഉറക്കത്തിനു ശേഷം ശരീരം പുതിയ വെല്ലുവിളികൾക്ക് തയാറാവും. മനസും പുതുമയോടെ സ്വപ്നങ്ങളെയും മോഹങ്ങളെയും ശരിയായ ദിശയിൽ നിയന്ത്രിക്കും, സ്വയം പരാജയപ്പെടുത്തി മുമ്പിലാകും.

കുറച്ചു മണിക്കൂറുകൾക്ക് മുമ്പ് ഡോക്ടർ അനികേതിന് മരുന്ന് കൊടുത്തു, ഉറങ്ങാൻ പറഞ്ഞു. അയാൾ എഴുന്നേൽക്കുന്നതുവരെ ഉണർത്തരുതെന്നു പറഞ്ഞു. ഡോക്ടർ മുന്നറിയിപ്പു നൽകി – അയാളുടെ മാനസിക സമ്മർദം അയഞ്ഞേ പറ്റൂ.

കുകി എന്തു പറയാൻ? ഇപ്പോഴത്തെ ലോകത്ത് മാനസിക സമ്മർദത്തിന് അനേകം കാരണങ്ങളുണ്ട്. പണ്ടുകാലത്ത് ആളുകൾ വാപൊത്തി ജീവിച്ചു, അവരുടെ ആവശ്യങ്ങൾ ചെറുതായിരുന്നു. സമ്മർദവും കുറവായിരുന്നു. ഇന്നോ, ജീവിതം ഒരു ഓട്ടമായി. എല്ലാവരും മറ്റുള്ളവരുമായി കിടപിടിക്കുന്നു. വേവലാതികൾക്കിടയിൽ എന്താണ് ചെയ്യുക എന്നവൾക്കറിയില്ലായിരുന്നു.

ബി പി 230 ആകാനും മാത്രം അനികേതിന് എന്ത് മാനസിക സമ്മർദമാണ് ഉള്ളതെന്ന് കുകിക്ക് മനസിലാക്കാനായില്ല. അവളവനെ പറഞ്ഞ് മനസിലാക്കാൻ നോക്കി: 'എല്ലാ കുട്ടികളും ഒരുപോലെ ബുദ്ധിമാന്മാരാവില്ല. എല്ലാവർക്കും ക്ലാസിൽ ഒന്നാമതാവാനാവില്ല. ഇപ്പോഴാണെങ്കിൽ എത്ര പ്രൈവറ്റ് എഞ്ചിനീയറിങ്ങ് കോളേജുകളുണ്ട്. നിങ്ങൾക്ക് പണം മുടക്കാമെങ്കിൽ നല്ല വിദ്യാഭ്യാസം കിട്ടും, അത് വലിയ സ്ഥാപനങ്ങളിലാവണമെന്നില്ല.

അനികേത് നിന്നു പോയി.' എനിക്ക് പണം ചെലവാക്കാനാണ് മടി, എന്ന് നിനക്ക് എങ്ങനെ തോന്നി? കുട്ടികൾ വെറുതെയാവുന്നു എന്ന താണ് പ്രശ്നം. പരിശ്രമിച്ച് പഠിച്ചാൽ അവന് സർക്കാർ കോളേജിൽ സീറ്റ് കിട്ടും. നിനക്കത് മനസിലാവില്ല. സ്വകാര്യ – സർക്കാർ കോളേജു കൾ തമ്മിൽ അന്തരം കാണുന്നുണ്ട് ലോകം. ആളുകൾ എന്തു പറയും? നമ്മുടെ മോൻ സ്വകാര്യ കോളേജിലാണെന്നോ? ശരി, ഐ ഐ ടിയിൽ അല്ലെങ്കിലും ഏതെങ്കിലും സർക്കാർ സ്ഥാപനത്തിൽ......?'

'വിഷമിക്കാതിരിക്കൂ.' കുകി പറഞ്ഞു. 'ദൈവം ഓരോരുത്തരെ സൃഷ്ടിക്കുന്നു. എല്ലാവർക്കും ജീവിക്കാൻ വഴിയും കൊടുക്കും.' അനി കേതിന് കലി വന്നു – 'അമ്മയെപ്പോലെ തന്നെ മോനും. പൊട്ടൻ.'

'എന്ത്?'

'പൊട്ടി അമ്മയ്ക്ക് പൊട്ടൻ മോൻ. നീ ഒരു രണ്ടാംതരക്കാരി വിദ്യാർ ഥിനിയല്ലായിരുന്നോ? നിനക്ക് എം എ ഉണ്ടായിട്ട് എന്ത് കാര്യം – വല്ല കാര്യവുമുണ്ടോ?'

അനികേത് ഇങ്ങനെ കളിയാക്കാറുണ്ട്. പലപ്പോഴും അവളുടെ ചെറു നേട്ടങ്ങളെ കളിയാക്കും. പിന്നെന്തിനാണവൻ അവളെ വിവാഹം കഴി ക്കാൻ തയാറായത് എന്നവൾ അത്ഭുതപ്പെടും. അവളോടുള്ള അവന്റെ സ്നേഹമെല്ലാം പൊയ്പ്പോയി. അതെല്ലാം പൂർവജന്മ കാര്യങ്ങളാണെ ന്നും ഇപ്പോൾ അനികേതിന്റെ കൂടെ വേറൊരു ജീവിതത്തിലാണെന്നും അവൾക്കു തോന്നി.

രാവിലെ തന്നെ ഒരങ്കത്തിനു പുറപ്പെടേണ്ട എന്നു കരുതി കുകി അവന്റെ അഭിപ്രായങ്ങൾ കേട്ടതായി ഭാവിച്ചില്ല. അങ്ങനെയത് നിന്നു. എന്തിനാണിയാൾ ഇത്ര ആലോചിക്കുന്നത്? അനികേതിന്റെ മനസിനു ള്ളിൽ അലയടിക്കുന്ന സങ്കീർണമായ രാക്ഷസീയ ചിന്തകളെ പുറത്തു കൊണ്ടുവരാൻ അവളെന്താണ് ചെയ്യുക? ഇപ്പോൾ അനികേതിന് എന്താണ് വേണ്ടതെന്ന് മനസിലാക്കാൻ അവൾ പാടുപെട്ടു. കഴിഞ്ഞ രണ്ടു കൊല്ലമായി പ്രമോഷനെക്കുറിച്ച് അവന് വേവലാതിയുണ്ട്.പക്ഷേ ഇപ്പോൾ പ്രമോഷനായി, എന്നിട്ടും സന്തോഷമായോ? ഇല്ല. അതുകഴി ഞ്ഞ് ജീവിതത്തിൽ എന്തെങ്കിലും മാറ്റമുണ്ടായോ? 35,000 ൽ നിന്ന് ശമ്പളം 45,000 ആയി. അതിലെന്തെങ്കിലും കാര്യമുണ്ടോ? അവൻ അധിക വും ഹെഡോഫീസിലായിരുന്നു, ഇപ്പോൾ ഫീൽഡിലാണ്. ഓഫീസിലി രിക്കുമ്പോൾ ഫീൽഡ്‌വർക്കിനുവേണ്ടി മോഹിക്കും. ഫീൽഡിലാ യപ്പോൾ, കസ്റ്റമേഴ്സിന്റെ വിളിയോടു വിളി. ഇപ്പോഴവന് ഓഫീസ് വർക്കു മതി. ഓഫീസ് വർക്കെന്നുപറഞ്ഞാൽ എ സി മുറിയിൽ ഇരിക്കാമല്ലോ, ഒന്ന് ഇടയ്ക്കൊന്നു നടു നിവർത്താം. ഇത് മനുഷ്യസ ഹജമായ സ്വഭാവമാണ് – മറ്റേ അറ്റത്ത് മരീചിക. ഇതൊക്കെയാണ് അവനെ മാനസിക സമ്മർദത്തിലും അതൃപ്തിയിലുമാക്കിയത്.

'നിങ്ങളൊരിക്കലും സന്തോഷവാനല്ല.' കുകി പറഞ്ഞു. 'വേണ്ടതു ലഭിച്ചാലും, നിങ്ങൾക്ക് വേറെ എന്തെങ്കിലും വേണം. നിങ്ങൾക്കറിയാം.

എല്ലാം ഒരിക്കലും ലഭിക്കില്ല എന്ന്. എല്ലാം ലഭിച്ചാൽ പിന്നെന്തു ജീവിതം?'

അനികേതിന് ദേഷ്യം വരും. 'അതെ,നിനക്കങ്ങനെ പറയാൻ എളുപ്പമാണ്. നീ പുറത്തുപോവുന്നില്ല, ജോലി ചെയ്യുന്നില്ല. നീ എന്തെങ്കിലും വെച്ച് വിളമ്പി സന്തോഷമായിരിക്കും, ഏകതാ കപൂറിന്റെ സീരിയലും കണ്ട്.'

അയലത്തുകാർ കേൾക്കുമെന്ന് ഭയന്ന് കുകി ഒരിക്കലും അനികേതിന്റെ നേരെ ഒച്ചയെടുക്കാറില്ല. എന്നാൽ അനികേതിന് പെട്ടെന്ന് ദേഷ്യം വരും. അയാൾ വീടിനെക്കുറിച്ചാണോ വിഷമിക്കുന്നത്? ഭുവനേശ്വരിലുള്ള അവരുടെ ഫ്ളാറ്റിൽ ഒരു ക്രൂരനാണ് താമസിക്കുന്നത്. ആദ്യമാദ്യം കുറച്ച് പൈസ തരുമായിരുന്നു. പിന്നീട് വാടക തരാതായി. അവരോടയാൾ മോശമായി പെരുമാറി, വാടക ചോദിക്കാനാരും പോകാതിരിക്കാൻ പലവേലകളും കാണിച്ചു. അതുകൊണ്ട് വാടക മേടിക്കാൻ ബന്ധുക്കളാരും പോവാൻ തയാറായില്ല. എത്ര നല്ല ഇരുനില വീടാണ്. വീടിനു വേണ്ടി ഏഴോ എട്ടോ ലക്ഷങ്ങൾ ചെലവാക്കി. അനികേതിന്റെ അനിയൻ എങ്ങനെയോ ആ ക്രൂരന്റെ വലയിലായി, അവനെ മെരുക്കാൻ പറ്റിയതുമില്ല. വീടിന്റെ താക്കോൽ അയാളുടെ കൈയിലായി. അയാൾ സ്വന്തം വീടാണെന്നാണ് പറയുന്നത്. എന്നിട്ടത് റെഡിയായപ്പോഴേ അതിൽ കേറിപ്പറ്റി. ഇപ്പോൾ എട്ട് വർഷം കഴിഞ്ഞു; ഇതുവരെ ഒഴിഞ്ഞിട്ടില്ല.

അനികേത് പോയപ്പോഴെല്ലാം അയാൾ ഒളിച്ചിരിക്കും. അവന്റെ സുന്ദരിയായ ഭാര്യ അനികേതിനെ പറഞ്ഞു മയക്കും, ഞങ്ങൾ ഉടനെ ഒഴിയുമെന്ന്. അവളുടെ ഭർത്താവിന്റെ കമ്പനി നഷ്ടത്തിലാണ്. അതുകൊണ്ടാണ് വാടക ഇങ്ങനെ വൈകുന്നത്. അടുത്ത മാസം എല്ലാം തരും. ഓരോ തവണയും അനികേതിന് തോന്നും, അത് സംഭവിക്കുമെന്ന്. പക്ഷേ അടുത്ത മാസമാകുമ്പോൾ, വാടക തരാതാവുമ്പോൾ വീണ്ടും അലോസരപ്പെടും.

കുകിക്ക് അവിടെ പോകുന്നതിഷ്ടമല്ല. ഒരിക്കൽ അവൾ അയാളെ കാണാൻ പോയിരുന്നു. അയാൾ പുറത്തു വന്നു, ഭാര്യ വന്നില്ല. അയാൾ പറഞ്ഞു, "മാഡം ഇരിക്കൂ, ചായ കഴിക്കാം. എന്റെ ഭാര്യ അയൽപക്കത്ത് പോയി. അവളിപ്പോൾ വരും." അയാളുടെ ചുവന്ന കണ്ണുകൾ കണ്ടപ്പോൾ കുകിക്ക് ഭയമായി. അവളിത്രയും ചോദിച്ചു– "എപ്പോഴാണ് നിങ്ങൾ വീടൊഴിയുക?"

'നിങ്ങൾ പറയുമ്പോൾ ഒഴിയാൻ പറ്റില്ല എനിക്ക്.' അയാൾ മുരണ്ടു. ആദ്യം വേറെ ഒരു വീട് കണ്ടുപിടിക്കണം. ശരിയാണ്, ഞാൻ കഴിഞ്ഞ ഒന്നര വർഷമായി വാടക തന്നിട്ടില്ല. അടുത്താഴ്ച വരൂ, ഞാനെല്ലാം തന്നേക്കാം.'

"അടുത്താഴ്ചയോ? മുംബൈയിലായിരിക്കും ഞാൻ."

'സാരമില്ല, ഞാൻ ഡിമാൻഡ് ഡ്രാഫ്റ്റ് അയച്ചേക്കാം.'

പിന്നെ അയാളോട് സംസാരിക്കാൻ തോന്നിയില്ല. ഒരു തെമ്മാടി.

അവർക്ക് കോടതിയിൽ പോകാം. അത് വേറെ തലവേദനയാവും. ആരാണതൊക്കെ നോക്കുക? പോലീസിൽ പരാതി കൊടുത്താലോ? പക്ഷേ പോലീസ് സഹായിക്കുമെന്ന് എന്താണ് ഉറപ്പ്?

കുകി വീട്ടിലേക്ക് തിരിച്ചു വന്നു. യാത്രയയയ്ക്കാനായി റെയിൽവേ സ്റ്റേഷനിൽ വന്ന മരുമകൻ അവളുടെ മ്ലാനത കണ്ട് പറഞ്ഞു, "മാമി വിഷമിക്കണ്ട. ഞാനീ മുള്ളിനെ വേറൊരു മുള്ളു കൊണ്ടെടുക്കാം. ഗുണ്ടകളെ ഏർപ്പാടാക്കാം."

"അത് സുരക്ഷിതമോ?" കുകി ചോദിച്ചു. പക്ഷേ അതുമായി ബന്ധപ്പെട്ടുണ്ടാകാൻ പോകുന്ന നിയമപ്രശ്നവും കുരുക്കായി.

മരുമകൻ കുറച്ചു ദിവസംമുമ്പ് വിളിച്ചു പറഞ്ഞു, അവൻ ഗുണ്ടകളുമായി അയാളുടെ അടുത്ത് പോയിരുന്നു. അവരൊക്കെ അവന്റെ പഴയ സുഹൃത്തുക്കളാണ്. അവർ അവന്റെ വീട്ടിൽ നിന്ന് ചായ കുടിച്ച് വന്നിട്ട് പറഞ്ഞു: "അനിൽ, പേടിക്കണ്ട. ഉടനെ ഒഴിഞ്ഞോളും, ഞങ്ങൾ അവനോട് സംസാരിച്ചിട്ടുണ്ട്." അയാൾ ബ്ലൂപ്രോൺ കമ്പനിയിൽ സെക്യൂരിറ്റിയായി ജോലി ചെയ്യുകയാണെന്ന് അനികേത് അന്വേഷിച്ചറിഞ്ഞു. കമ്പനിയും നാട്ടുകാരുമായി എന്തൊക്കെയോ പ്രശ്നങ്ങളുണ്ടായി. അതിൽ നിന്നു രക്ഷപ്പെടാനായി കമ്പനി ഇയാളെ നിയമിച്ചിരിക്കയാണ്. ഇയാളെ പേടിച്ചാണത്രേ നാട്ടുകാരിപ്പോൾ മിണ്ടാതിരിക്കുന്നത്.

ഫോൺ താഴെ വെച്ച് അനികേത് തലയ്ക്ക് കൈയും ചാരി ഇരുന്നു.

വീട് പോയി. ഇപ്പോഴത്തെ മാർക്കറ്റ് വിലയനുസരിച്ച് കുറഞ്ഞത് ഇരുപതു ലക്ഷമെങ്കിലും വരും. ഇതിൽ നിന്നൊക്കെ സങ്കടപ്പെട്ട് ബുദ്ധിമുട്ടി, വേറെ വീട് വയ്ക്കേണ്ടി വരുമെന്ന് കുകിക്ക് തോന്നി. അവൾ അനികേതിന്റെ അനിയന്റെ വിഡ്ഢിത്തരത്തെ ചെറുതായി കുറ്റപ്പെടുത്തുകയും ചെയ്തു.

പ്രതിസന്ധികളുടെ ഈ ഘട്ടത്തിലും അനികേത് അനിയന്റെ പക്ഷം ചേർന്നു, കുകിയോട് കലഹിച്ചു. അവസാനം കുകി അയാളെ സമാധാനിപ്പിക്കാൻ ശ്രമിച്ചു – നമ്മളാർക്കും കരുതിക്കൂട്ടി ഒരു ദോഷവും ചെയ്തിട്ടില്ലല്ലോ, നമുക്കും ദോഷം വരില്ല എന്ന് അവൾ വിശ്വസിച്ചു.

എന്നിട്ടും അനികേതിന്റെ മുഖം മ്ലാനം തന്നെ. "വീടിനെ മറക്കാം. അത് ഒരിക്കലും നമ്മുടേതായിരുന്നില്ലല്ലോ. നമ്മളവിടെ ഒരു രാത്രി പോലും കഴിഞ്ഞിട്ടുമില്ല. അതിനോട് ഒരടുപ്പവും തോന്നാതിരിക്കാൻ ബുദ്ധിമുട്ടാണ്. എന്നാലും ഇതാവും വിധി. എപ്പോഴും ഒരു നഗരത്തിൽ നിന്ന് വേറൊന്നിലേക്ക് നമ്മൾ മാറിക്കൊണ്ടിരിക്കും. കുട്ടികൾ വേറെ എവിടെയെങ്കിലുമാവും വളർന്നു വലുതാവുമ്പോൾ താമസിക്കുക. വിരമിച്ച ശേഷം നമ്മളെത്ര കാലം ജീവിക്കുമെന്ന് ആർക്കറിയാം. അതുകൊണ്ട് വീടിനെക്കുറിച്ച് എന്തിന് ദു:ഖിക്കണം? ഞാനെപ്പോഴും ഹിമാലയത്തിൽ പോയി അവിടെയേതെങ്കിലും ഗുഹാമുഖത്ത് സ്ഥിരമായി താമസിക്കുന്ന കാര്യം ഓർക്കും. നിങ്ങൾ കണ്ടോ, ഞാനൊരു ദിവസം ഹിമാലയത്തിൽ പോകും...."

അനികേത് ചോദിച്ചു – "എന്തിനാണിപ്പോഴിത്തരം കാൽപ്പനിക

ചിന്തകൾ? ഈ വീടും മറ്റും നോക്കാതെ ഇത്തരം സ്വപ്നങ്ങൾ കാണാൻ എങ്ങിനെ കഴിയുന്നു? 'ഉത്തരവാദിത്വം' എന്ന വാക്കിനർഥം അറിയുമോ നിനക്ക്? കുട്ടികൾക്കപ്പുറത്ത് നീയെന്തെങ്കിലും ചിന്തിക്കാറുണ്ടോ? നമ്മുടെ മാസവരുമാനത്തിലൊരു വലിയ ഭാഗമടച്ചുകൊണ്ടിരിക്കുന്ന വീട് മറ്റൊരാളുടേതാവുന്ന കാര്യം ആലോചിച്ചിട്ടുണ്ടോ? കൈയിലെത്രയുണ്ടെന്ന്? അനികേതിനൊപ്പം ഇത്തരം കാര്യങ്ങൾ പങ്കിടാൻ എന്നെങ്കിലും നീ തയാറായിട്ടുണ്ടോ? വീട്ടിൽ കുത്തിയിരിക്കും. എന്നിട്ടിങ്ങനെ സ്വപ്നങ്ങളിൽ മുഴുകും."

കുകിക്ക് കരയാൻ തോന്നി. വല്ലാത്ത പേടി തോന്നി. അങ്ങനെ വല്ലതും അനികേതിന് തോന്നുന്നുണ്ടോ? ഇല്ല, അതിന് സാധ്യതയില്ല. അങ്ങനെ തോന്നലുകളുണ്ടെങ്കിൽ അവൻ കാര്യങ്ങളെ ഇങ്ങനെ ലഘുവായി എടുക്കില്ല. എന്നാലും അനികേത് അവളെ വേദനിപ്പിക്കുമ്പോൾ അവളുടെ മനസ് വിഷമിക്കും, അവൾ കരയും. അവളുടെ കഴിവിൽ സംശയിക്കുകയും അവളുമായി കാര്യങ്ങൾ പങ്കുവയ്ക്കാതിരിക്കുകയും ചെയ്യുന്നതിൽ വിഷമിക്കും.

സ്വയം എല്ലാം ചെയ്യുന്നതിൽ അനികേത് തൃപ്തി കണ്ടെത്തും അതാണ് അവൾ സ്വതന്ത്രമാക്കി വിടുന്നത്. കുകിയുടെ താൽപ്പര്യമില്ലായ്മയാണോ അനികേതിന്റെ കുകിയോടുള്ള വിശ്വാസമില്ലായ്മയാണോ – ഏതാണിതിന്റെ പിറകിലെന്ന് പറയാൻ വിഷമമാണ്. എന്തായാലും കാര്യങ്ങളിലൊന്നും കുകി ഇടപെടുന്നില്ലെന്നതാണ് സത്യം.

ഒരുപക്ഷേ, ഇങ്ങനെയൊക്കെയാവാം കുകി സഫീക്കുമായി പ്രേമബന്ധത്തിലാവാൻ തുടങ്ങിയത്. വീടെന്ന ശവപ്പെട്ടിയിൽ നിന്നും പറന്നുയരുന്നത് സ്വപ്നം കണ്ടത്, അനികേത് വീട്ടുഭാരത്തിൽ തളർന്നു പോകാൻ തുടങ്ങിയത്.

അനികേത് ഗാഢനിദ്രയിലായിരുന്നു. കുട്ടികളെക്കുറിച്ചും, പ്രമോഷനെക്കുറിച്ചും, സ്വത്തിനെക്കുറിച്ചുമുള്ള ആകാംക്ഷകളില്ലാതെ, എല്ലാത്തിൽ നിന്നും സ്വതന്ത്രനായി.അവൾ ശരിക്കൊരു പാർട്ണർ ആണോ? ചിന്തിച്ചു, എന്നെങ്കിലും പകുതി ഉത്തരവാദിത്വം ചെയ്തിട്ടുണ്ടോ? ഉത്തരവാദിത്വങ്ങൾ പങ്കുവെച്ചിരുന്നെങ്കിൽ അനികേത് ഇങ്ങനെ നീണ്ട ഉറക്കത്തിലാവുമായിരുന്നില്ല.

പെട്ടെന്ന് അനികേതിന് എന്തെങ്കിലും സംഭവിച്ചാൽ, അവൾ എന്തു ചെയ്യും? അവൾക്ക് ഒന്നും അറിയില്ല. മാസവരുമാനമെത്രയുണ്ടെന്നോ, ലോണെത്രയാണ് അടയ്ക്കുന്നതെന്നോ, ഷെയറുകളിൽ എത്ര നിക്ഷേപിച്ചിട്ടുണ്ടെന്നോ, ഇൻഷൂറൻസ് പ്രീമിയം എത്രയെന്നോ ഒന്നും. വീട്ടിൽ ഭക്ഷണസാധനങ്ങൾ എങ്ങിനെ വരുന്നുവെന്നോ, ഒരു മാസത്തെ ബഡ്ജറ്റ് എത്രയെന്നോ അവൾക്കറിയില്ല. ഇത്ര നിഷ്കളങ്കയായ, മണ്ടിയായ അമ്മയെ കുട്ടികൾ മാനിക്കുമോ?

അനികേത് പലപ്പോഴും അവളെ കളിയാക്കും. വെള്ളാനയെന്ന് വിളിക്കും. ഇത് വെള്ളാനയെ വളർത്തുന്നതുപോലെ തന്നെ. ഒരു ഉപയോ

ഗവും ഇല്ലാതെ, ആയിരക്കണക്കിന് രൂപയും ചിലവാക്കി. സഫീക്ക് ഒരിക്കൽ എഴുതി: 'നീ ശരിക്കും എന്റേതായിരുന്നെങ്കിൽ, ഞാൻ നിന്നെ ഏറ്റവും വിലപിടിപ്പുള്ള സാധനങ്ങളാൽ, പുരാവസ്തുക്കളാൽ, പവിഴങ്ങളാൽ, എന്റെ എല്ലാ സമ്പത്തുക്കളാൽ വിഭൂഷിതയാക്കും. ഗ്ലാസ് ഷോക്കേസിൽ വെച്ച് എല്ലാ ദിവസവും തുടച്ചു വെക്കും. നീ തിളങ്ങിയിരിക്കും, ഞാൻ നിന്നെ ആരാധിക്കും, താലോലിക്കും, ഉഴിയും, എല്ലാ രാവുകളിലും പുണരും. അരികിൽ കിടക്കുന്ന തലയണയിൽ നിന്നെ കിടത്തി ശുഭരാത്രിയിൽ ഉമ്മവയ്ക്കും. രാവു മുഴുവൻ നിന്നെടൊപ്പമിരിക്കും.'

# പതിനൊന്ന്

**നീ** ശരിക്കും എന്റേതായാൽ, എന്റെ എല്ലാ വിലപിടിപ്പുള്ള വസ്തുക്കളാലും, പുരാവസ്തുക്കളാലും, പവിഴങ്ങളാലും, വജ്രങ്ങളാലും, സമ്പത്തുക്കളാലും നിന്നെ വിഭൂഷിതയാക്കും. ഗ്ലാസ് ഷോ കേസിലാക്കി, എന്നും തുടച്ചു വെക്കും. നീ തിളങ്ങി നിൽക്കും, ഞാൻ നിന്നെ ആദരിക്കും, താലോലിക്കും, ഉഴിയും, രാവ് മുഴുവൻ പുണരും. അരികിലുള്ള തലയിണയിൽ എടുത്തുകിടത്തി ശുഭരാത്രിയിൽ ഉമ്മവയ്ക്കും, രാവ് മുഴുവൻ പുണർന്നിരിക്കും. അതാണ് സഫീക്ക് എഴുതിയത്. കുകി ഒരു വസ്തുവാണോ? ഷോ പീസാണോ?' ഉടമസ്ഥന്റെ അഭിമാനം, അയൽക്കാരന്റെ അസൂയ' അതാണോ?

കുകിക്ക് സ്വന്തമായി ഒരു തനിമയില്ലേ? അവൾ 'വെള്ളാന' ആണോ? 'ഉടമ' ആരായാലും അയാളുടെ കൈയിലെ കാണിക്കാനുള്ള സാധനമാണോ അവൾ? 'ഞാനിന്ന് വലിയ സന്തോഷത്തിലാണ് രോക്ഷണാ.' സഫീക്ക് എഴുതി 'എനിക്ക് കാത്തിരിക്കാൻ വയ്യ, ഇപ്പോൾ തന്നെ സന്തോഷം പങ്കുവയ്ക്കണം. കൊളംബിയ സർവകലാശാല എന്റെ ചെറുപ്രബന്ധം അംഗീകരിച്ചിരിക്കുന്നു. ഈ മാസം അവസാനം പാരീസിൽ ഇന്റർവ്യൂവിന് പോകേണ്ടതുണ്ട്. 90 പ്രബന്ധങ്ങൾ സ്വീകരിക്കപ്പെട്ടുവെങ്കിലും മൂന്ന് ഒഴിവേയുള്ളൂ. കടുത്ത മത്സരമുണ്ട്. എനിക്ക് കിട്ടുമോ ഇല്ലയോ എന്നാർക്കറിയാം? ഈ കഠിനാധ്വാനവും ശ്രദ്ധയുമൊക്കെ – നിനക്കു മാത്രം വേണ്ടിയാണ്. നീയാണ് എന്റെ മാലാഖ. നിന്റെ ആശീർവാദങ്ങളുണ്ടെങ്കിൽ ഞാൻ എന്തും ചെയ്യും. നീയെന്നെ അനുഗ്രഹിക്കില്ലേ?'

മെയിൽ വായിച്ചു കഴിയുന്ന നേരത്ത് ടെലിഫോൺ അടിക്കാൻ തുടങ്ങി. "ഹലോ രോക്ഷണാ" – അപ്പുറത്തുള്ളയാൾ ശാന്തമായി പറഞ്ഞു.

സ്വന്തമായതുപോലെ ആ പേര് കുകി സ്വീകരിക്കാൻ തുടങ്ങിയിരിക്കുന്നു. പേര് കേട്ടപ്പോഴേ അവളുടെ ഞരമ്പുകളിൽ രക്തം ഇരച്ചു കയറി.സഫീക്ക്? അവൾക്ക് സന്തോഷം നിയന്ത്രിക്കാനായില്ല. പക്ഷേ പെട്ടെന്ന് ഭയം കൂടി. "എന്തിനാണ് നീ ഇപ്പോൾ വിളിച്ചത്? ഞാൻ പാടില്ലെന്ന് പറഞ്ഞിട്ടില്ലേ? ഇത് അപകടമാവും, രാജ്യങ്ങൾ തമ്മിൽ ശത്രുത കൂടിയിരിക്കുന്ന സമയമാണ്."

"എനിക്കറിയാം. പക്ഷേ എനിക്ക് ആ മധുരസ്വരം കേൾക്കണം, സ്വയം നിയന്ത്രിക്കാനായില്ല."

"ഞാനിപ്പോൾ നിന്റെ മെയിൽ വായിച്ചതേയുള്ളൂ. നിന്റെ തിസീസ് നോമിമേറ്റ് ചെയ്യപ്പെട്ടു?"

"എല്ലാം നീ കാരണം, അല്ലെങ്കിൽ ആ തിരക്കിൽ എന്റെ പേപ്പറെങ്ങനെ തെരഞ്ഞെടുക്കപ്പെടാൻ? നീ ദേവതയാണ്. നീ അല്ലാഹുവിന്റെ ഭാഗമാണ്."

"ഇഡിയറ്റ്, എന്തൊക്കെയാണീ പറയുന്നത്?"

"ഞാൻ സത്യമാണ് പറയുന്നത്. സുബഹാനല്ല ഹമ്മ വാഭി ഹംദി, വാതാ ബാരകസ്മുക വാ താല ജദ്ദുക, വാ ലാ – ഇലാഹ ഗൈരുക്. ബിസ്മില്ലാഹി റെഹ്മാനുർ റഹിം."

"എന്താണ് പറയുന്നത്? എനിക്കൊന്നും മനസിലാവുന്നില്ല." കുകി പറഞ്ഞു.

"നീയാണ് എന്റെ ദൈവം, ആൾമൈറ്റി ഇതു പറയാനാണ് ഞാൻ നിന്നെ വിളിച്ചത്. എനിക്ക് നിന്റെ മുന്നിൽ നമാസ് ചെയ്യണം."

സഫീക്ക് തുറന്നു സംസാരിക്കുന്നു, ലോകത്തെക്കുറിച്ചൊരു വേവലാതിയുമില്ലാതെ. കുകി പരിഭ്രമിക്കുന്നുണ്ടായിരുന്നു. ഉത്സാഹത്തോടെയുള്ള അവനെ നിയന്ത്രിക്കാൻ എളുപ്പമല്ല. നല്ലതെന്തുവന്നാലും അതൊക്കെ രോക്ഷണ എന്ന കുകി കാരണമാണെന്ന് അവൻ ധരിക്കുന്നു. കുകി വന്നതോടുകൂടി അവനെതിരായ കേസ് പിൻവലിച്ചു, അവന്റെ പേര് അന്താരാഷ്ട്രതലത്തിൽ ചർച്ച ചെയ്യപ്പെട്ടു. കുകിയുമായി പരിചയപ്പെട്ടശേഷം അത്തരം കാര്യങ്ങളുടെ ഒരു നീണ്ടനിര തന്നെ അവൻ പറഞ്ഞിട്ടുണ്ട്.

കുകി ഒരിക്കലും ഈ വിചാരം കാര്യമായി എടുത്തില്ല, സഫീക്കിന് ഭാഗ്യം നേടിക്കൊടുക്കുന്നുവെങ്കിൽ അനികേതിന് എന്തുകൊണ്ടില്ല. ഇത്രയധികം ശമ്പളം കിട്ടിയിട്ടും അവർക്കൊരു സന്തോഷകരമായ ജീവിതമില്ല? ചിലപ്പോൾ അവളെ അവൻ മാലാഖയെന്നു വിളിച്ചു, ചിലപ്പോൾ ദേവത.

'എല്ലാ രാത്രിയിലും ഞാൻ സ്വർഗം സ്വപ്നം കാണും. ഒരു മാലാഖയെ നോക്കിനിൽക്കുന്നതു കാണും. നീ എന്റെ ജീവിതത്തിലേക്കു വന്നതുമുതൽ. ആ വ്യത്യസ്ത ലോകത്ത് കാലെടുത്ത് വെച്ചശേഷം ഞാൻ എന്റെ എല്ലാ ദു:ഖങ്ങളും മറന്നു, പ്രകൃതിയുടേയും അതിഭൗതിക പ്രകൃതിയുടേയും സീമകൾ കടന്നു.'

'ദൈവമേ, അതെല്ലാം ശരിയായെങ്കിൽ' കുകി വിചാരിച്ചു. 'എനിക്കങ്ങനെ മാജിക്കൽ കഴിവുകൾ ഉണ്ടായിരുന്നുവെങ്കിൽ, എന്റെയടുത്തെത്തുന്നവർക്ക് ഭാഗ്യം കൊടുക്കാനായെങ്കിൽ, എല്ലാവർക്കും സന്തോഷവും ഐശ്വര്യവും കൊടുത്തേനെ. രണ്ടു രാഷ്ട്രങ്ങളോടും ആജ്ഞാപിച്ചേനെ, ശത്രുത കളയാൻ. അങ്ങനെ എല്ലാം പെട്ടെന്ന് ശരിയായേനെ.'

'നഗ്മയുടെ വിവാഹം നിശ്ചയിച്ചു.' സഫീക്ക് എഴുതി. 'പയ്യൻ യു എസ് എ യിൽ സോഫ്റ്റ് വെയർ ജോലിയാണ്. പാരീസിൽ പോകുന്നതിനു മുമ്പ് അതു നടത്തണമെന്ന് വിചാരിക്കുന്നു. നീയെന്തു പറയുന്നു? തബസും പറയുന്നു, നിസാറിനോട്, എന്റെ ആദ്യഭാര്യയോട് സംസാരിക്കണമെന്ന്. പക്ഷേ ഇതൊക്കെ അവളോട് പറയണമെന്ന് എനിക്ക് തോന്നുന്നില്ല. നീ പറയുന്നതാവും ചെയ്യേണ്ട കാര്യം. എന്ത് പറയുന്നു? അറിയിക്കുക.'

എന്താണ് എഴുതേണ്ടതെന്ന് കുകിയ്ക്ക് മനസിലായില്ല. അവളുടെ അഭിപ്രായത്തിന് എന്താണ് സ്ഥാനം? അവൾ തബസുമ്മിനേയോ സഫീക്കിനേയോ കണ്ടിട്ടില്ല. നഗ്മയെയോ നിസാറിനേയോ കണ്ടിട്ടില്ല. അവരുടെ ഗ്രാമത്തിലെ വീടോ ലാഹോറിലെ ബംഗ്ലാവോ കണ്ടിട്ടില്ല. സഫീക്ക് എന്തുകൊണ്ടാണ് ആദൃഭാര്യയെ ഇഷ്ടപ്പെടാത്തത് എന്ന് അവൾക്ക് അറിയില്ല, കുട്ടികൾ രണ്ടിനേയും വളർത്തുന്നുമുണ്ട്. അവൾ എന്താണെഴുതുക? അമ്മയുടെ കൂടെപ്പോയ നഗ്മയെക്കുറിച്ച് ഒന്നുമറിയില്ല. എന്തായാലും ഈ വിഷയത്തിൽ അമ്മയുടെ അഭിപ്രായം ആരായേണ്ടതാണ്. അവർക്ക് രക്തബന്ധമാണ്. തബസുമ്മിനെക്കാൾ ശക്തമാണ് അവർക്ക് നഗ്മയോടുള്ള ബന്ധം.

'എനിക്കറിയില്ല, നീയെന്തുകൊണ്ടാണ് നിസാറുമായി ചേർന്നുപോകാത്തതെന്ന് സഫീക്ക്' കുകി എഴുതി. 'നിങ്ങൾ തമ്മിലെന്താണിത്ര വിരോധം? എന്തിനാണ് വിവാഹം കഴിച്ച് പിരിഞ്ഞത്? എന്താണ് അവളിൽ ഇഷ്ടപ്പെടാത്തതായി ഇത്രയധികം?'

'എന്നാലും അവളോടൊന്ന് ചോദിക്കേണ്ടതുണ്ട്. അവൾ നഗ്മയുടെ അമ്മയാണ്. ഇതവരുടെ മകളുടെ വിവാഹമാണ്, നീ ഓർക്കണം.'

സഫീക്ക് എഴുതി – 'അതെ, ഞാൻ നിസാറിനെ വെറുക്കുന്നു. അതിനു പിന്നിൽ ലക്ഷക്കണക്കിന് കാരണങ്ങളുണ്ട്. അവൾ വിദ്യാഭ്യാസമില്ലാത്തവളാണ്. തണുത്ത പ്രകൃതക്കാരി. എന്റെ ലൈംഗിക വൈകൃതം അവൾക്കിഷ്ടമല്ല. വഴക്കാളിയും എപ്പോഴും കുറ്റപ്പെടുത്തുന്നവളുമാണ്. ഞാനൊരു വിദ്യാർഥിയായിരിക്കുമ്പോഴാണ് നിസാറിനെ വിവാഹം കഴിച്ചത്. അവൾ വളരെ കുഴപ്പംപിടിച്ച സ്ത്രീയാണ്, എനിക്ക് തീരെ പറ്റില്ല.'

ഇ-മെയിൽ കുകിയിൽ നിസാറിനോട് സങ്കടം ജനിപ്പിച്ചു. വിദ്യാഭ്യാസം കിട്ടാത്തത് അവളുടെ കുറ്റമല്ലല്ലോ. തണുത്ത പ്രകൃതം? എന്താണ് സഫീക്ക് അർഥമാക്കുന്നത്? മിക്കവാറും സ്ത്രീകൾ തണുത്ത പ്രകൃതക്കാരാണ്, അതവരുടെ ലജ്ജ കൊണ്ടാണ്. തുറന്ന ലൈംഗിക വാഞ്ഛ, സ്ത്രീകൾ കാണിച്ചാൽ സമൂഹമത് അംഗീകരിക്കാറില്ല.

സമയവേഗം കൊണ്ട്, തീർച്ചയായും ഒരൽപ്പം മാറ്റം വന്നിട്ടുണ്ട്. 'സുന്ദരി', 'സെക്സി' എന്നിവ ഏകദേശം പര്യായപദങ്ങളായി മാറിയിട്ടുണ്ട്. ലൈംഗിക വൈകൃതത്തെക്കുറിച്ച് പറഞ്ഞാൽ, ഏത് ഭാര്യയാണ് ഭർത്താവങ്ങനെയാവാൻ ആഗ്രഹിക്കുക? പെട്ടെന്ന് കുകിക്ക് മനസിലായി അവളുടെ ലോകവും നിസാറിന്റേതിൽ നിന്ന് ഒട്ടും വ്യത്യസ്തമല്ല. അവൾക്ക് തബസുമ്മിന്റെ ക്ഷമയെ പ്രശംസിക്കാതിരിക്കാൻ പറ്റിയില്ല. സഫീക്കിന്റെ ജീവിതരീതികളെ ഇത്രയും കാലം ക്ഷമയോടെ അവൾ വീക്ഷിച്ചു. നഗ്മയുടെ കല്യാണത്തിന് നിസാറിനോട് ചോദിക്കണമെന്നവൾക്കു തോന്നി. അവൾക്ക് അതൊക്കെ മനസിലാകുന്നുണ്ട്.

കുകിയുടേയും തബസുമ്മിന്റേയും അഭിപ്രായം മാനിച്ച് സഫീക്കിന് ഗ്രാമത്തിലേക്ക് പോകേണ്ടിവന്നു. അവന് സങ്കടമായി, മൂന്നു ദിവസം കുകിയെ വിട്ട് പോകണം. സിറ്റിയിൽനിന്ന് മാറുമ്പോഴെല്ലാം അവൻ കുകിയിൽ നിന്ന് വിട്ടുപോകുന്നതോർത്ത് വിഷമിക്കാറുണ്ട്. എവിടെയോ ദൂരേക്ക് പോകുന്നതുപോലെ, വളരെ ദൂരെ. അവനെ സംബന്ധിച്ചിടത്തോളം സ്റ്റഡി കം സ്റ്റഡിയോ മുറി അവന്റേയും കുകിയുടേയും ബെഡ്റൂമാണ്. അതിനകത്ത് ആരെയും കയറ്റില്ല, തബസുമ്മിനെപ്പോലും. ആ മുറി കുകിക്ക് റിസർവ് ചെയ്തിരിക്കുന്നു. അവന്റെ പണി കഴിയുമ്പോൾ അവനെഴുതും, അവനിതാ അവളുടെ കൈകളിലേക്ക് മടങ്ങിയിരിക്കുന്നു. 'നിന്റെ പുഞ്ചിരികളാൽ, ചിരികളാൽ, കളിയാൽ, ജാലവിദ്യയാൽ എന്നെ പൊതിയുക.'

ഇത്തരം കാര്യങ്ങൾ കുകിക്ക് ശീലമായി. അതവളെ അസ്വസ്ഥമാക്കുന്നു. അവളൊരു മയക്കുമരുന്നു രോഗിയെപ്പോലെ! ആ മൂന്ന് ദിവസങ്ങളിൽ കുകി സഫീക്കിനയച്ച മെയിലുകൾ തുറന്ന് വീണ്ടും വായിച്ചു. പാരീസിനെ സ്വപ്നം കണ്ടു, സഫീക്ക് കൊണ്ടുപോകാമെന്നേറ്റ, കാണാത്ത ലോകം. സുന്ദരികളുടെ, പരിഷ്ക്കാരികളുടെ, വൈനിന്റേയും ഫാഷന്റേയും പാരീസ്. എന്നെങ്കിലും അവൾ പാരീസിൽ പോകുമോ? എന്നെങ്കിലും അവൾ പാരീസിലെ ഈഫൽ ടവർ കാണുമോ?

ലാഹോറിൽ വന്നയുടൻ സഫീക്കെഴുതി: 'ഞാൻ നിന്നോട് കുഴപ്പം പിടിച്ച, അപരിഷ്കൃതയായ സ്ത്രീയാണ് നിസാർ എന്നു പറഞ്ഞതാണ്. അവൾ പറയുന്നു, വിവാഹം ഗ്രാമത്തിലാക്കണമെന്ന്. നീയും തബസുമ്മുമാണ് ഉത്തരവാദികൾ. നിങ്ങൾ പറഞ്ഞതു കേട്ടാണ് ഞാൻ പറയാൻ പോയത്. ആദ്യമേ എനിക്കിതറിയാമായിരുന്നു. തബസുമ്മോ നഗ്മയോ വിവാഹം ഗ്രാമത്തിൽ വെച്ചാഗ്രഹിക്കുന്നില്ല. വിവാഹം ലാഹോറിൽ രഹസ്യമായി നടത്താൻ ഞാൻ തീരുമാനിച്ചു, നിസാറിനെ അറിയിക്കാതെ.'

അവരുടെ കുടുംബപ്രശ്നത്തിൽ കുകി എന്തു പറയാൻ? ലാഹോറിൽ ചടങ്ങ് നടക്കുന്നതാണ് നല്ലതെന്ന് കുകിക്കും തോന്നി. മാത്രവുമല്ല, അവരുടെ സുഹൃത്തുക്കൾ, ബന്ധുക്കൾ, മറ്റ് പരിചയക്കാർ എല്ലാവരും ലാഹോറിലാണ് ഉള്ളത്. ലാഹോറാണ് ശരിയായ സ്ഥലം. പക്ഷേ

അവസാനം നിസാർ ജയിച്ചു. ഗ്രാമത്തിൽ വിവാഹം നടത്താനുള്ള തീരുമാനമായി.

'നിനക്കറിയാം, ഞാനൊരു കുടുംബക്കാരനല്ല. എന്തൊക്കെ സാധനങ്ങളാണ് വേണ്ടതെന്നോ വാങ്ങേണ്ടതെന്നോ, എന്താണ് ചെയ്യേണ്ടതെന്നോ എനിക്ക് ഒരു പിടിയുമില്ല. പിന്നെ ഞാൻ എന്തു ചെയ്യും? ഞാനവിടെ ഉണ്ടാകണമെന്ന് തബസും നിർബന്ധിച്ചു. ഗ്രാമത്തിൽ എനിക്ക് ബോറടിക്കും. ഒന്നും ചെയ്യാനില്ല. എന്നാലും പെൺകുട്ടിയുടെ അച്ഛനായി, അവളുടെ കൈപിടിച്ച് കൊടുക്കേണ്ടതുണ്ട്. ഞാനിന്ന് അല്ലാഹുവിനോട് കോപാകുലനാണ്. രോക്ഷണാ. എന്തിനാണ് എന്റെ രോക്ഷണയെ എന്നിൽനിന്ന് ദൂരെയാക്കുന്നത്? നിനക്കറിയില്ലേ, നീയാണ് എനിക്കെല്ലാം. വേർപാടിന്റെ വേദനയിലിങ്ങനെ ഞാൻ എത്ര നേരം കഴിച്ചുകൂട്ടണം.

നിനക്കറിയുമോ നഗ്മ പറയുന്നു, അവളുടെ 'ഇന്ത്യക്കാരി അമ്മ'യും കല്യാണത്തിന് വരണമെന്ന്. ഞാനവളോട് പറഞ്ഞു മനസിലാക്കി. അതെങ്ങനെ സാധ്യമാകും? രണ്ടു രാജ്യങ്ങൾ തമ്മിലുള്ള ഈ ബന്ധത്തിനിടെ, എങ്ങിനെയാണ് അവളുടെ 'ഇന്ത്യക്കാരി അമ്മ' ലാഹോറിലേക്ക് വരിക?

നിന്നിൽ നിന്ന് ദൂരെ പോകുന്ന ചിന്തതന്നെ എന്നെ ദു:ഖിപ്പിക്കുന്നു, രോക്ഷണാ. എനിക്കിപ്പോൾ വേറെ വഴിയില്ല – അത് നമ്മുടെ മകൾക്കു വേണ്ടിയാണ്. നീയവളെ അനുഗ്രഹിക്കില്ലേ?'

ഗുഡ്ഡു, കുകിയുടെ ഇളയമകന് മഞ്ഞപ്പിത്തമായിരുന്നു. ആ സമയം, കുകി വല്ലാതെ വേവലാതിയിലാണ്. വിഷമിക്കാനൊന്നുമില്ല. മരുന്നു കൊടുത്തിട്ട് ഫലമുണ്ട്, വേഗം മാറുമെന്ന് ഡോക്ടർ പറഞ്ഞു. അനികേത് രണ്ടു ദിവസമായി ലീവിലാണ്. കുട്ടിയെ സ്വൈര്യമായുറങ്ങാൻ അയാൾ അനുവദിക്കില്ല. എപ്പോഴും അടുത്തിരുന്നു ചോദിച്ചു കൊണ്ടിരിക്കും – "സത്യംപറ, നീ സ്കൂൾ പൈപ്പിൽനിന്ന് വെള്ളം കുടിച്ചോ? റോഡരികിൽ നിന്ന് ഐസ്ക്രീം വാങ്ങിക്കഴിച്ചോ? തെരുവിലെ എന്തോ സാധനം വാങ്ങിക്കഴിച്ചിട്ടുണ്ട്! എന്നോട് പറഞ്ഞിരുന്നുവെങ്കിൽ ഞാൻ വാങ്ങിക്കൊണ്ടു വരുമായിരുന്നുവല്ലോ, ഐസ്ക്രീം നിനക്ക്? ഇപ്പോൾ നിന്റെ സ്ഥിതി നോക്കൂ...."

കുകി അലോസരപ്പെട്ടു. അങ്ങനെ തുടർന്നു കൊണ്ടിരുന്നപ്പോൾ കുട്ടിക്ക് ഉറങ്ങാനായില്ല. അവന്റെ തെറ്റ് അംഗീകരിച്ചാൽ രോഗം വേഗം മാറുമെന്നതു പോലെയാണത്. എന്നിട്ടും കുകി മിണ്ടാതിരുന്നു. കുട്ടിക്ക് സുഖമില്ലാതിരിക്കുമ്പോൾ കലഹിക്കുന്നതിൽ അർഥമില്ല. രാത്രിയിൽ ചെറിയ മോൻ അനികേതിന്റെ കൂടെയും മൂത്തവൻ കുകിയുടെ കൂടെയും കിടക്കട്ടെയെന്ന് അനികേത് പ്രഖ്യാപിച്ചു. കുകിക്ക് സങ്കടമായി. അനികേതിന്റെ പ്രസ്താവന വളരെ അപമാനകരമാണ്. അവൾക്ക് മകനെ നോക്കാനുള്ള കഴിവില്ല എന്ന പോലെയാണത്.

ഇതാദ്യത്തേതല്ല, കുറച്ചുകാലം മുമ്പത്തെ ഒരു സംഭവം അവളോർത്തു. അന്ന് മൂത്ത മകന് എട്ടു മാസമേയുള്ളൂ. പൂജാ അവധി

കഴിഞ്ഞ് അനികേത് ചെന്നൈയിൽ നിന്ന് മടങ്ങുകയാണ്. അവർക്ക് എ സി യോ ഫസ്റ്റ് ക്ലാസോ റിസർവേഷൻ കിട്ടിയില്ല. എങ്ങനെയൊക്കെയോ സെക്കൻഡ് ക്ലാസിൽ രണ്ടു സീറ്റ് ഒപ്പിച്ചെടുത്തു. കുകി ലോവർ ബെർത്തിലും അനികേത് സൈഡിലെ അപ്പർ ബെർത്തിലും. കുകി വിസമ്മതിച്ചിട്ടും അനികേത് മകനെ മുകളിൽ കൊണ്ടുപോയി തന്റെ നെഞ്ചിൽ കിടത്തി ഉറക്കാൻ നോക്കി. അത് അയാളുടെ ഒരു ദു:ശീലമാണ്. കുകി ഇത് വളരെ നാളായി കാണുന്നു. അവരെപ്പോഴാണ് ഉറങ്ങിയതെന്ന് കുകിയറിഞ്ഞില്ല. പെട്ടെന്ന് കുഞ്ഞിന്റെ നിലവിളി കേട്ട് കംപാർട്ട്മെന്റിൽ എല്ലാവരും ഉണർന്നു. അനികേത് ഇറങ്ങുന്നതിനു മുമ്പ് കുകി മകനെ മടിയിലെടുത്തു. കണ്ടു നിന്നവരെല്ലാം ഭർത്താവിന്റെ കൂടെ മകനെ മുകളിലത്തെ ബെർത്തിലാക്കിയ കുകിയുടെ ഉത്തരവാദിത്വ മില്ലായ്മയെ പഴിച്ചു.

എല്ലാവരും കുകിയെ നോക്കി. കുട്ടിക്ക് പാലു കൊടുക്കാനെ ന്നോണം അവൾ ബ്ലൗസിന്റെ കുടുക്കുകൾ അഴിച്ചു, പരമ്പരാഗത ചടങ്ങു കൾക്കു ശേഷം കുറേനാൾ മുമ്പു തന്നെ മുലയൂട്ടൽ നിർത്തിയ കാര്യം അവൾ മറന്നു പോയി.

കുകി, സുഖത്തിലും സന്തോഷത്തിലും ഉറങ്ങാനാണ് മറ്റെന്തിനെ ക്കാളും ഇഷ്ടപ്പെടുന്നതെന്ന് അനികേത് വിശ്വസിച്ചു. അതുകൊണ്ടവൻ അവളെ ശാന്തമായി ഉറങ്ങാൻ അനുവദിച്ചു, അതേക്കുറിച്ച് മറ്റു കമന്റു കൾ പറഞ്ഞില്ല. അവരുടെ ആദ്യകാല ആമോദ ജീവിതം അവൻ മറക്കാ ത്തതുപോലെ തോന്നി. ഒരിക്കൽ ഗോപ്യമായ കാര്യങ്ങൾ ചെയ്യുന്നതി നിടെ കുകി ഉറങ്ങിപ്പോയി. അനികേതിന്റെ മനസിടിഞ്ഞു. അപമാനിത നായി. ആ ദേഷ്യം വളരെക്കാലത്തേക്ക് മനസിൽ അടക്കി കൊണ്ടു നടന്നു.

മകന്റെ മത്തപ്പിത്ത സമയത്തും, അവൾക്ക് ഉണർന്നിരിക്കാനായില്ല. ഉറക്കം വന്നാൽ പിന്നെ രക്ഷയില്ല. ഉറങ്ങുന്ന മകനെ നോക്കണമെ ന്നുണ്ട്. അവന്റെ ദേഹത്ത് കൈകൾ വെക്കണമെന്നുണ്ട്. അനികേതിന്റെ തീരുമാനം അവളെ വേദനിപ്പിച്ചു. സുഖമില്ലാത്ത മകനെ വേറൊരു സ്ഥലത്ത് കിടത്തിയിട്ട് അവൾ എങ്ങിനെ ഉറങ്ങും? അത്ഭുതം പോലെ, അവൾക്ക് അന്നുറങ്ങാനായില്ല. അവളുടെ മനസിൽ വേണ്ടാത്ത ചിന്ത കൾ ഉണർന്നു.

നമ്മയുടെ ഇന്ത്യക്കാരി അമ്മാജാൻ, ഇന്ത്യക്കാരി അമ്മ. അവൾ ക്കെന്താണിങ്ങനെ സംഭവിക്കുന്നത്? സഫീക്കിനെ സംബന്ധിച്ചിട ത്തോളം, അവൾ മനുഷ്യസ്ത്രീ മാത്രമല്ല, ദേവതയാണ്. അവളുടെ അനുഗ്രഹമുണ്ടെങ്കിൽ എന്തും സംഭവിക്കും. സഫീക്കിന് ജീവിതം മുഴുവൻ അവളുടെ കൂട്ട് വേണം.

ഒരിക്കൽ സഫീക്ക് എഴുതി:

'എന്നെ സ്നേഹിക്കണം, വാർധക്യത്തിൽ നര ബാധിച്ചാൽ
എന്റെ ജരകൾ വലിച്ചൂരണം.

എന്നെ ദീപനിശകളിൽ ഊഞ്ഞാലാട്ടണം
നമുക്ക് സ്വതന്ത്രരായ വയസൻ മാനുകളാവാം.
മുഴുവൻ രാവും എന്നെ സുരക്ഷിതമായി നോക്കണം
എന്റെ മുടി നരച്ചു വെളുക്കുമ്പോഴും
സത്യമിത്; ഞാൻ പറയുമ്പോൾ വിശ്വസിക്കൂ,
ജീവിതമാകെ ഞാൻ നിന്നെ പ്രതീക്ഷിക്കുന്നു'

അടുത്ത ദിവസം മുതൽ അനികേത് ഓഫീസിൽ പോകാൻ തുടങ്ങും. ഗുഡ്ഡുവിന് പനി കുറഞ്ഞുവെങ്കിലും അവൻ ക്ഷീണിതനായിരുന്നു. അവൾക്ക് സഫീക്കിന് ഒരു ഇ-മെയിൽ അയയ്ക്കണമായിരുന്നു, നന്മയെ അനുഗ്രഹിക്കണം. അവൾക്ക് നന്മ നേരണം. കുകി തന്റെ മുറിയിൽ നിന്ന് പുറത്തു വന്നു. ഗുഡ്ഡുവിനെ നോക്കി. അവൻ ശാന്തനായി ഉറങ്ങുന്നു. അനികേത് അവന്റെ മേൽ ഒരു കൈയും വെച്ച് കൂർക്കം വലിക്കുന്നു. കുകി മുറിയിലേക്ക് തിരിച്ചു വന്നു. അസുഖമുള്ള മകന്റെ ദേഹത്ത് കൈവെച്ച് കിടക്കാതെ അവൾക്ക് ഉറങ്ങാനാവുമോ? അവൾക്ക് കരച്ചിൽ വന്നു. അവൾക്ക് അലറിക്കരയാൻ തോന്നി. 'എന്തിനാണീ ജീവിതം?' അവൾക്കു വേണ്ടിയോ അനികേതിനു വേണ്ടിയോ?

# പന്ത്രണ്ട്

'**ആ**രുടേതാണീ ജീവിതം?' അവളുടെ? അതോ അനികേതിന്റേയോ? ഓരോ കാര്യത്തിലും സഫീക്ക് കുകിയുടെ അഭിപ്രായം ആരായും. മനസുകൊണ്ടും ശരീരംകൊണ്ടും കുകി രണ്ടുലോകങ്ങൾക്കിടയിൽ അകപ്പെട്ടു.

അനികേത് അവളെ ശ്രദ്ധിച്ചതേയില്ല. സഫീക്ക് അവൾക്കു വേണ്ടി ബദ്ധപ്പെട്ടു. എല്ലാ കാര്യത്തിലും അവളുടെ അഭിപ്രായം തേടിയ സഫീക്ക് അവളിലൂടെ പ്രശ്നങ്ങൾക്ക് പരിഹാരം തേടി.

അനികേത് അങ്ങനെയൊരിക്കലും ചെയ്തില്ല. അതിനൊരവസരവും കൊടുത്തില്ല. അനികേതിന് അവളെ വേണം, പക്ഷേ അവളുടെ അഭിപ്രായങ്ങൾ വേണ്ട, അതിനേക്കാൾ അവന് അവളെ മതിയായിരുന്നു. ഓഫീസിൽ നിന്ന് തിരിച്ചെത്തുമ്പോൾ വാതിൽ തുറക്കാൻ ഉണ്ടാവണം, ടൈ ശരിയാക്കാനും ഷൂ ഊരിക്കൊടുക്കാനും ഉണ്ടാവണം.

സഫീക്കിന് വൈകാരികമായും മാനസികമായും അവളെ വേണം, പക്ഷേ, അനികേതിന്റെ ആവശ്യം തികച്ചും ദൈഹികമാണ്.

മിസിസ് ദാസ് നല്ലപോലെ പുറംലോകവുമായി ഇടപഴകും. മിസ്റ്റർ ദാസാണ് അവർക്ക് രാവിലെ ബ്രേക്ക് ഫാസ്റ്റ് ഉണ്ടാക്കുന്നത്.

"നീ മിസ്റ്റർ ദാസിനെ വിവാഹം കഴിക്കാത്തതെന്ത്?"

"ഞാനെന്നും പുറത്തേക്ക് പോവുന്നില്ല. വല്ലപ്പോഴും പോകുന്നതിന് നിങ്ങൾക്ക് ദേഷ്യമെന്തിന്? ശരി. ഇനി മുതൽ വാച്ച്മാന്റെ കൂടെ ഞാൻ കളിച്ചോളാം, നിങ്ങൾ വരുമ്പോൾ സല്യൂട്ട് ചെയ്ത് നിൽക്കാം. പോരേ?' ആ കമന്റ് അനികേതിനെ ചൊടിപ്പിച്ചു.

"നീ അതിരു കടക്കുന്നു." അവൻ താക്കീതു ചെയ്തു.

"സല്യൂട്ട് ചെയ്യുന്നത് മോശം കാര്യമല്ല."

കുകിയും അനികേതും അകലുകയാണോ? എന്താണിങ്ങനെയേറെ പരാതികൾ? കാലങ്ങളായി അടക്കിവെച്ച ദേഷ്യങ്ങൾ പുറത്തു വരാൻ ഓരോരോ കാരണങ്ങൾ കണ്ടെത്തുകയായിരുന്നു. സഫീക്കിന്റെ വരവോടെയാണോ അവയെല്ലാം പുറത്തേക്ക് വരുന്നത്?

എന്തിനാണ് താരതമ്യം. അനികേത് സഫീക്ക്, സഫീക്ക് അനികേത്. അനികേത് ഒരിക്കലും മറ്റ് സ്ത്രീകളുടെ അടുത്ത് പോവില്ല. കുകിയോട് സത്യസന്ധനും വിശ്വസ്തനുമാണ്. സഫീക്കോ, ഒന്നും ഒളിക്കുന്നില്ല. കഴിഞ്ഞുപോയ ജീവിതം മറച്ചുവയ്ക്കാതെ പങ്കു വെക്കുന്നു – 'ഞാൻ തട്ടിപ്പുകാരനോ വഞ്ചകനോ അല്ല, ഞാൻ ഇങ്ങനെയാണ്. നിനക്ക് എന്നെ വേണമെങ്കിൽ, എന്നെ സ്വീകരിക്കൂ, ഇല്ലെങ്കിൽ എന്നെ പോകാൻ അനുവദിക്കൂ.'

താരതമ്യം ചെയ്യാൻ പാടില്ല എന്നു വിചാരിക്കുന്നുവെങ്കിലും അത് അനുപേക്ഷണീയമായി. ഓരോരുത്തരും അവരവരുടെ റോളിൽ പൂർണരാണ്. സഫീക്ക് അവളുടെ പുഞ്ചിരിയാണ്, സ്വപ്നങ്ങളാണ്. അതെ, അയാൾ സ്വപ്നമേകുന്നവനാണ്. അവളിലേക്കവൻ സ്വപ്നങ്ങൾ പൊഴിച്ചു കൊണ്ടിരുന്നു. ജീവിതം ഒരിക്കലും തീരുന്നില്ല. അതു വീണ്ടും മുളച്ചു, പുതുതായി, വെണ്മയോടെ, പൂർണജീവിതം ആസ്വദിക്കാനായി കുകി പകുതി ജീവിതം പോലും നഷ്ടപ്പെടുത്തി. ഇതാണവളുടെ വിധി.

അവൾ ആദ്യമായി നഗ്മയ്ക്കും തബസുമ്മിനും എഴുതുകയായിരുന്നു. അവർക്കു നന്മ നേർന്നും, അവർക്ക് വേണ്ടി പ്രാർഥിച്ചു കൊണ്ടും. സഫീക്ക് പറഞ്ഞ കാര്യങ്ങളേ അവരെക്കുറിച്ച് അവൾക്കറിയൂ. അവർ തമ്മിൽ നേരിട്ട് ഒരു പരിചയവും ഇല്ല. എന്താണവൾ എഴുതുക? ഇതുവരെ കാണാത്ത പെൺകുട്ടി അവളെ ഒരുപാട് സ്നേഹിക്കുന്നു. കുകിയെ അവൾ 'ഇന്ത്യക്കാരി അമ്മ' എന്നു വിളിക്കുന്നു. പെട്ടെന്നവൾ കുറച്ചു വരികൾ എഴുതി, സ്വയം ആശ്വസിച്ചു.

വളരെ മുമ്പ് സഫീക്ക് എഴുതി, 'ഞങ്ങളുടെ കുടുംബം വളരെ വലുതാണ്. പകുതി ഇന്ത്യയിൽ, പകുതി പാക്കിസ്ഥാനിൽ. അന്നവൾ അതിലത്ര ശ്രദ്ധ കൊടുത്തില്ല. അവൾ നഗ്മയെ സംബോധന ചെയ്ത ഇ–മെയിൽ സഫീക്കിന്റെ ഇൻബോക്സിലേക്കയച്ചു. സഫീക്ക് നഗ്മയോട് അവളുടെ നന്മകൾ പറയുമോ ഇല്ലയോ എന്നൊന്നും ആലോചിച്ച് വിഷമിച്ചില്ല. പറയുമായിരിക്കും, ഇല്ലായിരിക്കാം. സഫീക്കന്റെ കുടുംബം അവളെ അത്രകണ്ട് ഏറ്റെടുത്തിട്ടില്ലായിരിക്കാം. നഗ്മ പ്രതികരിക്കുന്നില്ലെന്ന് ആർക്കറിയാം. അടുത്ത ദിവസം രാവിലെ സഫീക്ക് തന്റെ കുടുംബത്തെയുംകൂട്ടി ഗ്രാമത്തിലേക്ക് പോകും. പിന്നവിടെ മൂന്ന്–നാല് ദിവസത്തെ മൗനമാവും. ജീവിതം അന്തിച്ചു നിൽക്കുന്നതുപോലെ തോന്നും. സമയം നിലയ്ക്കും. ഒരിക്കൽ കുകി നാലു ദിവസത്തേക്ക് പുറത്തേക്ക് പോയി. അപ്പോൾ സഫീക്കിന്റെ ഒരു മെയിൽ വന്നു കിടന്നു–

'നാലു ദിവസം കഴിഞ്ഞു
ഇങ്ങനെ ഇതുവരെ പിരിയാതെ

എനിക്ക് നീ നഷ്ടപ്പെടുന്നു,
എന്റെ മനസിൽ മൗനമായി  ഇഴയുന്നു നീ
നിന്റെ ചിരി, ദൈവമേ അതിന്റെ ദീപ്തി മനസിൽ നിറയുന്നു.
ഈ കാത്തിരിപ്പ്, ഇതെന്നിൽ
നിതാന്ത ജ്വാല നിറയ്ക്കുന്നു.
നിന്റെ ചുണ്ടുകളിലെ വികാരത്തള്ളലിൽ ഞാൻ നിറയുന്നു.
നിന്റെ കരങ്ങൾ ദിവ്യശക്തിയിൽ
രോക്ഷണാ, നീ സൂര്യതേജസ് നിറയ്ക്കുന്നു
എന്നിൽ പ്രഭാത മഞ്ഞുതുള്ളി പൊഴിക്കുന്നു.
നിന്റെ പ്രേമത്തിലടിഞ്ഞതിൽ അത്ഭുതമുണ്ടോ?
നീയെന്നിൽനിന്നു തിരിഞ്ഞു പോകവെ
എന്റെ ഹൃദയം മുറിയുന്നു, അശ്രുക്കൾ പൊഴിയുന്നു
ജീവിതം ശൂന്യമാക്കുന്നു, നീയതെടുക്കുന്നു
ഞാനൊരു ചിപ്പി മാത്രം
കടിഞ്ഞാണില്ലാതെ ഞാൻ
ഓരോ ശ്വാസമെടുപ്പിലും
അതുകൊണ്ട് കാറ്റടിച്ചലറുമ്പോൾ എന്നെ ഓർക്കുക
മകരം പ്രകൃത്യാ മരിച്ചു വീഴുമ്പോൾ എന്നെ ഓർക്കുക
സൂര്യൻ വാടുമ്പോൾ എന്നെ ഓർക്കുക
ഓർക്കുക ഒരിക്കൽ നീ എന്റേതായിരുന്നു.'

സഫീക്ക് ഗ്രാമത്തിലേക്ക് പോയി രണ്ടു ദിവസം കഴിഞ്ഞപ്പോൾ പെട്ടെന്ന് കുകിക്ക് ഫോൺ വന്നു. "എന്തു പറ്റി? എന്താ നീ വിളിച്ചത്?" അവൾ ചോദിച്ചു. "വിളിക്കരുതെന്ന് പറഞ്ഞിട്ടില്ലേ ഞാൻ. ഓർമ്മയില്ലേ. നമ്മൾ രണ്ടുപേരെയും നീ അപകടത്തിലാക്കും."

സഫീക്കിന് ഒന്നും പറയാനുണ്ടായില്ല. കുകി രഹസ്യമായും സന്തോഷത്തോടെയും അവനെ വിലക്കി. അവൾക്കു സ്വയം സ്നേഹത്തിന്റേയും സന്തോഷത്തിന്റേയും സുഗന്ധം പരക്കുന്നതായി തോന്നി." എനിക്ക് പ്രതീക്ഷിച്ചിരിക്കാനായില്ല. "നേരിയ വേദനയോടെ പറഞ്ഞു "ഇവിടെ സൈബർ കഫെകളൊന്നും ഇല്ല. കഴിഞ്ഞ നാലു മണിക്കൂറായി നിന്നെ വിളിക്കാൻ ഞാൻ ശ്രമിച്ചു കൊണ്ടേയിരിക്കുകയായിരുന്നു. പെട്ടെന്ന് പറയാം, എന്നാലേ കൂടുതൽ പറയാനൊക്കൂ. സുഖമാണോ? എന്നെ നഷ്ടമാകുന്നുവോ, ഇല്ലേ? നീയില്ലാതെ എന്റെ ജീവിതം വെറുതെയാണ്. എത്രയും പെട്ടെന്ന് എനിക്ക് ലാഹോറിലേക്ക് തിരിച്ചു പോകണം. ലാഹോറിൽ എത്തിക്കിട്ടിയാൽ ഞാൻ നിന്റെ കൈകളിലേക്ക് തിരിച്ചു വരും. ഇവിടെ എനിക്കൊരു പണിയുമില്ല, ഒന്നും ചെയ്യാതിരുന്നു ബോറടിക്കുകയാണ്."

"ഒരു പണീം ഇല്ലാത്തതെന്ത്? നഗ്മയുടെ വിവാഹ നിശ്ചയം കഴിഞ്ഞുവോ?"

"ഇന്നാണ് അവളുടെ വിവാഹ നിശ്ചയം."

“ഇന്നാണ് വിവാഹനിശ്ചയം. എന്നിട്ട് നീ നാലുമണിക്കൂറായി ടെലിഫോൺ ബൂത്തിൽ ചെലവഴിക്കുന്നു! ഇതെന്തു കിറുക്ക്?”

“അതെ, എനിക്ക് കിറുക്കാണ്. നിന്റെ മധുരശബ്ദം കേൾക്കണമെന്ന് ഓർത്താൽ എനിക്ക് ഭ്രാന്താണ്.”

“വീട്ടിൽ പോകൂ, എല്ലാവരും നിന്നെ കാത്തിരിപ്പാവും.”

പിന്നേയും എന്തോ പറയാൻ സഫീക്ക് ശ്രമിക്കുന്നുണ്ടായിരുന്നു. പക്ഷേ ലൈൻ കട്ടായി. കുകി കുറേ നേരം വീണ്ടും വിളിക്കുമെന്നു കരുതി കാത്തു നിന്നു. പക്ഷേ അത് വെറുതെയായി.

സഫീക്കിന്റെ കിറുക്കിൽ കുകി വിസ്മയിച്ചു. കവികളും കലാകാരന്മാരും അവരുടേതായ രീതിയിൽ കിറുക്കന്മാരാണെന്ന് അവൾക്കറിയാം, പക്ഷേ മകളുടെ വിവാഹനിശ്ചയ ദിവസം നാലു മണിക്കൂർ എസ് റ്റി ഡി ബൂത്തിൽ ചെലവഴിക്കാൻ ഇയാൾക്കെങ്ങനെ സാധിക്കുന്നു?

പക്ഷേ അയാളുടെ കിറുക്ക് അവളിൽ ഗാഢസുഖം പകർന്നു. ഇതാണോ സ്നേഹം? സഫീക്കിനോട് അവൾക്ക് അനികേതിനോടുള്ളതിനേക്കാൾ അടുപ്പം തോന്നി. സഫീക്കിന്റെ നിശ്വാസം അവളുടെ മാറിലേക്കും അവന്റെ അന്തരാത്മാവ് ആ വീട്ടിനുള്ളിലേക്കും ഒഴുകിവന്നതുപോലെ അവൾക്ക് അനുഭവപ്പെട്ടു.

ഫോൺവിളിക്കു ശേഷം കുകി അസ്വസ്ഥയായി. അവളുടെ ഉള്ളം സഫീക്ക് ഒരിക്കലും അവളെ വിളിക്കണമെന്ന് ആശിച്ചിട്ടില്ല. രാജ്യങ്ങൾ തമ്മിലുള്ള ബന്ധം നന്നല്ല. അവരറിയാതെ തന്നെ, രണ്ടുപേരും വലിയ കുഴപ്പത്തിൽ ചാടിയേക്കും. അങ്ങനെ വല്ലതും സംഭവിച്ചാൽ പിന്നെങ്ങനെ അനികേതിന്റെ മുഖത്ത് നോക്കും? അവനോടെന്ത് പറയും? കുട്ടികൾ? അവളുടെ മാതാപിതാക്കൾ? അയൽപക്കത്തുള്ളവർ? ഇതെല്ലാം പ്രേമത്തിനു വേണ്ടിയോ? ആരെങ്കിലും അവളെ വിശ്വസിക്കുമോ? പ്രേമം അതും ഈ പ്രായത്തിൽ? അത്തരമൊരു അങ്കലാപ്പിനേക്കാൾ ഭേദം മരിക്കുന്നതാണ്. ഒരു സ്ത്രീ അവൾക്കുവേണ്ടി മാത്രം ജീവിക്കുമോ? അവളുടെ മാത്രം സ്വാർഥമായ ഇഷ്ടങ്ങൾക്കു വേണ്ടി? കുടുംബത്തിനും രാഷ്ട്രത്തിനും വേണ്ടി അവളുടെ ഇഷ്ടങ്ങൾ അമർത്തിവെക്കുമോ?

ചിലപ്പോഴൊക്കെ കുകി വല്ലാതെ ഭയക്കുന്നു. പക്ഷേ വിധി പോലെയായിരുന്നു അതെല്ലാം, അവൾക്കവയിലൊന്നും നിയന്ത്രണമില്ലാത്തതായിരുന്നു.

കുറച്ചുദിവസങ്ങൾക്ക് ശേഷം സഫീക്ക് കത്തെഴുതി ‘ഞാൻ എന്റെ സ്ഥലത്തേക്ക് തിരിച്ചു വന്നു. എന്റെ സ്റ്റുഡിയോ, കണ്ണടയ്ക്കുമ്പോൾ എന്റെ ചുമരുകളിൽ നീ നൃത്തം വെയ്ക്കുന്നു. കംപ്യൂട്ടറിന്റെ മോണിറ്ററിൽ എനിക്ക് നിന്നെ കാണാം. നമ്മുടെ ബന്ധം എട്ട് നീണ്ട വർഷങ്ങളിൽ വ്യാപിച്ചു കിടക്കുന്നു. നീയാണ് എന്റെ ജീവിതം. ഇന്നും നീ പുതുറോസാദളം പോലെ.’

എട്ട് നീണ്ട വർഷങ്ങൾ. വായിക്കവെ, കുകി എട്ട് എന്ന വാക്കിൽ വന്നു നിന്നു. ഒരു വർഷമാകുന്നതേയുള്ളൂ. സഫീക്കെഴുതിയിരിക്കുന്നു

എട്ട് കൊല്ലമെന്ന്. ഇ–മെയിൽ വേറെ ആർക്കെങ്കിലും എഴുതിയതാണോ? ആരാണ് കഴിഞ്ഞ എട്ട് വർഷമായി ഇവന്റെ മനസിൽ ചേക്കേറിയിരിക്കുന്നത്? തീർച്ചയായും കുകിയല്ല. മറ്റാരെങ്കിലും? ലിൻഡ? ലിൻഡ ജോൺസനാണോ?

അങ്ങനെയെങ്കിൽ കുകിയോടുള്ള അവന്റെ അഭിനിവേശം ഒരു വലിയ കള്ളമാണല്ലോ? കുകി വിചാരിച്ചു, സഫീക്ക് അവളുമായി പരിചയപ്പെട്ട ശേഷം കഴിഞ്ഞ കാലം കളഞ്ഞുവെന്ന്. സ്ത്രീ സമ്പർക്കം അവൻ നിർത്തിയിട്ടുണ്ടാകുമെന്ന് അവൾ വിചാരിച്ചു. പക്ഷേ ഇപ്പോഴിത് കണ്ടാൽ, അവൻ മാറിയിട്ടില്ല.

എന്താണെന്നറിയില്ല, കുകിക്ക് പരാജയപ്പെട്ടപോലെ, അപമാനിതയായപോലെ തോന്നി. ഒരു വലിയ ദുർനടപ്പുകാരന്റെ വലയിൽ പെട്ടിരിക്കുന്നു. കുകിയോട് മാത്രമല്ല, സൈബർ ലോകത്ത് അവൻ അനേകം സ്ത്രീകളുമായി ശൃംഗരിക്കുന്നുണ്ടാകും. കുകി നല്ലൊരു ഇര, പല ഇരകളിലും വേറിട്ടൊന്ന്.

കുകിക്ക് അസൂയ തോന്നി.സഫീക്കിൽ അവൾക്ക് മാത്രമാണ് അവകാശം എന്നു തോന്നിയിരുന്നു. അവൾ ജീവിച്ചിരിക്കുമ്പോൾ സഫീക്കിനെ ആരും തൊടാൻ പാടില്ലെന്നും. ഇപ്പോഴവൾക്ക് കൃഷ്ണനോട് രാധയ്ക്കുണ്ടായിരുന്ന വിശേഷാൽ പ്രേമം മനസിലായി. പക്ഷേ അവൾ ഒരിക്കലും സഫീക്കിനെ വലിച്ചു കെട്ടാൻ ശ്രമിച്ചില്ല, ജീവിതരീതി മാറ്റാൻ പറഞ്ഞില്ല. അവളെ സ്വന്തമാക്കാൻ വേണ്ടി മറ്റുള്ളവരിൽ നിന്ന് അവനെ തട്ടിമാറ്റിയില്ല. പിന്നെ, എന്തിനാണിപ്പോൾ അസ്വസ്ഥയാകുന്നത്?

എന്നിട്ടും അവൾക്ക് വിശ്വാസമായില്ല. സ്വയം അത്തരമൊരു മനുഷ്യന് സമർപ്പിക്കില്ല. ലിൻഡയോട് അസൂയയും സഫീക്കിനോട് ദേഷ്യവും തോന്നി.എല്ലാവരും വീട്ടിൽ നിന്നും പോയപ്പോൾ അവൾ ഇ–മെയിൽ വഴി തന്റെ ദേഷ്യം സഫീക്കിനെ അറിയിച്ചു.

'നമ്മുടെ ബന്ധം തുടങ്ങി ഒരു വർഷമേ ആയുള്ളൂ. നീ എന്താണ് എട്ട് വർഷമെന്നെഴുതിയത്? കുടിച്ചിട്ടുണ്ടായിരുന്നോ? അതോ വേറെയാർക്കെങ്കിലും എഴുതിയ ഇ–മെയിലാണോ അത്? എന്ത് ധൈര്യമാണ്? എനിക്കിതൊന്നും സംസാരിക്കാൻ താൽപ്പര്യമില്ല, പറ്റുമെങ്കിൽ ഇ–മെയിൽ വായിച്ച ഉടനെ മറുപടി എഴുതണം.'

മെയിലയച്ച് ഒരു മണിക്കൂറിനകത്ത് അവൾക്ക് സഫീക്കിന്റെ ഫോൺ വന്നു. അവൻ സാധാരണപോലെ ഉത്സാഹത്തിലാണ് – "ഞാൻ എട്ട് വർഷങ്ങൾ എന്ന് മെയിലിൽ എഴുതി" പൊട്ടിച്ചിരിച്ചുകൊണ്ട് അയാൾ പറഞ്ഞു.

പൊട്ടിച്ചിരി കേട്ട് കുകിയുടെ ഉള്ളിൽ ദേഷ്യം പൊട്ടി– "മറ്റൊരാൾക്കുള്ള റോസ് എനിക്ക് തരാൻ എങ്ങിനെ ധൈര്യം വന്നു നിങ്ങൾക്ക്?" കുകിയുടെ കടുത്തസ്വരം സഫീക്കിനെ മൗനിയാക്കി. 'നീ ലിൻഡയെ സ്നേഹിക്കുന്നു. നീ അവൾക്ക് കത്തയയ്ക്കുന്നു, ഞാൻ വിലക്കുന്നില്ല. നീയാഗ്രഹിക്കുന്നത് നിനക്ക് ചെയ്യാം. ആരാണ് നിന്റെ സ്വാതന്ത്ര്യത്തിലിടപെടുന്നത്? പക്ഷേ നീയെന്തിന് അവൾക്കയയ്ക്കേണ്ട മെയിൽ എനിക്കയച്ചു? അതെന്നെ വല്ലാതെ വേദനിപ്പിച്ചു."

അവൻ പതുക്കെ പറഞ്ഞു "ലിൻഡയുമായി എനിക്കൊരു ബന്ധവുമില്ല രോക്ഷണാ. ഇപ്പോഴെവിടെയെന്നോ എന്തു ചെയ്യുകയാണെന്നോ അറിയില്ല. നിന്റെ സംശയങ്ങൾ ഞാനെങ്ങനെ തീർക്കും. ശരിക്കും ഞാൻ നിന്നെ സ്നേഹിക്കുന്നു, രോക്ഷണാ!" റിസീവറിൽ ചുംബിക്കുന്ന ശബ്ദമാണ് പിന്നീടവൾ കേട്ടത്.

"ഇപ്പോഴും നിനക്ക് മുഷിവാണോ എന്നോട്? എന്തിനാണ് എപ്പോഴുമെന്നെ സംശയിക്കുന്നത്? ഞാനൊരു പാക്കിസ്ഥാനി ആയതുകൊണ്ടാണോ? ഞാനൊരു ഹിന്ദുവല്ലാത്തതുകൊണ്ടാണോ?" കുകിക്കൊന്നും പറയാനില്ല.

കുകിയെ ഫോണിലൂടെ പറഞ്ഞു ബോധ്യപ്പെടുത്താൻ ബുദ്ധിമുട്ടാണ് എന്ന് സഫീക്കിന് മനസിലായി. അതുകൊണ്ടിത്രയും പറഞ്ഞ് റിസീവർ താഴെ വെച്ചു – "ഉടനെ മെയിൽ ചെയ്യാം."

അതുകഴിഞ്ഞ് അഞ്ച് പേജുള്ള മെയിൽ എഴുതി, പക്ഷേ കുകിയെ എതിർത്ത് അതിൽ ഒരു വാചകം പോലുമില്ലായിരുന്നു. കുകി അവന്റെ ജീവനാണ് – അവനെഴുതി. അവളാണ് എല്ലാം, അവളില്ലാതെ ഒരു നിമിഷം കഴിക്കാനാവില്ല. ഒരു കവിതയുമുണ്ടായിരുന്നു.

ഞാൻ നിന്നെ സ്നേഹിക്കുന്നുവോ ?
ഇനിയുമതറിയില്ലേ?
ഞാൻ നിന്നെ സ്നേഹിക്കുന്നുവോ?
എങ്ങിനെയെന്നു കാട്ടിത്തരണമോ?
സംശയത്തിന്റെ നിഴൽപോലും വേണ്ട
നദിയിലെ ധാര പോലെ
മൈതാനത്തെ പൊട്ടിച്ചിരി പോലെ
ഉഷ്ണകാലത്തെ മാരുതനായി
ഞാൻ നിന്നെ സ്നേഹിക്കുന്നുവോ? അതെ, എല്ലാ വഴിയിലും
മന്ത്രം പോലെ, വിശുദ്ധിയോടെ
പ്രാർഥനയേന്തിയ ബൈബിൾ വചനം പോലെ
ജപങ്ങൾ തൊട്ട് അലർച്ച വരെ
ആഴത്തിൽ, അതിലും ആഴത്തിൽ.

കുകിയുടെ ദേഷ്യം ജാലവിദ്യയിലെന്നോണം അലിഞ്ഞു, വേദന, ഒന്നുമില്ലാത്ത വണ്ണം മാഞ്ഞുപോയി. കുറച്ചു ദിവസത്തിനുള്ളിൽ എല്ലാം സാധാരണമായി. കുടുംബജീവിതത്തിലെ തെറ്റിദ്ധാരണകളും അസ്വാരസ്യങ്ങളും വർഷകാലമേഘങ്ങൾ പോലെയാണ്. പെട്ടെന്ന് പെയ്ത ശേഷം, അതിലും പെട്ടെന്ന് സൂര്യപ്രകാശം തിരതല്ലിയടുക്കും.

അടുത്ത ദിവസം വീണ്ടും സഫീക്ക് വിളിച്ചു. "എന്താണിത് സഫീക്ക്? നീയെന്താ ഞാൻ പറയുന്നത് കേൾക്കാത്തത്? ന്നെ കുഴപ്പത്തിലാക്കും. മുംബൈ പോലീസിനെ അറിയുമോ? നമ്മളെ അവർ ഒരു കാര്യവുമില്ലാത്ത അലോസരപ്പെടുത്തും."

"ഞാനൊരു ഭീകരവാദിയാണോ കുട്ടീ? നീ അങ്ങനെയാണ് സംസാരിക്കുന്നത്."

കുകി മിണ്ടാതിരുന്നു.

“ഞാൻ ഇസ്ലാമാബാദിൽ നിന്നാണ് വിളിക്കുന്നത്. ഞാൻ വിസയ്ക്കു വേണ്ടി ഇവിടെ വന്നതാണ്. പാരീസിലേക്കുള്ള വിസയ്ക്കു വേണ്ടിയുള്ള ഇന്റർവ്യൂ പതിനഞ്ചാം തീയതിയാണ്. കിട്ടുമോ ഇല്ലയോ എന്ന് എനിക്കറിയില്ല. എന്നിൽ ഒരു വിശ്വാസവും ഇല്ലാത്തതു പോലെയാണ് എംബസി അധികാരികൾ എന്നെ ചോദ്യം ചെയ്തത്. വീട്ടിലേക്ക് മടങ്ങിപ്പോകാൻ പറഞ്ഞു. പാനൽ, എല്ലാം തീരുമാനിച്ച് വിവരം എന്നെ അറിയിക്കും. കുറച്ചു ദിവസം കൂടി പ്രതീക്ഷിക്കാമെന്ന് എനിക്കു തോന്നി. ഞാൻ നിന്നെ വിളിച്ചതിന് രണ്ട് കാരണങ്ങളുണ്ട്. പക്ഷേ നീ ദേഷ്യ ത്തിലാണ്. ഒന്നും പറയാനാവുന്നില്ല.”

“ശരി, പറയൂ.”

“പാരീസിൽ എന്റെ കൂടെ നീ വരുമോ? വൈകാരികമായി ഞാൻ തകർന്നിരിക്കുകയാണ്. എനിക്കീ തവണതന്നെ നിന്നെ എന്റെ കൂടെ കൊണ്ടുപോകണമെന്നുണ്ട്. നമുക്കവിടെ കറങ്ങി നന്നായി രസിക്കാം. ഇപ്പോൾ എന്റെകൂടെ വന്നാൽ പിന്നീട് നീയെന്റെ കൂടെ വരാൻ സമ്മതിക്കില്ലേ എന്നുമെനിക്ക് പേടിയുണ്ട്. ജീവിതം മുഴുവൻ നീ എന്നോടൊപ്പം വേണമെന്നാണ് എന്റെ ആഗ്രഹം.

നാലു കൊല്ലം അവിടെ കഴിഞ്ഞാൽ പിന്നെ സ്ഥിരം വിസയ്ക്ക് ശ്ര മിക്കാം. ശരിക്കുള്ള പ്രശ്നമെന്താണെന്നുവെച്ചാൽ ഇന്റർവ്യൂവിലെങ്ങാൻ പരാജയപ്പെട്ടാൽ നിന്നെ എനിക്ക് കിട്ടാതാവും. നീ പറ രോക്ഷണാ, നീ ഇപ്പോൾ തന്നെ എന്റെ കൂടെ വരുന്നോ അതോ പിന്നീടേ വരുന്നുള്ളൂ?”

“ഇഡിയറ്റ്,” കുകി പറഞ്ഞു– “പിന്നെ രണ്ടാമത്തെ കാരണമെ ന്താണ്?”

“ഇസ്ലാമാബാദിൽ നിന്ന് നിന്നെ വിളിക്കാനോ മെയിൽ ചെയ്യാനോ എളുപ്പമല്ല. നീയെന്റെ ആദ്യത്തെ ചോദ്യത്തിനുത്തരം പറഞ്ഞില്ല. നീ എന്റെ കൂടെ ഇത്തവണ തന്നെ വരുമോ?”

“അവിടെപ്പോയി സ്വയം തെളിയിച്ച് മടങ്ങി വരൂ.”

“നീ എന്തെങ്കിലും പറയൂ. ഞാനിങ്ങ് ദൂരെയല്ലേ, എനിക്കൊന്നും പറയാനാവുന്നില്ല.”

“ഞാനെന്തു പറയും?”

“കള്ളി!” റിസീവറിൽ ചുംബിച്ച ശേഷം അവൻ പറഞ്ഞു– “ശരി, ഞാൻ പോകാം.”

സഫീക്ക് ശരിക്കും അവളെ വല്ലാതെ സ്നേഹിക്കുന്നുണ്ട്. അല്ലെ ങ്കിൽ അവളെക്കുറിച്ച് ഇത്രയ്ക്ക് വേവലാതിയുണ്ടാവില്ല. എങ്ങനെ, എങ്ങനെയാണവൾ ഈ കാമുകനെ കാണുക? അത് സാദ്ധ്യമോ? ഒരു ഭാഗത്ത് മോഹങ്ങൾ, മറുഭാഗത്ത് യാഥാർത്ഥ്യം തീർച്ചയായും വേറെ ഒരാൾക്കും ഇത്തരമൊരു ജീവിതം ഉണ്ടാവാനിടയില്ല.

# പതിമൂന്ന്

ശരിക്കും മറ്റാർക്കും ഇത്തരമൊരു ജീവിതം ഉണ്ടാവാനിടയില്ലല്ലോ? അവൾ തീർത്തും ഗോപ്യമായ ഒരു ജീവിതം നയിക്കുന്നു. അനികേതോ, കുട്ടികളോ, ബാന്ദ്രയോ, മുംബൈയോ, ബന്ധുക്കളോ ഇല്ലാത്ത ജീവിതം. ആരും കാണാത്തത്. പക്ഷേ ആരെയൊക്കെയോ കരയിക്കാനും ചിരിപ്പിക്കാനും കഴിയുന്നത്.

ഈ ജീവിതവും കുകി മരിക്കുമ്പോൾ മരിച്ചു പോയേക്കും. അനികേതിന് ഇതിനേക്കുറിച്ച് ഒന്നുമറിയില്ലായിരിക്കും. കുട്ടികളും തങ്ങളുടെ അമ്മ വേറൊരു രാജ്യത്ത്, ലോകത്ത് ജീവിച്ചിരുന്നുവെന്ന് ഒരിക്കലും ഓർക്കാനിടയില്ലായിരിക്കും.

ഒരുപക്ഷേ, ഒരു ദിവസം ഭൂകമ്പത്തിൽ അവളുടെ ലോകം പൊട്ടിത്തകർന്നേക്കാം. എല്ലാം തകർന്നടിഞ്ഞേക്കാം. ബന്ധുക്കൾ അവളെ ഉപേക്ഷിച്ചേക്കാം. ഭർത്താവും കുട്ടികളും അവളെ സ്വീകരിക്കാതെ നിരാകരിച്ചേക്കാം. അവൾ ഒറ്റയ്ക്കായി, നിസഹായാവസ്ഥയിലായേക്കാം. ആരും അവളോട് ദയ കാണിക്കാതിരുന്നേക്കാം. അവൾ പാപിയായി, സ്വന്തം ചെയ്തികളുടെ ഫലം അനുഭവിച്ചേക്കാം.

ആ ദിവസം മുഴുവൻ അവൾ സങ്കടത്തിലായിരുന്നു.സങ്കടത്തിന്റെ ശരിക്കുള്ള കാരണം അവൾക്ക് മനസിലാക്കാനായില്ല. ആ ദിവസം മുഴുവനും ഒരു ഇ–മെയിൽ പോലും എഴുതാനായില്ല. വൈകുന്നേരം കുട്ടികൾ പിസ്സാ കോർണറിൽ പോയപ്പോൾ കുകി എഴുതാനായി ഇരുന്നു. ദേഷ്യമാണോ? സങ്കടമാണോ? സ്വയം നിയന്ത്രിക്കാനാവാത്ത അവസ്ഥയിലാണവൾ. 'എന്താണെന്ന് എനിക്കറിയില്ല, എനിക്ക് ഒന്നും ശരിയായി തോന്നുന്നില്ല.' കുകി എഴുതി 'എന്തോ മോശമായി വരുമെന്നെനിക്ക് തോന്നുന്നു.നമ്മൾ കണ്ടുമുട്ടിയത് ദിവ്യമായ അനുഭൂ

തിയിലാണ്. എനിക്ക് നീയില്ലാതെ ജീവിക്കാനാവില്ല. പക്ഷേ ഈ ബന്ധം തുടരുന്നതിന് അപായങ്ങളുണ്ട്. നിങ്ങളെന്നെ തെറ്റിദ്ധരിക്കില്ലെന്ന് കരുതുന്നു. ഞാൻ വളരെ അസ്വസ്ഥയാണ്. ഇന്ന് ഞാനെഴുതുന്നതൊക്കെ അത്തരത്തിലാവും, ഒന്നും വിചാരിക്കരുത്.'

അടുത്ത ഖണ്ഡിക അവൾക്ക് അവനോടുള്ള സ്നേഹവും അടുപ്പവും സൂചിപ്പിക്കുന്നതായിരുന്നു. എഴുതിക്കഴിയുമ്പോഴേക്കും അവൾക്ക് പുതിയ ഒരു മെയിൽ വന്നതായി കണ്ടു. വിസ്മയത്തോടെ അവൾ അത് വായിക്കാൻ തുടങ്ങി.അതു കഴിഞ്ഞാവാം അവളുടെ മെയിൽ അയയ്ക്കുന്നതെന്ന് വിചാരിച്ചു.

ആ മെയിൽ പരിചിതമായ രീതിയിൽ അസ്വസ്ഥമായിരുന്നു – 'ഞാനിന്ന് മോശം മൂഡിലാണ്. എനിക്ക് ഈ രാജ്യത്ത് താമസിക്കണ്ട. സത്യം പറയട്ടെ, തബസുമും കുഞ്ഞുങ്ങളും ഉണ്ടായിരുന്നില്ലെങ്കിൽ ഞാൻ പാരീസിൽ നിന്നോടൊപ്പം എന്നന്നേക്കുമായി താമസം തുടങ്ങിയേനെ.'

'നിനക്കറിയോ രോക്ഷണാ, ഇന്നവർ എന്റെ വീട്ടിന് കല്ലെറിഞ്ഞു. മുല്ലകൾ എന്റെ പിറകെയാണ്. അതുകൊണ്ടാണ് എനിക്ക് എഴുതാനാകാത്തത്. എന്റെ മാലാഖേ, ഇന്ന് ഞാൻ ഏകനാണ്. പിന്നീടെഴുതാം.'

ഇത് ടെലിപ്പതിയാണോ? അതിർത്തിക്ക് അപ്പുറം സഫീക്കിന് പ്രശ്നങ്ങൾ ഉണ്ടായിരുന്നതു കൊണ്ടാണോ അവൾക്ക് അസ്വാസ്ഥ്യം തോന്നിയത്?

അവൾ വല്ലാതെ ബേജാറായി. ഹൃദയമിടിപ്പ് കൂടി. എന്ത് സംഭവിച്ചു?

എന്തിനാണ് ബഹളം? മുല്ലകൾ അവളെയും പിടികൂടുമോ? ഒന്നും അസാധ്യമല്ല. അവനത്രയ്ക്ക് ശ്രദ്ധയില്ല. ഇങ്ങനെയെന്തൊക്കെയോ വന്നുകൂടുമെന്ന് അവൾ പ്രതീക്ഷിച്ചിരുന്നു. തബസുമ്മിനോടും കുട്ടികളോടും അവരുടെ ബന്ധത്തെക്കുറിച്ച് പറയേണ്ട കാര്യമുണ്ടായിരുന്നോ?

അവൾക്ക് സമാധാനം കിട്ടിയില്ല. കാലുകൾ വിറയ്ക്കാൻ തുടങ്ങിയതവളറിഞ്ഞു. എഴുതിക്കഴിഞ്ഞ കത്ത് അവന് അയച്ചില്ല. പകരം അവളെഴുതി– 'എന്താണ് സംഭവിച്ചതെന്ന് പറയാത്തതെന്ത്? എനിക്ക് സമാധാനമില്ല.'

ഇല്ല, സഫീക്ക് വിളിച്ചില്ല. കുട്ടികൾ വീട്ടിലേക്ക് തിരിച്ചു വന്നു. വീട്ടിൽ ശബ്ദ കോലാഹലം. കോമഡി സീരിയലുകൾ കണ്ടുകൊണ്ട് പോപ്പ്കോൺ കൊറിച്ചു. കുകി ചിരിക്കാതിരിക്കുന്നതെന്തെന്നവർ ചോദിച്ചു. അവൾ അവരുടെ കൂടെ ഇരുന്നു, പക്ഷേ സീരിയലിൽ ശ്രദ്ധിക്കാനായില്ല. അവൾക്ക് പനി പിടിച്ചതുപോലെ തോന്നി. സഫീക്ക് വിളിക്കാത്തതെന്താണ്? അയാൾക്ക് എന്തു സംഭവിച്ചു കാണും? അവളുടെ വിളറിയ മുഖം കണ്ട് അനികേത് ചോദിച്ചു– "എന്താ നിനക്ക് സുഖമില്ലേ?"

"എനിക്ക് തലവേദനയുണ്ട്." കുകി കള്ളം പറഞ്ഞു.

"അസമയത്ത് കുളിച്ചു കാണും."

"ഇല്ല, ഞാനിന്ന് തല നനച്ചിട്ടില്ല."

"പിന്നെ വയർ ശരിയല്ലായിരിക്കും."

"ഒരുപക്ഷേ, ഇതൊരു മോശം തലവേദനയാണ്."

"ഒരു കപ്പ് ചായ കുടിക്കൂ."

"നിങ്ങൾ പ്രാർഥിക്കൂ, നമുക്ക് ഒന്നിച്ച് കുടിക്കാം."

ഇതെല്ലാം അനികേതിന്റെ ദൈനംദിന കാര്യങ്ങളാണ്. ജോലി കഴിഞ്ഞ് വന്നാൽ കുളി, അതു കഴിഞ്ഞ് അരമണിക്കൂർ പ്രാർഥന. പിന്നെ ചായ കുടിക്കും. അവനെപ്പോലെ അവൾക്ക് പ്രാർഥനയിൽ താൽപ്പര്യമില്ല. എവിടെയൊക്കെ തേങ്ങയുടയ്ക്കണം, ആർക്കൊക്കെ അന്നദാനം നടത്തണം, ഇതിന്റെയൊക്കെ കണക്ക് അനികേത് ഡയറിയിൽ സൂക്ഷിക്കും.

കുകിയും ചിലപ്പോഴൊക്കെ പ്രാർഥിക്കും, പക്ഷേ പതിവില്ല. ദൈവത്തോടെന്തെങ്കിലും ആവശ്യപ്പെടുന്നത് അവൾക്കിഷ്ടമല്ല. പ്രാർഥന നടത്തിയപ്പോൾ അവൾ അശ്രദ്ധയായി നിന്നു. അവളുടെ ഏത് ദുഃഖം മാറ്റണമെന്നാണ് ഈശ്വരനോട് പറയുക?

ഇന്ന്, എന്നിരുന്നാലും, കുകിക്ക് ചോദിക്കാൻ ഒന്നുണ്ടായിരുന്നു. സഫീക്കിന്റെ രക്ഷയ്ക്കും, നന്മയ്ക്കും വേണ്ടി അവൾ പ്രാർഥിച്ചു.

അന്ന് വൈകിട്ട് നാല് ടെലിഫോൺ കോളുകൾ വന്നു. രണ്ടെണ്ണം അനികേതിന്റെ ഓഫീസിലെ കൂട്ടുകാരുടേത്. ഒന്ന് ബാങ്ക് ഓഫീസറുടെ ഭാര്യയുടേത്. അവസാനത്തെ വിളി കുകിയുടെ അനിയത്തിയുടേതായിരുന്നു.

ഓരോ തവണ ഫോൺ അടിച്ചപ്പോഴും കുകിയുടെ ഹൃദയം വേഗത്തിൽ മിടിച്ചു. സഫീക്കാണെന്നവൾക്കു തോന്നി, സമയം പറഞ്ഞിട്ടില്ലായിരുന്നു. മെയിൽ വായിച്ച ശേഷം വിളിക്കണമെന്നാണ് എഴുതിയിരുന്നത്. വൈകിട്ടു തന്നെ മെയിൽ വായിച്ചുവെങ്കിലോ?

കോളുകൾ എടുക്കാൻ കുകിക്ക് മടിയായിരുന്നു.മൂത്ത മകൻ ചോദിക്കുകയും ചെയ്തു, ഫോൺ എടുക്കാനല്ലെങ്കിൽ അമ്മയെന്തിനാണ് അതിനടുത്ത് ഇരിക്കുന്നത് എന്ന്. "ആരെങ്കിലും ഫോൺ എടുക്കൂ." അനികേത് കലമ്പി. കുകി വിചാരിച്ചു, അത് സഫീക്കാണെങ്കിൽ "റോങ് നമ്പർ" എന്നു പറയാം. അവളുടെ ശബ്ദം കേട്ടാൽ സഫീക്ക് വെക്കാതെ പറഞ്ഞു കൊണ്ടിരിക്കും.

സഫീക്കിനെക്കുറിച്ചോർത്ത് വേവലാതിയിൽ രാത്രി മുഴുവൻ അവൾ ഉണർന്നിരുന്നു. അവസാനയാമങ്ങളിൽ മാത്രമാണ് ഉറങ്ങാനായത്. അപ്പോഴും മോശം സ്വപ്നങ്ങൾ കണ്ടു. രാവിലെ അവളുടെ മുഖം ചീർത്ത് ഉറക്കം തൂങ്ങിയിരുന്നു. രാവിലത്തെ ചായയുണ്ടാക്കാൻ പോയപ്പോഴും അങ്ങനെതന്നെയിരുന്നു.

പത്ത് മണിയായപ്പോഴേക്കും, എല്ലാവരും വീട്ടിൽനിന്നു പോയി. അവളുടെ ചിന്ത സഫീക്കിനെക്കുറിച്ചായി. എന്താണവൻ വിളിക്കാത്തത്? എന്തെങ്കിലും അരുതാത്തത് സംഭവിച്ചോ?

അവൾക്ക് ആകാംക്ഷയായി. പെട്ടെന്ന് കാത്തിരുന്ന കോൾ വന്നു.

"എന്തു പറ്റി? എന്തിനാണ് നിന്റെ വീട്ടിനു മുമ്പിൽ ബഹളം നടക്കുന്നത്?" 'അനേകം ചോദ്യങ്ങൾ ഒഴുകി വന്നു. "നീ എന്താണ് ഇത്ര പേടിക്കുന്നത് രോക്ഷണാ? അത്രയ്ക്ക് കുഴപ്പമൊന്നും സംഭവിച്ചിട്ടില്ല."

"ഇല്ല, എന്താണ് എന്നോട് വിശദമായി പറയൂ."

ഞാനിത്രയേ പറഞ്ഞുള്ളൂ. "എനിക്ക് രാജ്യമില്ല. ഒരു ചിത്രകാരൻ രാഷ്ട്രാതിർത്തിക്കുള്ളിൽ നിൽക്കണ്ടവനല്ല."

"ആരോടാണ് നീ അങ്ങനെ പറഞ്ഞത്?"

"പത്രക്കാരോട്"

"പത്രക്കാരോടോ? പത്രസമ്മേളനത്തിൽ? എപ്പോഴാണ് പത്രസമ്മേളനം വിളിച്ചത്?"

"നിനക്കറിയാലോ. ഞാൻ മതവിശ്വാസിയല്ല." സഫീക്ക് പറഞ്ഞു. "എനിക്ക്, ഹിന്ദുവും, ക്രിസ്ത്യനും, മുസ്ലീമുമൊക്കെ ഒരുപോലെയാണ്. ഞാൻ ദൈവത്തിൽ വിശ്വസിക്കുന്നുണ്ട്. നിന്നിൽ വിശ്വസിക്കുന്നു, സ്നേഹിക്കുന്നു. നിന്റെ സ്നേഹമാണ് എന്റെ പ്രചോദനം. നീ എനിക്ക് എല്ലാമാണ്. നീയാണ് എന്റെ ദേവത. രോക്ഷണാ, ഞാൻ എന്റെ സ്വപ്നങ്ങളിൽ പലവട്ടം നിന്നെ നഗ്നയായി കണ്ടു. എന്റെ രാജ്യത്ത് 'ദേവത' എന്ന ചിത്രം വരച്ചതിന് ഞാൻ അപകടത്തിലായിരിക്കുന്നു. ഇസ്ലാം ദേവതകളിൽ വിശ്വസിക്കുന്നില്ലെന്ന് നിനക്കറിയാമല്ലോ. ഒറ്റ ദൈവമേ ഉള്ളൂ. അതുകൊണ്ട് അവരെന്നെ 'കാഫിർ' ആക്കി. അവരെന്നെ പഴിച്ചു. ഞാൻ നിരീശ്വരവാദിയാണെന്നും പെയിന്റിങ്ങിൽ ഹിന്ദുമതം കൊണ്ടുവരുന്നുവെന്നും പറയുന്നു. അതുകൊണ്ടാണ് ഞാൻ പത്രസമ്മേളനം വിളിച്ചത്. ഞാൻ പറഞ്ഞു – എനിക്ക് ഒരു രാഷ്ട്രമില്ല. ഒരു ചിത്രകാരന് രാഷ്ട്രീയമില്ല, മതമില്ല. അപ്പോൾ മീഡിയ ആ വാചകത്തിന്മേൽ പിടിച്ച് അനാവശ്യമായ ബഹളമുണ്ടാക്കി, മൗലികവാദികൾ അതേറ്റു പിടിച്ചു."

"എന്തിനാണീവക ഭ്രാന്തൻ കാര്യങ്ങൾ ചെയ്യുന്നത്?"

"കല എന്റെ വികാരമാണ്. നീ പറയൂ, നീ എന്റെ ദേവതയല്ലേ? തന്റെ വിചാരങ്ങൾ ക്യാൻവാസിൽ പകർത്താനുള്ള അവകാശം ഒരു ചിത്രകാരനില്ലേ?"

"സഫീക്ക്, നിന്നെക്കുറിച്ച് വളരെ പേടി തോന്നുന്നു. അവർ നിന്നെ കുഴപ്പത്തിലാക്കും. അല്ലേ?"

"ഏയ്, പേടിക്കാനൊന്നുമില്ല. അവരെന്നെ എന്തു ചെയ്യാനാണ്? എല്ലാം മറന്നേക്കൂ. എന്റെ ദേവതേ, എന്റെ കരങ്ങളിലേക്ക് വരൂ. നീ എന്റെ അടുത്തുണ്ടെന്ന് തോന്നണം."

ഈ കിറുക്കൻ കലാകാരനോട് കുകി എന്തു പറയാനാണ്? അവൻ സന്തോഷവും, സ്വാതന്ത്ര്യവും ചേർന്ന ഒരിടത്തെത്തിയിരിക്കുന്നു. കുകി ചിലപ്പോൾ ദേവതയാണ്, ചിലപ്പോൾ ഭോഗിക്കാനുള്ള സാധനം, അല്ലെങ്കിൽ അവന്റെ പ്രേരണ.

കുണ്ഡലിനിയിലെ സംസ്കൃത ശ്ലോകം മനസ്സിൽ ഉയർന്നു വരുന്നത് കുകിയറിഞ്ഞു.

'യത്രാസ്തി മോക്ഷ ന ച തത്ര ഭോഗ

യത്രാസ്തി ഭോഗ ന ച തത്ര മോക്ഷ.
സ്ത്രീ സുന്ദരീ സേവന തൽപ്പര നാം
ഭോഗാശ്ച മോക്ഷാശ്ച കരസ്ഥനൈഭ.'

ഇത് സഫീക്കിനെഴുതിയാൽ അയാൾ ഇങ്ങനെ ചോദിക്കുമെന്ന് കുകിക്കറിയാം –'കുണ്ഡലിനി എന്നു പറഞ്ഞാലെന്താ? ആരാണവൾ?' ആരാണത് അവനോട് വിശദീകരിക്കുക? അവന്റെ മനസിൽ അവൾക്ക് എന്തുരൂപമാണ് എന്ന് ചിന്തിച്ചില്ല. പക്ഷേ, അവൻ സുരക്ഷിതനായി, നന്നായി, എപ്പോഴും പ്രസന്നനായി ഇരിക്കണം.

പക്ഷേ ഇതിങ്ങനെ എത്രനാൾ മുന്നോട്ട് പോകും? ഈ ബന്ധം അവൾക്ക് എത്രനാൾ കൊണ്ടുനടക്കാനാവും? എല്ലാത്തിനും ഒരു അവസാനമുണ്ടാവില്ലേ? എന്തായിരിക്കും അവസാനം? സഫീക്കറിയുമോ,ഈ ജീവിതം അവരെ എങ്ങോട്ടാണ് കൊണ്ടുപോകുന്നത് എന്ന്? അതെന്തായാലും, തുടരുകയല്ലാതെ അവർക്ക് വേറെ മാർഗങ്ങളില്ല.

# പതിനാല്

"എനിക്ക് പോകണം," സഫീക്ക് ഫോണിൽ പറഞ്ഞു "എനിക്ക് മുന്നോട്ട് പോകണം, നിനക്കു വേണ്ടി രോക്ഷണാ. അങ്ങിനെയല്ലെങ്കിൽ ഈ പ്രായത്തിൽ ഞാനെന്തിനു വേണ്ടിയാണ് ഇന്റർവ്യൂവിനു പോകുന്നത്? പെയിന്റിങ്ങിന് സമയം ചെലവഴിക്കാതെ ചെറു പ്രബന്ധത്തിൽ മുഴുകിയിരുന്നത് എന്തിനുവേണ്ടി? രാഷ്ട്രങ്ങൾ തമ്മിലുള്ള വൈരം നമ്മളെ ഒന്നിക്കാൻ അനുവദിക്കില്ല, മൂന്നാമതൊരു സ്ഥലം നോക്കേണ്ടിയിരിക്കുന്നു."

"നശ്മയുടെ വിവാഹം എത്തിയിരിക്കുന്നു. അതു നല്ല കാര്യമല്ലേ?"

"വിവാഹത്തിൽ എനിക്കെന്ത് കാര്യം? തബസും അവിടെയുണ്ട്. രോക്ഷണയ്ക്കറിയുമോ, അവൾ ഡേറ്റിംഗ് നിർത്തി അതിന്റെ തിരക്കിലാ. ശരിക്കും പറഞ്ഞാൽ ഈ വീട്ടുകാര്യങ്ങൾ തബസുമ്മില്ലാതെ എനിക്ക് മുന്നോട്ടു കൊണ്ടുപോകാനാവില്ല."

"എന്നാലും നിങ്ങൾ അവളെ സഹായിക്കണം."

"എന്റെ പണി നിന്നെ സേവിക്കലാണ്."

"എവിടെ നിന്നാണ് വിളിക്കുന്നത്? എപ്പോഴാണ് പാരീസിൽ പോകുന്നത്?"

"ഞാനിപ്പോ കറാച്ചിയിലാ. ഇവിടെ എന്റെ മൂത്ത ചേച്ചിയോട് കുറച്ച് പണം വാങ്ങാൻ വന്നതാണ്. നാളെ കഴിഞ്ഞ് പാരീസിന് പുറപ്പെടണം. നീയെന്നോട് മറുപടി പറഞ്ഞില്ലല്ലോ രോക്ഷണാ, ഞാൻ ഹൃദയം തകർന്നിരിക്കയാണ്. എനിക്കു തോന്നുന്നു, നിന്നെ ലഭിക്കാനുള്ള അവസരം നഷ്ടപ്പെട്ടേക്കുമെന്ന്. എനിക്ക് ഇന്റർവ്യൂവിൽ ജയിക്കാനായില്ലെങ്കിൽ? ഈ ജീവിതത്തിൽ പിന്നെയെനിക്ക് നിന്നെ നേടാനാവുമോ എന്നെനിക്കറിയില്ല, ഞാൻ പുറത്തുനിന്നാണ് വിളിക്കുന്നത്, അതുകൊണ്ട് ഇന്ന്

നിന്നെ ചുംബിക്കാനാവില്ല. പാരീസിൽ നിന്ന് വിളിക്കാം. എനിക്ക് നാല് ദിവസത്തെ വിസയേ ഉള്ളൂ, പെട്ടെന്ന് തിരിച്ചു വരണം. ഇപ്പോൾ ഒരുപാട് നിബന്ധനകൾ ഉണ്ട്."

"ടെററിസത്തിന്റെ പ്രശ്നങ്ങളുള്ളതുകൊണ്ടാണിപ്പോഴിങ്ങനെ." കുകി നീട്ടാതെ സ്വയം നിർത്താൻ ശ്രമിച്ചു. സഫീക്ക് എന്തു വിചാരിക്കും. പക്ഷേ അതല്ലേ ശരി, അല്ലേ?

സഫീക്ക് അവളുടെ വാക്കുകൾ ശ്രദ്ധിച്ചില്ല. അവളെ ചുംബിച്ച ശേഷം റിസീവർ താഴെ വെച്ചു. അവന് മോശം തോന്നിയിട്ടുണ്ടാവുമോ? അവളുടെ വാചകങ്ങൾ അവനെ വിഷമിപ്പിച്ചിട്ടുണ്ടാവുമോ? രണ്ടായാലും അവളുടെ മനസിൽ അത്തരമൊരു തോന്നലുണ്ടായി. സഫീക്ക് ശരിക്കും ഏതെങ്കിലും തീവ്രവാദസംഘടനയിലെ മെംബറാകുമോ? ആർക്കറിയാൻ? അവൾ അപകടത്തിലേക്ക് നീങ്ങുകയാണോ?

മനുഷ്യർ തമ്മിലുള്ള വൈരത്തെക്കുറിച്ച് അവൾക്ക് ഒരിക്കലും മനസിലാക്കുവാനായില്ല. തീവ്രവാദം വളർത്തുന്നത് മതങ്ങൾ മാത്രമോ? അതിൽ ധനപരമായ ചൂഷണമില്ലേ? വികസിത രാഷ്ട്രങ്ങൾ മൂന്നാം ലോക രാജ്യങ്ങളെ ചൂഷണം ചെയ്യുന്നു. അതുകൊണ്ടവ തീവ്രവാദം അവസാനിപ്പിക്കുന്നില്ല. കാരണമെന്തായാലും ആർക്കാണ് നഷ്ടം- മുഴുവൻ ലോകസമുദായത്തിനും.

അവൾ ഒരിക്കലും സഫീക്കിനോട് തീവ്രവാദത്തെക്കുറിച്ച് സംസാരിച്ചിട്ടില്ല. മതത്തെക്കുറിച്ചോ, രണ്ടു രാജ്യങ്ങൾ തമ്മിലുള്ള രാഷ്ട്രീയ ബന്ധത്തെക്കുറിച്ചോ ചോദിച്ചിട്ടില്ല. രണ്ടുപേരും ഇത്തരം ചർച്ചകൾ നടത്താതിരിക്കാൻ ശ്രദ്ധിച്ചു. സഫീക്കിന്റെ നാട്ടുകാർ എന്തിനാണ് എന്റെ നാട്ടുകാരെ കൊല്ലുന്നതെന്ന് കുകി ഒരിക്കലും ചോദിച്ചില്ല.

സഫീക്കാണ് ചിലപ്പോഴെങ്കിലും രാഷ്ട്രീയ തട്ടിപ്പിനെക്കുറിച്ചും, ഈസ്റ്റ്-വെസ്റ്റ് ബെർലിൻ ലയിപ്പിക്കുന്നതിനെക്കുറിച്ചും സംസാരിക്കുക. ബാക്കിലോകം ഈ ഒച്ചപ്പാടും, രക്തച്ചൊരിച്ചിലും, പകയും, പൊടിയും കൊണ്ട് അവരുടെ ശ്വാസകോശങ്ങൾ നിറയ്ക്കുമ്പോഴും അവർ രണ്ടു പേരും പരസ്പരം ശരിക്കു മനസിലാക്കിയതുപോലെ പെരുമാറി. രണ്ടു പേരും എല്ലാം മനസിലാക്കി. ഇരുവരും വേറൊരു ലോകത്തായിരുന്നു. ചുറ്റുമുള്ള ലോകം ഉപേക്ഷിച്ച് ഇരുവരും പരമാനന്ദത്തിന്റെ ലോകത്തേക്ക് ഒഴുകി നടന്നു. കുകി ആത്മാവിനെപ്പോലെയായി, ദൂരെ പർവതത്തിനു പുറത്തിരുന്നു മോക്ഷപ്രാപ്തി കൊടുക്കുന്ന ആത്മാവ്. സഫീക്ക് താൽപ്പര്യപൂർവം ആത്മാവിനോടൊപ്പം ചേരാനായി, മോക്ഷം തേടാനായി ശ്രമിക്കുന്നു. പർവതം കീഴടക്കുക വലിയ ശ്രമകരമായ ജോലിയാണ്. ആത്മാവ്, ആ സുന്ദരി തന്റെ തലയിൽ മയിൽപ്പീലിയും ചൂടി,കഴുത്തിനു ചുറ്റും രുദ്രാക്ഷമാലകളും ചാർത്തി അവളുടെ പ്രിയനുവേണ്ടി കാത്തിരിക്കുന്നു. അവളുടെ യോനിയിൽ നിന്നു പരക്കുന്ന സുഗന്ധം മന്ദമാരുതനിൽ പടർന്നുകൊണ്ടിരിക്കുന്നു. അവർ ഒന്നിക്കും, ആ ഒത്തുചേരലിൽ അവർക്ക് സ്വർഗീയ സുഖം ലഭിക്കും. അപ്പോഴവർ

അയഥാർഥ ലോകത്തിന്റെ മുഖംമൂടി ഊരിക്കളയും. അവിടെ അഹങ്കാരമോ, രൂപമോ ശൂന്യതയോ ഇല്ലാത്ത,പരമമായ സ്ഥിതിയാവും ഉണ്ടാവുക. അവിടെ സമൂഹമോ, സംസ്കാരമോ, പ്രകൃതിയോ ഒന്നും അവർക്കായിട്ടുണ്ടാവില്ല.

തന്റെ പൊട്ടിത്തെറിച്ച പെരുമാറ്റത്തിൽ കുകിക്ക് വിഷമമായി. അവന് നന്മ നേരുന്നതിനു പകരം അവൾ ദേഷ്യപ്പെട്ടു. അവന് ഭാവുകങ്ങൾ നേരേണ്ടതായിരുന്നു. ഇനിയിപ്പോൾ കഴിഞ്ഞകാര്യങ്ങളോർത്തിട്ട് കാര്യമില്ല. ഇ–മെയിലെഴുതി നന്മ നേരാം.

അവന് എഴുതിക്കഴിഞ്ഞപ്പോൾ അവൾക്ക് സമാധാനം തോന്നി. ഒരു പാട്ടു മൂളിപ്പോയി. അപ്പോഴേക്കും അനികേതിന്റെ ഗ്രാമത്തിൽ നിന്നും ഒരു ഫോൺ വന്നു – അമ്മായിയമ്മയ്ക്ക് സുഖമില്ല. ആശുപത്രിയിലാക്കിയിരിക്കുന്നു. കുകി ഉടനെ അനികേതിനെ വിളിച്ചു. അവർക്ക് ഗ്രാമത്തിലേക്ക് പോകണം. റിസർവേഷൻ കിട്ടാൻ ബുദ്ധിമുട്ടാണ്, വിമാനത്തിൽ പോകേണ്ടി വരും. അനികേത് വിഷണ്ണനായി. കുകി അവനെ ആശ്വസിപ്പിച്ചു.

ഗ്രാമത്തിലെത്തിയ ശേഷം കുകിയുടെ കഷ്ടകാലമായിരുന്നു. അവൾ സഫീക്കിനെ മറന്നതുപോലെയായി. പത്ത് ദിവസം കഴിഞ്ഞു. അമ്മായിയമ്മയ്ക്ക് ഭേദമായിത്തുടങ്ങി. തിരക്കിനിടയിൽ കുകി വല്ലാതെ ക്ഷീണിച്ചു പോകുമായിരുന്നു, സ്വപ്നം കാണാനാവില്ല, വേഗം ഉറങ്ങിപ്പോകുമായിരുന്നു. അവരുടെകൂടെ മുംബൈയിലേക്ക് പോരാൻ അനികേത് അമ്മയോട് പറഞ്ഞു. കുകി ഉൽക്കണ്ഠാകുലയായി. അവളുടെ രഹസ്യലോകമെന്താവും? ഒരേസമയം യഥാർഥവും അയഥാർഥവുമായ രണ്ട് ലോകങ്ങളിൽ ജീവിക്കുന്നതാണ് സുഖം.

അമ്മായിയമ്മയ്ക്ക് അവൾ കംപ്യൂട്ടറിൽ എന്താണ് ചെയ്യുന്നതെന്ന് മനസിലാവില്ലായിരിക്കും, പക്ഷേ അവരവിടെ ഉണ്ടാവുമ്പോൾ എങ്ങനെയാണ് കംപ്യൂട്ടറിനു മുമ്പിൽ കഴിച്ചുകൂട്ടുക? എങ്ങനെയാണ് സഫീക്കിന്റെ ഫോട്ടോയിൽ നോക്കി ഒറ്റയ്ക്കിരിക്കുക. അവരവിടെ ഇരിക്കുമ്പോൾ എങ്ങനെയാണ് സ്വതന്ത്രമായി ശ്വാസം കഴിക്കുക?

അനികേതിന്റെ അഭിപ്രായത്തോട് കുകിക്ക് താൽപ്പര്യം തോന്നിയില്ല, പക്ഷേ എതിരഭിപ്രായം പറയാനോ പ്രതികരിക്കാനോ പറ്റില്ല. എങ്ങനെ പറയും? അസുഖമുള്ള അമ്മയെയാണ് കൊണ്ടുപോകാമെന്ന് അനികേത് പറയുന്നത്. അത് സ്വാഭാവികമായി ചെയ്യേണ്ട കാര്യമാണ്. കൂടെക്കൊണ്ടുപോകാതിരുന്നാലാണ് മോശമാവുക.

എത്രനാൾ അവർ മുംബൈയിൽ താമസിക്കുമെന്ന് ആർക്കറിയാം? സഫീക്കിന്റെ കിറുക്കിന് അവളെ വിളിക്കാതിരിക്കാനാവുമോ? ചിലപ്പോൾ അവർക്കിനി ഈ ബന്ധം തുടരാനാവില്ലായിരിക്കും. ഒറീസയിൽ വരുമ്പോൾ ചെയ്ത മെയിൽ ഒരുപക്ഷേ അവസാനത്തേതാവുമായിരിക്കും. ഇനിയിപ്പോൾ ഇ–മെയിലയയ്ക്കുക അസംഭവ്യമാകും.

അവരുടെ തിരിച്ചുപോകലിന് രണ്ടുദിവസം മുമ്പ് അമ്മ അവരോ

ടൊപ്പം പോകുന്നില്ലെന്ന് തീരുമാനിച്ചു. അവർക്ക് ഗ്രാമം വിടാനാവില്ല, മുംബൈയിൽ സുഖം തോന്നില്ല. ഗ്രാമത്തിലാകുമ്പോൾ എന്ത് പ്രശ്നം വന്നാലും, മരുമക്കൾ അടുത്ത് താമസിക്കുന്നുണ്ട്. പ്രശ്നങ്ങൾ ഇങ്ങനെ അവസാനിച്ചതിൽ കുകി ദൈവത്തോട് നന്ദി പറഞ്ഞു.

മുംബൈയിലെത്തിയ ശേഷം കുകി ധൃതിയോടെ ഇ-മെയിൽ നോക്കാനായി ഇൻബോക്സ് നോക്കി. രണ്ടു നീണ്ട മെയിലുകൾ ഉണ്ടായിരുന്നു. തിരക്കുകൾ തീർത്തശേഷം അവൾ കംപ്യൂട്ടറിനു മുമ്പിൽ ഇരുന്നു.

'ഞാൻ പാരീസിലെത്തിയിട്ട് നിന്നെ വിളിച്ചു' സഫീക്ക് എഴുതി. 'ആരും ഫോണെടുത്തില്ല. ചിലപ്പോൾ നിന്റെ ഫോൺ ശരിയല്ലായിരിക്കും, അല്ലെങ്കിൽ നീ പാരീസിൽ നിന്ന് എന്റെ ഫോൺ പ്രതീക്ഷിക്കുന്നില്ലേ? എനിക്ക് നിയന്ത്രിക്കാനാവുന്നില്ല രോക്ഷണാ. ഇന്റർവ്യൂ നന്നായിരുന്നു. അല്ലാഹു എന്റെ പ്രാർഥന കേട്ടുവെന്ന് തോന്നുന്നു. എനിക്കീ ജോലി കിട്ടാൻ നീയും നിന്റെ ശിവനോട് പ്രാർഥിക്കണം. നീ എന്നോടൊപ്പം വരും, ഇവിടെ എന്നോടൊപ്പം ജീവിക്കും. ഇല്ലേ?'

സഫീക്കവിടെ എത്തിയിട്ടുണ്ട്. അവന് ജോലി ലഭിക്കുമോ? കടുത്ത മത്സരത്തിൽ അവൻ ജയിക്കുമോ? സഫീക്കിന്റെ സ്ഥലത്തുള്ളവരോട് പാശ്ചാത്യലോകത്തിന് നല്ല അഭിപ്രായം ഉണ്ടാകാനിടയില്ല. ശരിയാകുമോ എന്തോ?

ആദ്യത്തെ ഇ-മെയിൽ വായിച്ചു കഴിഞ്ഞ് കുകി രണ്ടാമത്തെ ഇ-മെയിൽ തുറന്നു - 'ഇവിടെ വന്നശേഷം ഞാൻ മൂന്നു ദിവസം കൂടി താമസം നീട്ടി. ഞാനൊരു രഹസ്യം സൂക്ഷിച്ചിട്ടുണ്ട് രോക്ഷണാ. ഞാനിവിടെ ലിൻഡയെ കണ്ടു. അവൾക്ക് ഒട്ടും സുഖമില്ല. അവളുടെ കുടിയൻ ഭർത്താവ് അവളെ നോക്കുന്നതേ ഇല്ല. അവൾ വിവാഹമോചനം ഫയൽ ചെയ്തിരിക്കയാണ്. അത് ശരിയാക്കാൻ അവൾ വീണ്ടും യു എസ് എ യിലേക്ക് തിരിച്ചു പോകും. കഴിഞ്ഞ ദിവസങ്ങളിൽ ഞാൻ അവളോടൊപ്പം താമസിച്ചു. അവളുടെ കൂടെ ഉറങ്ങിയപ്പോൾ ഞാൻ പലതും മറന്നു. അവൾ ശരിക്കും കുഴപ്പത്തിലാണ്. ഞാൻ അവളോടൊപ്പം ഉറങ്ങിയതിൽ നിനക്ക് ദേഷ്യമുണ്ടോ? അവൾക്കെന്നെ വേണം. അവൾ എന്റെ സ്നേഹം തേടി. അവളെ അനുഭവിക്കുമ്പോഴും, അറിയാതെ ഞാൻ നിന്റെ പേര് പറയുന്നുണ്ടായിരുന്നു. നീയില്ലാതെ എന്റെ ജീവിതം ഒന്നുമല്ലെന്ന് ആ നിമിഷത്തിൽ എനിക്കു മനസിലായി. നീയില്ലാതെ ഞാൻ അപൂർണനാണ്.' കുകി തരിച്ചിരുന്നു. അവൾ ദുർബലയായി ഒരു വാക്കുച്ചരിച്ചു, "സഫീക്ക്...."

# പതിനഞ്ച്

'സഫീക്ക്, എന്തായിത്? എന്തെങ്കിലും നേടാനായി വളരെ ശ്രദ്ധയും നോട്ടവും നീക്കവും വേണമെന്ന് നിനക്കറിഞ്ഞു കൂടെ? നീ പിഴച്ചാൽ, വഴുതിപ്പോവും? എല്ലാമറിഞ്ഞ് നീ എന്തിന് പിന്നോക്കം നോക്കുന്നു?'

ഇപ്പോൾ കുകിക്ക് ലിൻഡയോട് അസൂയയില്ല. അവൾ സഫീക്കിനെക്കുറിച്ച് മാത്രമേ ചിന്തിച്ചുള്ളൂ. അവനിനിയും തന്റെ സ്വഭാവത്തിൽനിന്ന് മാറാനായിട്ടില്ല. പരിശുദ്ധം? കുകി ഉപയോഗിക്കുന്ന വാക്ക് അതല്ല, മറിച്ച് സഫീക്കാണ് അത് ഉപയോഗിക്കാറ്.

'രോക്ഷണാ,നിന്നെ കിട്ടാനായി എനിക്ക് പരിശുദ്ധനാകേണ്ടതുണ്ട്. ശരിക്കൊരു മനുഷ്യനാവുന്നതുവരെ എനിക്ക് നിന്നെ കിട്ടില്ല. നിനക്കറിയുമോ ഞാൻ നിനക്കെഴുതുന്നതിനു മുമ്പ് 'വസു' നടത്തി. അതെന്താണെന്നറിയുമോ നിനക്ക്? നമാസിനു മുമ്പ് കുളിച്ച് ശുദ്ധമാകുന്ന ചടങ്ങാണത്. നമാസ് ചെയ്യുന്നതിനു മുമ്പ് ഒരാൾ ശാരീരികമായി ശുദ്ധനാകേണ്ടതുണ്ട്.' എന്തിനാണ് അവന് ഇങ്ങനെ ശുദ്ധനാവാൻ തോന്നിയതെന്ന് കുകിക്ക് മനസിലായില്ല. ഇത്രയ്ക്ക് പാപബോധവും കുറ്റബോധവും അവന് തോന്നുന്നതെന്തിനെന്നും മനസിലായില്ല. എന്തിനാണവൻ സ്വയം പാപിയാണെന്ന് കരുതുന്നത്? ലിൻഡയോടൊപ്പം ഒറ്റ രാത്രി താമസം ആകസ്മികമായിട്ടാവാം. ഒരു പഴയ സുഹൃത്തിന്റെ കഷ്ടത കണ്ടതിന്റെ ദയയിലാവാം അവളുടെ അടുത്തുപോയത്. പക്ഷേ ഇതെന്തിനാണ് അവളോട് പറഞ്ഞത്? അതവളെ വിഷമിപ്പിക്കുമെന്ന് അവനറിയില്ലേ?

ആ ദിവസം മുഴുവൻ കുകി ആത്മദയയിൽ കംപ്യൂട്ടറിനു മുമ്പിൽ കഴിച്ചു കൂട്ടി, ഒരു ഇ-മെയിൽ കംപോസു ചെയ്യാൻ പോലുമാകാതെ.

കുകി ഒരിക്കലും സഫീക്കിനെ മാറ്റാൻ ശ്രമിച്ചിട്ടില്ല. അവൻ സ്വയമാണെല്ലാം ചെയ്യുന്നത്. സഫീക്ക് സ്വയം മാറാൻ ശ്രമിക്കുന്ന തെന്തിന്? എന്തിനുവേണ്ടി? കുകിയെ കിട്ടാനോ? കുകി ആദ്യമേ അവൻ എങ്ങനെയാണോ, അതനുസരിച്ച് മാനിച്ചു, എല്ലാമറിഞ്ഞു കൊണ്ട്. ഇപ്പോഴീ കാര്യവും പറഞ്ഞ് സ്വയം നന്നാകുന്നതിൽ എന്തർഥം?

അന്ന് കുകി സഫീക്കിന് ഇ-മെയിൽ അയച്ചില്ല. പക്ഷേ അടുത്ത ദിവസം, സഫീക്കിന്റെ ഇ-മെയിൽ വന്നു. 'എന്തു പറ്റി രോക്ഷണാ? നിനക്ക് സുഖമില്ലേ? നിനക്കെന്റെ കഴിഞ്ഞ കത്ത് ലഭിച്ചില്ലേ? ഞാനെ ങ്ങനെ നിന്നോട് പറയും, രോക്ഷണാ, ഞാനത്രയ്ക്ക് സങ്കടത്തിലാണ്. വീണ്ടുമൊരു വേർപാടിന്റെ സമയമാണ്. അതുകൊണ്ട് എനിക്ക് അല്ലാഹുവിനോട് ദേഷ്യം തോന്നുന്നു. എന്തിനാണ് എനിക്കിങ്ങനെ എല്ലാ സങ്കടങ്ങളും തരുന്നത്? നഗ്മയുടെ കല്യാണത്തിനു പോവണം. എന്റെ ഗ്രാമത്തിൽ കത്തയയ്ക്കാൻ മാർഗങ്ങളില്ല, അതുകൊണ്ട് എന്തെങ്കിലും വേറെ സംവിധാനമുണ്ടാക്കണം. മൂന്നാഴ്ച നിന്നെ പിരിഞ്ഞിരിക്കുക, ഞാൻ കരഞ്ഞുപോകും. എന്റെ ഗ്രാമത്തിൽ ഐ എസ് ഡി. കണക്ഷ നുണ്ടോ എന്നുപോലും എനിക്കറിയില്ല. ഞാനെങ്ങിനെ അവിടെ നിൽക്കും, രോക്ഷണാ?

നിനക്കറിയുമോ രോക്ഷണാ, നഗ്മ അവളുടെ 'ഇന്ത്യക്കാരി അമ്മ' കല്ല്യാണത്തിനു കൂടണമെന്നാഗ്രഹിക്കുന്നു. പക്ഷേ ഞാനത് അസാധ്യ മാണെന്ന് അവളോട് സൂചിപ്പിച്ചു. രണ്ടു രാജ്യങ്ങൾ തമ്മിലുള്ള ബന്ധം നോക്കൂ. നീ വന്നിരുന്നെങ്കിൽ, എന്റെ എല്ലാ സുഹൃത്തുക്കൾക്കും ബന്ധുക്കൾക്കും നിന്നെ പരിചയപ്പെടുത്താമായിരുന്നു.

ഞാൻ വല്ലാതെ തളർന്നിരിക്കുന്നു രോക്ഷണാ. ഇന്ന് രാവിലെ മുതൽ രാത്രി വരെ തബസുമ്മിന്റെ കൂടെ സാരിയും ആഭരണങ്ങളും വാങ്ങാൻ നടക്കുകയായിരുന്നു. ഇവിടത്തെ സ്ത്രീകൾ സാരി ധരിക്കാ റില്ലെന്ന് നിനക്കറിയാമല്ലോ. പക്ഷേ വിവാഹവേളകളിൽ വലിയ വീട്ടിലെ സ്ത്രീകൾ സാരി ധരിക്കും. നീയുണ്ടായിരുന്നുവെങ്കിൽ ഞാൻ നിനക്ക് ഒരു ചുവന്ന സാരി എടുത്തുതന്നേനെ.

നഗ്മയുടെ നിക്കാഹിന് ഏഴ് ലക്ഷം രൂപയുടെ മെഹർ തീരുമാ നമായി. മെഹർ എന്താണെന്നറിയുമോ നിനക്ക്? ഏതെങ്കിലും കാരണ വശാൽ ഭർത്താവ് തലാക്ക് ചൊല്ലുകയാണെങ്കിൽ മെഹർ ഭാര്യയ്ക്കു തിരിച്ചു നൽകണം. ശരിക്കുള്ള വിവാഹം ഒരു മണിക്കൂർ കൊണ്ട് തീരു മെങ്കിലും അത് മോടിപിടിപ്പിക്കാനുള്ള ചടങ്ങുകൾ നാലു മണിക്കൂറോളം തുടരും. ചടങ്ങിനു മുമ്പ് മണവാട്ടിയെ മഞ്ഞളണിയിക്കും. സംഗീതവും പാട്ടും ഒപ്പനയുമുണ്ടാവും. നീയീ ചടങ്ങിലുണ്ടായിരുന്നുവെങ്കിൽ എന്ന് ഞാനാശിക്കുന്നു. ഞാനീ തിരക്കിനിടയിൽ ഒരു കാര്യം മറന്നു രോക്ഷ ണാ. ഞാൻ ഒരു കലാകാരനാണെന്നു മറന്നു, എനിക്ക് സ്വന്തം നില യ്ക്കുള്ള ജീവിതമുണ്ടെന്നും. പാരീസിലേക്കു പോവുന്നതിനു മുമ്പ് നഗ്മ യുടെ വിവാഹം കഴിഞ്ഞിരിക്കണമെന്നുണ്ട്. പാരീസിൽ സമാധാനമായി

പിന്നെ രണ്ട് കൊല്ലം കഴിയാമല്ലോ? രോക്ഷണാ നീയെന്നോടൊപ്പം വരുമോ? വരണം കുട്ടീ, ഗ്രാമത്തിലേക്കു പോകും മുമ്പ് ! ഞാൻ നിന്നെ സ്നേഹിക്കുന്നു.' അതുകഴിഞ്ഞ് ലൈംഗികവേഴ്ച രസിക്കുന്നതിന്റെ വിവരണമാണ്. കത്ത് ഇങ്ങനെ അവസാനിക്കുന്നു. 'ഞാൻ തിരിച്ചു വരുന്നതു വരെ കാത്തിരിക്കണം.'

സ്വാഭിമാനം കൊണ്ടാണ് കുകി ഇ–മെയിൽ അയയ്ക്കാത്തത് എന്ന് സഫീക്കിന് ഒട്ടും മനസിലായില്ല. അവൾക്കിനി ഏറെ കാത്തിരിക്കാനാവും. ഇടവേളകളിൽ കംപ്യൂട്ടറിനു മുമ്പിൽ ഇരിക്കേണ്ടതില്ല. നിക്കാഹിന്റെ തിരക്കുകൾക്കിടെ സഫീക്ക് അവളെ ഓർക്കുമോ? തബസുമ്മാണല്ലോ എല്ലാ  കാര്യങ്ങളും ചെയ്യുന്നത്.

നഗ്മ കാണാൻ എങ്ങനെയിരിക്കും? ഗ്രാമവാസിയെപ്പോലെയോ? സഫീക്കിനെയോ നഗ്മയെയോ കണ്ടിട്ടില്ലല്ലോ. അവൾക്കു സങ്കടമായി, അവൾക്ക് നിക്കാഹിന് പോകാനാവില്ല.

കടുത്ത കാര്യങ്ങൾ മനസിൽ ആലോചിക്കാൻ പോലും അവൾക്കിപ്പോൾ  കഴിയാറില്ല. രക്തച്ചൊരിച്ചിൽ. വെടിമരുന്നിന്റെ ഗന്ധമോർക്കാനുമാവില്ല. എന്താണ് രാഷ്ട്രീയ വ്യത്യാസങ്ങൾ ഇങ്ങനെ അതിർത്തി നിർണയിച്ച് വേർതിരിക്കപ്പെടുന്നത്? യുദ്ധം, വൈരം? സ്നേഹം, വിശപ്പ്, വേദന, സന്തോഷം, ലൈംഗികത, ദയ – ഇവയെല്ലാം എല്ലാ മനുഷ്യരിലുമുള്ള വിവിധ നിറങ്ങളല്ലേ? നഗ്മ കുകിയുടെ വരവാഗ്രഹിക്കുന്നില്ലേ? കുകി അത്ഭുതപ്പെട്ടു. ചടങ്ങുകൾ ഏകദേശം സമാനമാണ്. മഞ്ഞളണിയിക്കലും മൈലാഞ്ചിയിടലും ഒരുപോലെ. ഉത്സവഛായയിൽ, പാട്ടുപാടി, സംഗീതവും ഡാൻസുമായി. അവ മനുഷ്യർ തമ്മിലുള്ള കടുപ്പങ്ങൾ കുറച്ച് വൈരികളെ മിത്രങ്ങളാക്കി മാറ്റും, ചിലപ്പോൾ തിരിച്ചും.

വേർപാടിന്റെ മൂന്നാഴ്ചക്കാലത്ത് കുകി അനികേതിന്റെ ലോകത്തിൽ മുഴുകി. പുതിയ സാൻട്രോയിൽ അവർ സിദ്ധിവിനായക അമ്പലത്തിൽ പോയി. ചെറുമകന്റെ ഹോംവർക്കും കുറച്ച് സമയം നോക്കി, പക്ഷേ, മക്കളുടെ പഠനക്കാര്യത്തിലെ ഇടപെടൽ അനികേതിന് ഇഷ്ടമായില്ല.

സഫീക്കില്ല, അതുകൊണ്ട് അവൾക്ക് ഒന്നും ചെയ്യാനില്ല. അനികേതും കുട്ടികളും പോയിക്കഴിഞ്ഞാൽ ഏകാന്തത അവളുടെ അസ്ഥികളിൽ കുത്തിക്കയറും. ഓരോ മൗനനിമിഷവും ഭീഷണിപ്പെടുത്തുന്ന രീതിയിലേക്ക് ഇരച്ചു കയറിയേക്കും. അവൾ അയൽക്കാരുമായി ഇടപഴകാൻ ശ്രമിച്ചു, ചെറിയ വർത്തമാനങ്ങൾ പറഞ്ഞു. പാർട്ടികളിലും കളികളിലും പങ്കെടുത്തു. എന്നിട്ടും ഇല്ലായ്മകളിൽ സഫീക്ക് എപ്പോഴും ഉണ്ടായിരുന്നു. സഫീക്ക് വിളിക്കുമെന്ന മോഹമടക്കിപ്പിടിച്ച്, അവൾ സമയം ചെലവഴിച്ചു.

ഒരു ദിവസം വീട്ടുസംഭാഷണങ്ങൾക്ക് പോകാതിരിക്കാൻ തീരുമാനിച്ചു. അവൾ സഫീക്കിന്റെ വിളി പ്രതീക്ഷിച്ചു, പഴയ കത്തുകൾ വായിച്ചു, സാധാരണ മട്ടിൽ സന്തോഷിച്ചിരുന്നു. എന്നാണ് സഫീക്ക്

തിരിച്ചു വരിക?എന്തിനാണവൻ ഇത്ര നേരത്തേ പോയത്? അവൾക്ക് അസ്വാസ്ഥ്യം തോന്നി.പെട്ടെന്ന് മിസിസ് മാളവ്യയുടെ ഫോൺ വന്നു, കുടുംബസംഗമത്തിന് പോകണമെന്ന് അവർ അറിയിച്ചു. കുകി അസുഖം നടിച്ചു, അതിനുശേഷം വന്ന എല്ലാ വിളികൾക്കും അവൾ ഇതേ കാര്യം തുടർന്നു പറഞ്ഞു. അങ്ങനെ അവൾ കൂട്ടത്തിൽ നിന്നും അകന്നു. നഗ്മയുടെ വിവാഹത്തിന് രണ്ടുമൂന്നു ദിവസമേ ബാക്കിയുള്ളൂ – സഫീക്കിന്റെ വിളി – കുകിക്ക് വിസ്മയമായി. ഇനി വിവാഹത്തിന് ഒരു ദിവസമേ ബാക്കിയുള്ളൂ. “ലാഹോറിലേക്ക് ഇത്ര പെട്ടെന്ന് മടങ്ങിവരാൻ എന്തു പറ്റി? എല്ലാം ശരിയല്ലേ?”

“അതെ, എല്ലാം ശരിയാണ്. വീട്ടിൽ മുഴുവൻ ബന്ധുക്കളാണ്. നമുക്ക് എത്ര ബന്ധുക്കളുണ്ടെന്ന് എനിക്കറിഞ്ഞു കൂട. നീ ചോദിച്ചില്ലേ, എല്ലാം ശരിയല്ലേയെന്ന്.” “എന്ത് ശരി? എനിക്കൊരു സന്തോഷവും ഇല്ല. നിന്നെ നഷ്ടപ്പെടുന്നു, വല്ലാതെ. ഇതെന്റെ കഷ്ടകാലമാണ്. ഇനി രണ്ടു ദിവസം കൂടി.അതുകഴിഞ്ഞ്, വിവാഹം കഴിഞ്ഞാൽ എത്രയും പെട്ടെന്ന് ഞാൻ തിരിച്ചു വരും.”

“നിങ്ങളുടെ ഗ്രാമത്തിൽ ഐ എസ് ഡി. കണക്ഷൻ ഇല്ലല്ലോ. എങ്ങനെയാണ് എന്നെ വിളിക്കുന്നത്?” കുകി ചോദിച്ചു.

“ഓ, കുട്ടീ, ഞാൻ ഇവിടെയടുത്ത് ചെറിയ ഒരു പട്ടണത്തിൽ നിന്നാണ്. എന്റെ നാട്ടിൽ നിന്ന് 35 കലോമീറ്റർ ദൂരമുണ്ട് ഇവിടേക്ക്.”

“എന്തെങ്കിലും ആവശ്യത്തിന് വന്നതാണോ?”

“എന്ത് ആവശ്യം. നിന്നോട് സംസാരിക്കാനായി വരാൻ പാടില്ലേ?”

“അത് ശരി, പക്ഷേ ഇത്ര ദൂരെ?”

“നീയിന്ന് നല്ല മൂഡിലല്ല രോക്ഷണാ. ഞാൻ വിളിച്ചതിൽ സന്തോഷമില്ലേ നിനക്ക്?”

“ഞാൻ നിങ്ങളുടെ വിളി പ്രതീക്ഷിച്ചിരിക്കുകയായിരുന്നു.” കുകി പറഞ്ഞു.

“എന്റെ കുഞ്ഞേ, എന്റെ കരങ്ങളിലണയൂ.”

പിന്നെയങ്ങോട്ടു പറഞ്ഞതു കേട്ടില്ല. ലൈനിൽ എന്തോ തടസമുണ്ടായി. കുകിക്ക് പറയാനുണ്ടായിരുന്നത് അവളുടെ മനസിലിരുന്നു തുടിച്ചു.

പറഞ്ഞതുപോലെ വിവാഹം കഴിഞ്ഞ് രണ്ട് ദിവസത്തിനുള്ളിൽ സഫീക്ക് ലാഹോറിൽ നിന്നും മടങ്ങിവന്നു. തബസും വീട് വൃത്തിയാക്കുകയാണ്. സമീം അവളെ സഹായിക്കുന്നു. സമീമിനെ അറിയുമോ? അവളുടെ യുവസുഹൃത്ത്. ഞാൻ നേരെ എന്റെ സ്റ്റഡി റൂമിലേക്ക് വന്നു. വസു ചെയ്യണം. എനിക്ക് വല്ലാത്ത ഏകാന്തത തോന്നുന്നു, മകളെ പറഞ്ഞയക്കുക ഇത്ര ബുദ്ധിമുട്ടുള്ള കാര്യമാണെന്ന് ഒരിക്കലും ഞാൻ ആലോചിച്ചിട്ടില്ലായിരുന്നു. മകൾ പോയശേഷം ഒരച്ഛന്റെ ഹൃദയം ഇങ്ങനെ ശൂന്യമാകുമെന്നറിയില്ലായിരുന്നു. എന്റെ തന്നെ ശരീരത്തിന്റെ ഒരു ഭാഗം ദാനംചെയ്തതു പോലെയാണിത്. എനിക്ക് കരയാതിരി

ക്കാനായില്ല. നീയെന്റെ അടുത്തായിരുന്നുവെങ്കിൽ നിന്റെ മാറിൽ തല വെച്ച് ഞാൻ കരയുമായിരുന്നു.

അവളുടെ ഈ വീട്ടിൽ എല്ലാം യഥാസ്ഥാനത്തുണ്ട്. അവളുടെ പുസ്തകങ്ങൾ, ചെരിപ്പുകൾ എല്ലാം. പക്ഷേ അവൾ മാത്രം ഇവിടെയില്ല. ഇരുപത്തിരണ്ട് വർഷമായി അവളിവിടെ താമസിക്കാൻ തുടങ്ങിയിട്ട്. ഇപ്പോൾ ഇവിടെ, ഈ വീട്ടിൽ അവളില്ല. ഈ ചെറു മെയിലിൽ ദേഷ്യ മരുത്, രോക്ഷണാ, ഞാൻ പിന്നീട് രാത്രിയിൽ വിശദമായി എഴുതാം.'

കുകി അവനെ ആശ്വസിപ്പിച്ചുകൊണ്ടെഴുതി. 'നമ്മ ഭർത്താവിന്റെ കൂടെ സന്തോഷവതിയായിരിക്കും. വിഷമിക്കരുത്, എല്ലാം ശരിയാവും. ഒരു ദിവസം നമ്മ അവളുടെ തീരുമാനത്തിൽ വീടുവിടാൻ ആഗ്രഹം കാട്ടും. നീ കണ്ടോ, അവൾ ഒരു ദിവസം ഭർത്താവിന്റെ സ്ഥലത്തേക്കു പോകാൻ തിടുക്കം കൂട്ടും.'

കുറച്ചു ദിവസങ്ങൾക്കുള്ളിൽ കുകിയും സഫീക്കും അവരുടെ പഴയ ദിനങ്ങളിലേക്ക് തിരിച്ചുപോയി. തബസും പുരുഷസുഹൃത്തുക്കളുടെ ചങ്ങാത്തത്തിൽ മുഴുകി. പത്തോ പന്ത്രണ്ടോ ദിവസങ്ങൾക്കു ശേഷം സഫീക്ക് അവളെ ആ നല്ല കാര്യം അറിയിച്ചു. അവന് കൊളംബിയ സർവകലാശാലയിൽ ജോലി കിട്ടിയിരിക്കുന്നു. അവൻ അതിയായ സന്തോഷത്തിലാണ് – 'ഞാനൊരിക്കലും വിചാരിച്ചില്ല, ഇത് ഇത്ര എളുപ്പമാകുമെന്ന് രോക്ഷണാ.' അവനെഴുതി, 'എനിക്കിത് വിശ്വസിക്കാനാവുന്നില്ല. ഞാൻ പാരീസിൽ പോകുന്നു. പലതവണ ഇതിനുമുമ്പ് ലണ്ടനിലും പാരീസിലും പോയിട്ടുണ്ട്. പക്ഷേ ഇത്ര സന്തോഷം ഇതിനു മുമ്പൊരിക്കലും തോന്നിയിട്ടില്ല. എല്ലാ തവണയും ജോലി സംബന്ധമായിട്ടാണ് പോയത്. പക്ഷേ ഇത്തവണ വ്യത്യസ്തമാണ്. ഇത് നിനക്കു വേണ്ടിയാണ്, നിന്റെ സ്നേഹത്തിനു വേണ്ടിയാണ്. ഞാൻ ത്രില്ലടിച്ചിരിക്കയാണ് കുഞ്ഞേ. ഞാനിതാ ചന്ദ്രനിലെത്തുന്നതിന് ചുവടുകൾ പിന്നിൽ. അവിടെ ഞാൻ നിന്നോടൊപ്പം നീ എന്നോടൊപ്പം.'

# പതിനാറ്

'എവിടെയാണ് ഞാൻ നിന്നോടൊപ്പമാവുക, നീ എന്നോടൊപ്പവും. ഈ ലോകത്തിൽ വേറൊന്നുമില്ല. ലൈംഗികതയിലൂടെ നമുക്ക് ഭൗതികത്തിൽ നിന്നും അതിഭൗതികത്തിലേക്ക് സഞ്ചരിക്കാം. അത് ഓഷോയുടെ സിദ്ധാന്തമാണ്. അല്ലേ രോക്ഷണാ?' സഫീക്ക് ചോദിച്ചു. 'നിനക്ക് ഓഷോയെക്കുറിച്ച് എന്തെങ്കിലും അറിയുമോ? എനിക്കദ്ദേഹത്തിന്റെ സിദ്ധാന്തങ്ങളിൽ വലിയ താൽപ്പര്യമാണ്. ലൈംഗികതയും തന്ത്രവിദ്യയും തമ്മിൽ എന്തെങ്കിലും ബന്ധമുണ്ടോ? നിങ്ങളുടെ രാജ്യത്ത് ആളുകൾ ഓഷോയെ ദൈവമായി കണക്കാക്കുന്നുണ്ടോ?'

ഇതുവരെ അവർ തമ്മിൽ പല വിഷയങ്ങളിൽ ബൗദ്ധിക ചർച്ച ഉണ്ടായിട്ടുണ്ട്. പക്ഷേ ഓഷോയും തന്ത്രവിദ്യയും വന്നിട്ടില്ല.

പെട്ടെന്ന് ഓഷോ വിഷയമായി ഉയർന്നു വരാൻ എന്താണ് കാരണം? കുകി ഓഷോയുടെ പുസ്തകങ്ങൾ നേരത്തേ തന്നെ വായിച്ചിട്ടുണ്ട്. പക്ഷേ ഒരിക്കലും വലിയ താൽപ്പര്യം തോന്നിയിരുന്നില്ല. അതിൽ ചിന്തോദ്ദീപകമായി എന്തെങ്കിലും കണ്ടതുമില്ല. സഫീക്കിനെന്ത് മറുപടി എഴുതണമെന്നറിയാതെ അവൾ ഇരുന്നു.

അവസാനം അവൾ എഴുതി. 'ഞാൻ കുറച്ചേ വായിച്ചിട്ടുള്ളൂ. വായിക്കുമ്പോൾ അദ്ദേഹത്തിന്റെ സിദ്ധാന്തങ്ങൾ യുക്തിഭദ്രമെന്ന് തോന്നിയങ്കിലും, പിന്നീട് ഒരു സ്വാധീനവും തോന്നിയില്ല. പഴയകാലത്ത്, നമ്മുടെ ഹിന്ദുപാരമ്പര്യത്തിൽ യോഗയ്ക്ക് വലിയ സ്ഥാനമുണ്ടായിരുന്നു. അതിലധിഷ്ഠിതമായി, പുരാതന ഇന്ത്യയിൽ യോഗദർശനത്തിൽ കുണ്ഡലിനിയുടെ കൽപ്പനയുണ്ട്. യോഗയിലൂടെയുള്ള ഉയർച്ചയും

ആധ്യാത്മികനന്മക്കു വേണ്ടിയുള്ള സദ്ബുദ്ധിയും ഇതിൽ ചർച്ച ചെയ്യുന്നുണ്ട്.

സഫീക്ക് നിനക്കറിയുമോ, നമ്മുടെ സന്യാസിമാരും സിദ്ധന്മാരും മനുഷ്യശരീരത്തിന് ആറ് സ്ഥലികൾ നിരീക്ഷിച്ചിട്ടുണ്ട്– ഗുദം, അണ്ഡാശയം, പൊക്കിൾ, ഹൃദയം, തൊണ്ട, നെറ്റിത്തടം ഇവ ചക്രങ്ങളാണ്. ആത്മാവിന്റെ ആഴത്തിലുള്ള ആഗ്രഹങ്ങളെ പൂർത്തികരിക്കാനുള്ള അവസരമൊരുക്കുന്നത് ഈ ചക്രങ്ങളാണ്. കുണ്ഡലിനിയാകട്ടെ, നട്ടെല്ലിനടിയിലാണ് – ഗുദത്തിനടുത്ത്. മനസിനെ നിയന്ത്രിക്കുന്ന സാധകന്റെ ഉള്ളിൽ കുണ്ഡലിനി ആറ് ചക്രങ്ങളെയും ഭേദിച്ച് സഞ്ചരിക്കുന്നു. കുണ്ഡലിനി നെറ്റിത്തടത്തിലെത്തുമ്പോഴാണ് മോക്ഷം ലഭിക്കുന്നതെന്നാണ് നമ്മുടെ സന്യാസിമാർ പറയുന്നത്. അതാണ് അവസാന സ്ഥലി, ആയിരക്കണക്കിന് ഇതളുകളുള്ള താമര വിരിയുന്ന സ്ഥലം. കുണ്ഡലിനി മറ്റ് ആറ് ചക്രങ്ങളേയും മറി കടക്കുന്നു. ഓഷോ ഇതേ ആശയത്തെ ഒരൽപ്പം മാറ്റി മറിച്ച് ചക്രങ്ങളിലേക്ക് കടക്കാനുള്ള മാധ്യമമായി ലൈംഗികത തെരഞ്ഞെടുത്തു.

പക്ഷേ സഫീക്ക്, നീയെന്തിനാണ് ഇതിൽ താൽപ്പര്യം കാണിക്കുന്നത്? നിനക്ക് ഒരിക്കലും സന്യാസിയാകേണ്ടല്ലോ. ഗുരുവാകാൻ നീയൊരിക്കലും താൽപ്പര്യം കാണിച്ചിരുന്നില്ല. നമ്മുടെ സ്നേഹം ശാരീരികമായ ആകർഷണത്തിലുള്ളതല്ല. നമ്മുടെ സ്നേഹം അതിജീവനത്തിന്റേതാണ്, അത് നമ്മെ അലൗകിക സുഖത്തിലേക്ക് നയിക്കും. ഓഷോവിന്റേത് വേറെ വഴിയാണ്. അദ്ദേഹം ലൈംഗികതയെ യോഗയോട് ബന്ധിപ്പിച്ചു. അദ്ദേഹം പറഞ്ഞു, 'ഭോഗം ചെയ്യുമ്പോൾ നീയൊരു സാധനയിലാണെന്ന് സങ്കൽപ്പിക്കുക, നിനക്ക് സങ്കടങ്ങളൊന്നുമില്ലെന്നും, ദു:ഖങ്ങളൊന്നുമില്ലെന്നും. ക്രമേണ നിനക്ക് തോന്നും, നിന്റെ ശരീരവും ആത്മാവും നിന്റേതല്ലെന്ന്. ആ നിമിഷം – നീ ബോധത്തിൽ നിന്നും അതിബോധത്തിലേക്ക് നീങ്ങും, ആനന്ദമൂർച്ഛയിലേക്കും. അതാണ് സിദ്ധി.

പിന്നെ ഓഷോയെ ഞങ്ങൾ ദൈവമായി കരുതുന്നുവെന്ന് നിന്നോടാരു പറഞ്ഞു? നമ്മുടെ നാട്ടിൽ, ഓരോരുത്തർക്കും സ്വന്തം അഭിപ്രായം സൂക്ഷിക്കാനും തിരസ്കരിക്കാനും അവകാശമുണ്ട്. വിശ്വാസം വ്യക്തിഗതമായ ഇഷ്ടമോ താൽപ്പര്യമോ ആണ്. ഒരാൾ ഓഷോയെ മാനിക്കുന്നുവെങ്കിലും അയാൾ മറ്റൊരുവനെയോ മറ്റൊരുത്തിയെയോ അത് മാനിക്കാൻ നിർബന്ധിക്കുമെന്നർഥമില്ല. നമ്മുടെ രാജ്യത്ത് ദൈവത്തിന്റെ അവതാരമായി കരുതപ്പെടുന്ന ഒട്ടേറെ സന്യാസികളുണ്ട്. ഈ സിദ്ധാന്തത്തിന് അനുയായികളും അല്ലാത്തവരും ധാരാളമുണ്ട്. ഓഷോയെക്കുറിച്ച് നിനക്ക് കൂടുതൽ അറിയാൻ താൽപ്പര്യമുണ്ടെങ്കിൽ ഞാൻ കൂടുതൽ വായിച്ച ശേഷം മറുപടി പറയാം.'

അടുത്ത ദിവസം സഫീക്ക് മറുപടി എഴുതി. 'നിന്റെ കത്ത് വായിച്ച

പ്പോൾ രോക്ഷണാ, ഞാൻ ഒരു പുതിയ ലോകത്തേക്ക് പ്രവേശിക്കുന്നതായി തോന്നി. നമ്മൾ തമ്മിൽ കാണുമ്പോൾ, നമുക്ക് ഓഷോയുടെ സിദ്ധാന്തം ശ്രമിച്ചു നോക്കാം? നീ തന്ത്രത്തെക്കുറിച്ച് എഴുതിയില്ലല്ലോ? മറന്നുപോയോ?'

അടുത്ത ഖണ്ഡത്തിൽ അവൻ ഇങ്ങനെ എഴുതി 'രോക്ഷണാ, പാരീസ് യാത്ര അടുത്തടുത്ത് വരുമ്പോൾ എനിക്ക് കൂടുതൽ കൂടുതൽ ഉത്സാഹമുണ്ട്. ഞാൻ ഭാവിജീവിതത്തെക്കുറിച്ച്, നമ്മുടെ കുഞ്ഞിനെക്കുറിച്ച് സ്വപ്നം കാണാൻ തുടങ്ങിയിരിക്കുന്നു. നീ വേണ്ട എന്നു പറയില്ല എന്നു ഞാൻ കരുതുന്നു.'

അവസാന ഖണ്ഡിക വീണ്ടും ഭാവിയിൽ ഉണ്ടായേക്കാവുന്ന അവരുടെ ലൈംഗികവേഴ്ചയെക്കുറിച്ചുള്ള വിവരണമായിരുന്നു-ഇത് കുകിക്ക് സാധാരണമായി മാറിയിരുന്നു. 'ഞാൻ നിന്റെ ചുണ്ടുകളിലേക്ക് അരിച്ചിറങ്ങുകയാണ്. നിന്റെ നീരിനായി, നിന്റെ നാവ് എന്റെ നാക്കിലേക്കു വയ്ക്കൂ.'

കുകിക്ക് ഇ-മെയിൽ അലോസരമായി തോന്നി. ഇങ്ങനെ ലൈംഗികത അനുഭവിച്ചിട്ട് അവനെന്തു കിട്ടാനാണ്? സഫീക്കിന് സെക്സ് മാത്രമേ അറിയൂ, മറ്റൊന്നുമില്ല. സ്നേഹത്തിനോ സംവേദനങ്ങൾക്കോ ഒരു പ്രാധാന്യവുമില്ല. പിന്നെ വാക്കുകളിൽ എന്തിരിക്കുന്നു? 'നീയാണെന്റെ എല്ലാം, നീയില്ലാതെ ഞാനൊന്നുമല്ല.' ഇതിലൊന്നും അവൻ അർഥം കാണുന്നതേയില്ലേ? ലൈംഗികതയോടുള്ള അവന്റെ അഭിനിവേശം അവളിൽ ജുഗുപ്സയുണർത്തി. 'ഇല്ല, സഫീക്ക്' കുകി മറുപടി എഴുതി' ഓഷോയുടെ ഫിലോസഫിയുമായി മുന്നോട്ട് പോകാനുള്ള നിന്റെ ശ്രമത്തിന് എന്റെ പിന്തുണയുണ്ടാവില്ല. ഞാനൊരു സാധാരണ സ്ത്രീയാണ്. എന്റെ ആവശ്യങ്ങൾ മനുഷ്യയോജിതമാണ്. എനിക്ക് ഈ ജീവിതം ജീവിക്കാനുള്ള സ്നേഹം മാത്രം മതി. യോഗയിൽ നിന്നോ ആരാധനയിൽ നിന്നോ എനിക്കെന്ത് ലഭിക്കാനാണ്?'

'നിങ്ങളുടെ പരീക്ഷണങ്ങൾ മറ്റാരുടെയെങ്കിലും കൂടെ നടത്തുക. ഞാൻ നിങ്ങളെ വിലക്കുകയില്ല. എനിക്ക് സന്തോഷമായി ജീവിച്ചാൽ മതി. എനിക്ക് മോക്ഷം വേണ്ട. നീ എല്ലാ തടസങ്ങളേയും മറികടന്ന് എന്റെയടുത്ത് വരുന്നതുവരെ ഞാനിങ്ങനെ മൗനമായി നോക്കി നിൽക്കും. അതാണ് എനിക്കിഷ്ടം.

നീ തന്ത്രവിദ്യയെക്കുറിച്ച് ചോദിച്ചല്ലോ. അതിനെക്കുറിച്ച് വ്യത്യസ്തമായ അഭിപ്രായങ്ങളുണ്ട്. ചിലർക്ക് അത് മോക്ഷം ലഭിക്കാനുള്ള മാർഗമാണ്, മറ്റ് ചിലർക്ക് കറുത്ത ജാലവിദ്യയും. തന്ത്രവിദ്യയറിഞ്ഞാൽ അത്ഭുതങ്ങൾ കാട്ടാനാവും. ഇതുകൊണ്ടുതന്നെ തന്ത്രവിദ്യയുടെ മഹത്വം കുറഞ്ഞിരിക്കുന്നു. തന്ത്രത്തിൽ ഉച്ചാരണപ്പിഴവുകൊണ്ടുപോലും വലിയ ശിക്ഷ കിട്ടുമെന്ന് ഞാൻ വായിച്ചിട്ടുണ്ട്. അത് മനുഷ്യനെ ഇല്ലാതാക്കും. എന്തായാലും അത് മറന്നേക്കൂ! നമുക്ക് എങ്ങനെ അതിലെ

ത്താനാവും? നമ്മുടെ മാർഗം സ്നേഹത്തിന്റേതാണ്. അതിലേക്ക് മടങ്ങി വരിക. സാധനയിൽ നിന്നും മോക്ഷത്തിൽ നിന്നും നമുക്കെന്തു ലഭിക്കാനാണ്? മോക്ഷത്തിൽ എന്താണുള്ളത്?'

സഫീക്കിനെ തൃപ്തിപ്പെടുത്താൻ വലിയ ബുദ്ധിമുട്ടാണ്. കിറുക്കനായ കലാകാരനാണയാൾ - ഇ-മെയിലയച്ചതിനു ശേഷം കുകി ഓർത്തു. അയാൾക്കെന്താണ് വേണ്ടതെന്ന് മനസിലാക്കാൻ വലിയ ബുദ്ധിമുട്ടാണ്. വൈകുന്നേരമായി, അനികേതിന്റെ വരവോടെ കുകിയുടെ ജീവിതചര്യ തീർത്തും മാറിയിരിക്കും. പഠിപ്പിക്കുന്നതിനിടെ അനികേത് മകന്റെ ചെവിപിടിച്ച് വലിച്ചു, ചോര പൊടിയാൻ തുടങ്ങി. ബാം പുരട്ടുന്നതിനിടെ കുകി അനികേതിനെതിരെ പിറുപിറുത്തു.അത് വഴക്കിൽ കലാശിച്ചു. കുകിക്ക് അത്താഴം കഴിക്കാൻ തോന്നിയില്ല. വീട്ടിനുള്ളിൽ എന്തുവന്നാലും അത് അഡ്ജസ്റ്റ് ചെയ്യാനവൾ ബാധ്യസ്ഥയാണ്. ആത്മഹത്യ ഒരു മാർഗവുമല്ല, സ്വന്തം വീട്ടിലേക്ക് തിരിച്ച് പോവാനാവില്ല, ഡൈവോഴ്സിനെക്കുറിച്ചും ചിന്തിക്കാനാവില്ല. ഉൾവലിഞ്ഞുകൊണ്ട് ജീവിതം കടന്നു പോയി.

അടുത്ത ദിവസം രാവിലെ തലേന്നത്തെ കണ്ണുനീർ മറന്നു പോകും. പാചകംചെയ്ത് കുകി എല്ലാവരെയും കഴിപ്പിച്ച് പറഞ്ഞയച്ചു. വേലക്കാരി പോയശേഷം, അവൾ മോണിറ്ററിനു മുന്നിൽ വന്നിരുന്നു. സഫീക്കിന്റെ മെയിൽ അവളെ കാത്തിരിക്കുന്നുണ്ടായിരുന്നു. സഫീക്ക് ഇങ്ങനെ എഴുതി, 'നിങ്ങൾ ഹിന്ദുക്കൾ പാരമ്പര്യവാദികളും അന്ധവിശ്വാസികളുമാണ്. ഓഷോയുടെ ദർശനങ്ങൾ പരീക്ഷിക്കാൻ എന്നെ സഹായിക്കില്ലെന്ന് നീ എന്തിനാണ് എഴുതിയത്? നീ എന്തിനാണ് എന്നോട് വേറെ പാർട്ണറെ നോക്കിക്കൊള്ളാൻ പറഞ്ഞത്? നീയെന്താണിങ്ങനെ പഴഞ്ചൻ, മോളെ?'

കുകി അസ്വസ്ഥയായി. 'നിങ്ങൾ ഹിന്ദുക്കൾ? എന്താണിതിന്റെ അർഥം സഫീക്ക്? നമ്മുടെ ബന്ധത്തിൽ എപ്പോഴാണ് ഹിന്ദുവും മുസ്ലീമും ഉണ്ടായത്? പാരമ്പര്യഹിന്ദുവെന്ന് വിളിച്ച് സഫീക്ക് അവളെ കളിയാക്കി. ആരാണവന് അവളെ പാരമ്പര്യ മതഭ്രാന്തിയെന്ന് വിളിക്കാനുള്ള അധികാരം നൽകിയത്? എന്താണിതിന്റെ അർഥം? സഫീക്കിന് അവൾ കാര്യമല്ലാതായി മാറുകയാണോ?

ഒരു വ്യക്തിയുടെ തനിമയെന്നാലെന്താണ്? മതമോ, സംസ്കാരമോ- എന്താണയാളുടെ തനിമ? അവരുടെ ബന്ധത്തിന് മതത്തിന്റെ ബലതന്ത്രമുണ്ടോ? കുകി ദൈവത്തിന്റെ പ്രകൃതിയെക്കുറിച്ചൊന്നും ഓർക്കാറില്ല. അവളത്ര ദാർശനികയൊന്നുമല്ല. നിർവാണം, മോക്ഷം, മുക്തി ഇതൊന്നും അവൾ ഓർത്തു വിഷമിക്കാറില്ല. അവൾക്ക് ജീവിതം മുഴുവനായും ജീവിക്കണം. അവൾക്ക്, അവളായിരിക്കണം. എല്ലാ നിമിഷവും ജീവിച്ചു തീർക്കണം. തന്ത്രവിദ്യാകാര്യങ്ങളൊക്കെ അവളെ സംബന്ധിച്ചിടത്തോളം അർഥമില്ലാത്തതാണ്. പക്ഷേ 'നിങ്ങൾ ഹിന്ദു

ക്കൾ' അവളെ വേദനിപ്പിച്ചു. എന്തിന്? ഈ ചിന്ത ഇത്രയും കൊല്ലം എവിടെയാണ് ഒളിപ്പിച്ചുവെച്ചത്? അവൾക്കത് നോക്കാനായില്ല. 'മതനിര പേക്ഷത' എന്ന വാക്ക് ഇപ്പോൾ ദൂരെയായി.

കുകിക്ക് സ്വയം നിയന്ത്രിക്കാനായില്ല. അവൾ ഉടനെ സഫീക്കിന് മെയിലയച്ചു. 'നിങ്ങൾ ഹിന്ദുക്കൾ പാരമ്പര്യവാദികളും അന്ധവിശ്വാസി കളുമാണ്' ഈ വാചകം കോപ്പിചെയ്ത് പേയ്സ്റ്റ് ചെയ്തു – 'ഈ വാചകം എന്നെ വേദനിപ്പിച്ചു. സഫീക്ക് നിന്റെ ക്രൂരമായ ഇത്തരം ചിന്ത കൾ മനസിലാക്കാൻ പറ്റാത്ത എന്റെ കഴിവുകേടിൽ ഞാൻ അത്ഭുത പ്പെടുന്നു. ഞാൻ നിങ്ങൾക്ക് യോജിച്ചതല്ലെങ്കിൽ നിങ്ങൾക്ക് വിടാം.നമ്മൾ പരസ്പരം ഉണ്ടായവരല്ല. ഹിന്ദുകാമുകിയെ ഉപേക്ഷിക്കുക. നിന്നെ മറക്കാൻ എനിക്ക് ബുദ്ധിമുട്ടാണെന്നറിയാം, എന്നാലും അസാധ്യമല്ല. നീയെന്തു പറയുന്നു? രോക്ഷണ.'

അവർ തമ്മിൽ ഏതെങ്കിലും തെറ്റിദ്ധാരണയുണ്ടാവുമ്പോൾ, മെയിലയച്ചുകഴിഞ്ഞാൽ കുകിക്ക് വല്ലാത്ത ആശ്വാസം തോന്നും. പക്ഷേ ഇപ്പോഴങ്ങനെയില്ല. അവൾ സ്വയം ടി വി കാണാനും പത്രം വായിക്കാനും ധൃതി കൂട്ടി. പക്ഷേ എല്ലാം വെറുതെയായി.അവൾ സഫീക്കിന്റെ ഫോൺ കാത്തിരിക്കുകയായിരുന്നു. സഫീക്കവളെ വിളിച്ച് ഒരുപക്ഷേ ഇങ്ങനെ ചോദിക്കും, 'ഒന്നുമില്ലാതെ നീ എന്തിനാണിങ്ങനെ കോപിക്കുന്നത്? സോറി, ഞാനിനി നിന്നെ വേദനിപ്പക്കില്ല.'

പക്ഷേ അങ്ങനെയായിരുന്നില്ല. സഫീക്ക് വിളിച്ചില്ല. അവളുടെ ക്ഷമ ഉൽക്കണ്ഠയായി മാറി. അവൾ വീണ്ടും ലോഗ് ഓൺ ചെയ്ത് ഇൻബോക്സ് നോക്കി. വായിക്കാത്ത മെയിൽ ഇല്ല. ചിലപ്പോൾ സഫീക്ക് അവളുടെ മെയിൽ വായിച്ചിട്ടില്ലായിരിക്കും, അവൾ സ്വയം ആശ്വസിക്കാൻ ശ്രമിച്ചു. പക്ഷേ ആ വാക്കുകൾ 'നിങ്ങൾ ഹിന്ദുക്കൾ' പിന്നേയും നീറിയി രുന്നു. അവ രാഷ്ട്രം, മതം, ഭാഷ തുടങ്ങിയവയെ തട്ടിമാറ്റി അകത്തേക്ക് മാർച്ചു ചെയ്യുകയാണ്. ഈ വാക്കുകൾ ഇപ്പോൾ എവിടെ നിന്നാണ് ഇഴഞ്ഞു വന്നത്?

അടുത്ത ദിവസം രാവിലെ കുകി വീണ്ടും തന്റെ ഇൻബോക്സ് നോക്കി. വായിക്കാത്ത മെയിലുകൾ ഇല്ല. അവൾക്ക് സഫീക്കിനെ വിളി ക്കാൻ തോന്നി.സഫീക്ക് ദേഷ്യത്തിലാണോ? തന്റെ ലോകം തകർ ന്നതായി അവൾക്ക് തോന്നി. ഇല്ല, സഫീക്ക് അവളോട് ദേഷ്യപ്പെടില്ല. അവനങ്ങനെ തോന്നിയാലും അവളോട് ദേഷ്യം കാണിക്കില്ല. എവിടെ യെങ്കിലും പോയിക്കാണും, അതായിരിക്കും ഇ–മെയിൽ നോക്കാത്തത്. എവിടെയെങ്കിലും പോകുമ്പോൾ സാധാരണയായി അവളെ എഴുതി അറിയിക്കാറുള്ളതാണ്, അല്ലെങ്കിൽ തിരിച്ചുവന്നാലുടൻ എവിടെയൊക്കെ യാത്ര ചെയ്തു എന്നറിയിക്കാറുള്ളതാണ്. ഇത്തവണ എന്തു പറ്റി?

ഓരോ തവണയും തെറ്റിദ്ധാരണകൾ ഉണ്ടാവുമ്പോൾ, വ്യത്യാസ ങ്ങൾ കോൾഡ് സ്റ്റോറേജിൽവച്ച് അവർ മുന്നോട്ട് നീങ്ങുമായിരുന്നു.

അവരുടെ ഒരു വ്യത്യാസവും ബന്ധത്തിന് തടസമായില്ല. ഇനി മെയില യച്ചത് അഡ്രസ് തെറ്റിയോ? ഏയ്, അങ്ങനെ അവൾ ചെയ്യുമോ? അവൾ പിന്നേയും വിളിക്ക് കാത്തു.പക്ഷേ ഫോൺ റിങ് ചെയ്തില്ല. സ്വയം നിയന്ത്രിക്കാനാവാതെ അവൾ എഴുതി: 'എന്റെ ഇ–മെയിൽ കിട്ടിയില്ലേ? എന്തേ നീ മറുപടി എഴുതാത്തത്? നിനക്കെന്നോട് ദേഷ്യമാണോ? എന്തിന്? എന്റെ ഏത് വാക്കാണ് നിന്നെ വേദനിപ്പിച്ചത്, നമ്മുടെ ബന്ധം അവസാനിപ്പിക്കാൻ തക്കവണ്ണം? ഞാൻ ശരിക്കും വിഷമിച്ചിരിക്കുകയാണ്. ദയവായി എനിക്ക് മെയിൽ ചെയ്യണം.'

കുറച്ച് മണിക്കൂറുകൾ കഴിഞ്ഞ് അവൾ മെയിൽ ബോക്സ് വീണ്ടും തുറന്നു. ഇല്ല, മെയിലില്ല. ഈ മനുഷ്യന് ഇത്ര വേഗം ദേഷ്യം വരുന്നു. ഇയാൾ എന്തൊരു ക്രൂരൻ! ഇയാളാണ് അവളെ വേദനിപ്പിച്ചത്, എന്നിട്ടിപ്പോൾ ഇയാൾ തന്നെ കോപിക്കുന്നു. ഇപ്പോൾ അവളുടെ കോപം അലിഞ്ഞിരിക്കുന്നു. സഫീക്കിനെ നഷ്ടപ്പെടുന്നതിന്റെ ചിന്തകളാണ് അലട്ടുന്നത്. ഉള്ളിലെ ധൈര്യം സ്വയം നഷ്ടപ്പെടുന്ന രീതിയിൽ അവൾ അടിമയായിരിക്കുന്നു. വേവലാതിയും വിറയലും നിയന്ത്രിക്കാൻ അവൾ കൈകൾ കൂട്ടിപ്പിടിച്ചു. ശൂന്യമായ വീട് അവളെ സ്തബ്ധയാക്കി. അവൾക്കാരോടും ഒരക്ഷരം ഉരിയാടാനായില്ല. കൈകൾ ചുമരിൽ പൊത്തിപ്പിടിച്ച് അവൾ കരഞ്ഞു, ചുമരെങ്കിലും അവളെ ആശ്വസിപ്പിക്കുമെന്ന മട്ടിൽ. എങ്ങനെയാണ് ഒരാൾക്ക് ഇങ്ങനെ ദേഷ്യം വരിക?

എങ്ങനെയാണ് ഒരാൾക്ക് ഇങ്ങനെ ദേഷ്യം വരിക? എല്ലാ വാചകങ്ങളും കള്ളമായിരുന്നുവോ – 'നീ എന്റെ ദേവതയാണ്, നീയാണെന്റെ എല്ലാം.' അവൾക്കുറങ്ങാൻ സാധിച്ചില്ല.

അടുത്ത ദിവസം അവൾ വിറയ്ക്കുന്ന വിരലുകളോടെ കംപ്യൂട്ടറിൽ ലോഗ് ഓൺ ചെയ്തു. ഭയന്നപോലെ അന്നും പുതിയ മെയിലൊന്നുമില്ല. സഫീക്ക് ഒരു വഞ്ചകനോ? കുകിയോടിത്രനാളും അവൻ കളിക്കുകയായിരുന്നോ? പാരീസിൽ പോകുന്നതിനുമുമ്പ് സഫീക്കിന് ഈ ബന്ധം നിർത്തി സ്വതന്ത്രമായി പറക്കാനാണോ?

സഫീക്കിന്റെ കത്തുകളില്ലാതെ അവൾക്ക് ജീവിതം അർഥശൂന്യമായി തോന്നി. കൊടുംശൂന്യത അവളെ വേട്ടയാടി. ആരോടാണ് അവൾ തന്റെ മാനസിക സംഘർഷം പറയുക? അവൾ വീണ്ടും സഫീക്കിനെഴുതി – 'സഫീക്ക്, നിനക്കെന്നോട് ദേഷ്യമാണോ? എന്നോട് ക്ഷമിക്കൂ. നിന്നെക്കൂടാതെ ജീവിക്കാൻ ഞാൻ ആവത് ശ്രമിച്ചു. പക്ഷേ എനിക്കാവുന്നില്ല. ഇന്നുവരെ നീയെന്നെ ദേവതയായി പൂജിച്ചു. ഇനി എന്റെ ഊഴമാണ്. ഞാനിതാ തലകുനിക്കുന്നു. എനിക്കെഴുതണം. എന്നിലേക്ക് മടങ്ങി വരണം. നീയില്ലാതെ ജീവിതം അർഥശൂന്യമാണ്. നിന്റെ നിസഹായയായ മാലാഖ.....'

ഈ തവണയെങ്കിലും സഫീക്കിന് നിയന്ത്രിക്കാനാവില്ലെന്ന് കുകി വിചാരിച്ചു. എന്തായാലും അവൻ മറുപടി അയക്കും. ഒന്നുമില്ലെങ്കിലും

അവൻ അവളെ സ്നേഹിച്ചതല്ലേ. ഒരുപക്ഷേ അവനൊരിത്തിരി മേധാവിത്വം കാട്ടുമായിരിക്കും. കുകി കരയുകയാണെന്നറിഞ്ഞാൽ അവൻ അടികൂടാൻ വരുന്നതിൽ നിന്ന് പിന്തിരിയില്ലേ?

മഴ കൂലംകുത്തി പെയ്യുന്നു. കൂടെക്കൂടെ പവർകട്ട്. എന്നിട്ടും കുകി പറ്റുമ്പോഴെല്ലാം ലോഗ് ഓൺ ചെയ്തു. അവൾക്ക് സഫീക്കിനെ വല്ലാതെ നഷ്ടപ്പെടുന്നു. കഴിഞ്ഞ ചില ദിവസങ്ങളായി അവളവന് പതിനഞ്ച് ഇ-മെയിലെങ്കിലും അയച്ചിട്ടുണ്ട്. ചിലപ്പോഴൊക്കെ അവൾ സ്വയം സമാധാനിച്ചു. സഫീക്ക് ഇനിയവൾക്ക് ഒരിക്കലും എഴുതുകയില്ലായിരിക്കും. പക്ഷേ എല്ലാ ദിവസത്തേയും ശീലംപോലെ അവൾ കംപ്യൂട്ടറിനു മുമ്പിലിരുന്നു. പതിനഞ്ച് ദിവസത്തിനു ശേഷം അവളുടെ ഇൻബോക്സിൽ ഒരു വായിക്കാത്ത മെയിൽ കണ്ട് അവൾ അത്ഭുതപ്പെട്ടു. അന്ന് അതയച്ചയാളുടെ അഡ്രസ്സ് അതുല്യമായ വശ്യതയോടും പരിചിതത്വത്തോടും അവൾ നോക്കി. വിറയ്ക്കുന്ന വിരലുകളോടെ അവൾ ആ മെയിലിൽ ക്ലിക്ക് ചെയ്തു. സ്ക്രീൻ ശൂന്യമായി. വീണ്ടും ലോഗ് ചെയ്യാൻ തുടങ്ങി. അവളുടെ ക്ഷമനശിച്ച് ആകാംക്ഷ കൂടി. 'സഫീക്ക് വേഗം' അവൾ ശ്വാസമടക്കിപ്പിടിച്ച് പിറുപിറുത്തു.

അതൊരു ചെറിയ ഇ-മെയിലാണ്. 'ലണ്ടനിലെ ബോംബ് സ്ഫോടനത്തിനു ശേഷം പോലീസ് എന്നെ അറസ്റ്റ് ചെയ്തു. ലണ്ടൻ പോലീസിന്റെ റിപ്പോർട്ടനുസരിച്ച് എന്റെ ഒരു കൂട്ടുകാരന് സ്ഫോടനത്തിൽ പങ്കുണ്ട്. അവന് എന്നോട് നല്ല ബന്ധമുള്ളതാണ്. അങ്ങനെ ഞാനും അവരുടെ നിരീക്ഷണത്തിലായി. ഞാനിപ്പോൾ കടുത്ത നിരീക്ഷണത്തിലാണ്. ദിവസം ഒരു മണിക്കൂർ മാത്രമേ വീട്ടിൽ വരാൻ അനുവാദമുള്ളൂ. ഞാൻ നിന്റെ കത്തുകൾ വായിക്കുന്നു. എനിക്കീ ആരോപണത്തിൽ നിന്ന് എപ്പോൾ പുറത്തു വരാനാവുമെന്ന് അറിയില്ല. ഞാൻ വന്നാൽ, നമുക്കിനിയും സംസാരിക്കാം. എന്നെ തെറ്റിദ്ധരിക്കരുത്. സഫീക്ക്.'

അവളുടെ ഹൃദയം വേഗത്തിൽ മിടിച്ചു. സഫീക്കിന്റെ വ്യക്തിത്വത്തിലെ ഈ ഭാഗം അവൾ ഒരിക്കലും ആലോചിച്ചിട്ടില്ല. തന്റെ ജീവിതത്തിലേക്ക് സ്വപ്നങ്ങളുമായിവന്ന് തനിക്ക് സ്വപ്നങ്ങളുടെ പെട്ടി സമ്മാനിച്ച ആ മനുഷ്യൻ തന്നെയോ ഇത്? അയാളുടെ സ്വപ്നങ്ങൾക്കകത്ത് ബോംബ് ഒളിപ്പിച്ച് വെച്ചിട്ടുണ്ടായിരുന്നുവോ?

ഒരുദിവസം സൃഷ്ടികർത്താവായി വന്നയാൾ, സുന്ദരമായ പൂന്തോട്ടമുണ്ടാക്കി പൂക്കളുടെ നിതാന്തമായ പുഞ്ചിരി സമ്മാനിച്ചയാൾ, വരണ്ട ഭൂമിയിൽ പച്ചപ്പുൽത്തകിടി നിറച്ചു വെച്ചയാൾ – അങ്ങനെയൊരാൾക്ക് ക്രൂരനായ നാശകാരിയാവാനാകുമോ? എവിടെയോ എന്തോ കുഴപ്പമുണ്ട്. അതെ, ഇത് കൊടിയ തട്ടിപ്പാണ്! അവൻ ഓടിപ്പോകാനാണ് നോക്കുന്നത്. പക്ഷേ അങ്ങനെയൊരു ചുവടുവയ്ക്കാൻ എന്തു കാരണമാണുള്ളത്? ഇയാൾക്ക് പറ്റിയത് മൗനത്തിന്റെ ശൈലിയോ? കുകിക്ക് സ്വയം

തളർന്നതുപോലെ തോന്നി. ഈ നാടകത്തിന്റെ, കളിയുടെ അർഥമെന്താണ്? ചിലപ്പോൾ ഇങ്ങനെയൊന്നും സംഭവിച്ചിട്ടില്ലായിരിക്കും. എല്ലാം ഒരു തോന്നലാവാം. പക്ഷേ ഇത്രയും ഇ–മെയിലുകൾ? സ്നേഹത്തിന്റെ ഭാഷണങ്ങൾ? കാമം? അവന്റെ ഒരു കത്ത് അവൾ പ്രത്യേകം ഫോൾഡറിൽ സൂക്ഷിച്ചിട്ടുണ്ട്. ഒരിക്കൽ അവൻ എഴുതി – 'രോക്ഷണാ, നിന്റെ സ്നേഹമില്ലാത്ത എന്റെ ജീവിതം എങ്ങനെയിരിക്കുമെന്ന് നിനക്കറിയുമോ? വെൽവെറ്റുപോലെയുള്ള ആകാശത്തിൽ ഒരൊറ്റ നക്ഷത്രം പോലുമില്ലാത്ത രാത്രിയിൽ നോക്കിയിട്ട് എന്ത് കിട്ടാനാണ് എന്നു നീ ആലോചിച്ചിട്ടുണ്ടോ? പക്ഷികൾ പാട്ടുപാടിയിട്ടും ഒരു ശബ്ദവും പുറത്തുവരാതിരിക്കുന്ന ഒരവസ്ഥ നീ ആലോചിച്ചിട്ടുണ്ടോ? ഹൃദയം അകത്തുണ്ടായിട്ടും അതു തുടിക്കുന്നതായി തോന്നാത്തതിനെക്കുറിച്ച് നീ അറിയുന്നുവോ? ആൾക്കൂട്ടത്തിൽ ആളുകൾ ചിരിച്ചും കുടിച്ചും സ്നേഹിച്ചും കഴിയുമ്പോഴും ആരുമില്ലാതെ ഒറ്റയ്ക്കാവുന്ന അവസ്ഥ നിനക്കറിയുമോ? ജീവിതത്തിലെ വെളിച്ചമകന്ന് നിങ്ങൾ കൂരാക്കൂരിരുട്ടിൽ ഭയത്തോടെ ഒറ്റയ്ക്കാവുന്നത് നീ ഓർത്തിട്ടുണ്ടോ? ആഴത്തിൽ സ്നേഹിക്കുന്നവൾ ദൂരെയാവുന്നതിന്റെ വേദന എന്തെന്ന് നിനക്കറിയുമോ? നിന്റെ ഹൃദയം അവൾക്കുവേണ്ടി കേഴുന്നു, പക്ഷേ ഒരു മറുപടിയുമില്ല. ഇങ്ങനെയുള്ള സമയങ്ങളിൽ നീ എന്തുചെയ്യും? നിങ്ങളെ സ്വയം എങ്ങനെ നിയന്ത്രിക്കും? സാമാന്യ ജീവിതവുമായി നിങ്ങളെങ്ങനെ പൊരുത്തപ്പെടും? എല്ലാ നേരവും സ്നേഹിക്കുന്നയാളെ ഓർത്ത്, ഒരുമിച്ചാവാൻ എന്തും ചെയ്യാനൊരുമ്പെട്ടിരിക്കുമ്പോൾ? ജീവിതയാഥാർഥ്യത്തിന്റേയും മാലാഖക്കഥയുടേയും ഇടയിൽ എവിടെയോ സ്വയം നഷ്ടപ്പെട്ടതുപോലെ നിങ്ങൾ ജീവിക്കും.'

കുകിക്ക് സമാധാനമില്ലാതായി. ഇതെല്ലാം നിങ്ങൾ നേരത്തെ കണ്ടിരുന്നുവോ സഫീക്ക്? ഇങ്ങനെയൊരു ദശയിൽ നമ്മുടെ ബന്ധം ഒരു ദിവസം വന്നെത്തുമെന്ന് നിങ്ങൾ അറിഞ്ഞിരുന്നുവോ? അതുകൊണ്ടാണോ ഒരിക്കൽ നിങ്ങളിങ്ങനെ എഴുതിയത്– 'എന്താണെന്നറിയില്ല, എനിക്ക് പിൻതിരിഞ്ഞ് ഓടുന്നതുപോലെ തോന്നുന്നു. ഓരോ നിമിഷവും നമ്മുടെ ഇടയിൽ ദൂരം വർധിക്കുന്നു. സമയം നിന്നെ ദൂരേക്ക് കൊണ്ടുപോവുന്നു. എനിക്ക് നിന്നെ കിട്ടാനാവാത്ത സമയം വരുമെന്നു തോന്നുന്നു. നിന്നെപ്പോലെ ഒരു മാലാഖയായെങ്കിൽ, ഞാൻ നിന്റെ അടുത്തേക്ക് പറന്നു വന്നേനെ. നിന്റെയടുത്തെത്തിയാൽ ഞാൻ സമയത്തിന്റെ ക്രൂരതയെ തകർക്കും. എനിക്ക് നീണ്ട കരങ്ങൾ ഉണ്ടായിരുന്നുവെങ്കിൽ, ഞാൻ ക്ലോക്കുകൾ നിർത്തി, സമയം സ്തംഭിപ്പിച്ചേനെ.'

കുകി കംപ്യൂട്ടർ പരിശോധിച്ചു. എല്ലായിടത്തും സഫീക്കിന്റെ സാന്നിധ്യമുണ്ടെന്ന് അവൾക്ക് തോന്നി. അവളുടെ പാസ്വേർഡിൽ, അവളുടെ മുറിയിൽ, എല്ലായിടത്തും സഫീക്കുണ്ട്. അയാളുടെ പെയിന്റിംഗ്സ്, ഭാഷ, വാക്കുകൾ, കവിതകൾ. സഫീക്ക് ഒരിക്കൽ പറഞ്ഞു, 'നിന്നെ

ഇത്രയധികം സ്നേഹിക്കുന്നതെന്തെന്ന് നീ ചോദിച്ചാൽ ഞാനെന്തു ത്തരം പറയും? എല്ലാ ചോദ്യങ്ങൾക്കും ഉത്തരങ്ങളില്ല. ഒരുപക്ഷേ അല്ലാഹു എന്റെ ലോകത്ത് വരാൻ നിന്നെ അയച്ചതാവും, എന്റെ പ്രശ്നങ്ങൾ പരിഹരിക്കാനായി, എന്നെ സന്തോഷിപ്പിച്ച്, ശുദ്ധനാക്കി, വെടിപ്പാക്കാനായി. എന്റെതന്നെ വിലയെന്തെന്ന് മനസിലാക്കി തന്നതിനാലാണ് നിന്നെ ഞാൻ സ്നേഹിക്കുന്നത്. ജീവിതം അന്തസോടെ എങ്ങനെ ജീവിക്കാമെന്ന് നിന്റെ വാക്കുകളാണ് എന്നെ പഠിപ്പിച്ചത്.

അവളുടെ ജീവിതത്തിലേക്ക് വരുന്നതിനു മുമ്പ് സഫീക്ക് ഭീകരവാദത്തിൽ പെട്ടിരുന്നുവോ? കുകിയുടെ സ്നേഹത്തിനുവേണ്ടിയാണ് അയാൾ അതിൽ നിന്നും മാറിനിൽക്കാൻ തയാറായത്. പക്ഷേ ചെയ്ത തെറ്റുകൾക്ക് അയാൾ ഉത്തരവാദിയാണ്. ശിക്ഷ ലഭിച്ച ശേഷം അയാൾ വീണ്ടും കുകിയെ സമീപിച്ചാൽ? കുകിക്ക് പഴയതുപോലെ അവനെ സ്വീകരിക്കാനാവുമോ? ഇല്ല, സ്നേഹത്തിന്റെ പഴയ തീവ്രതയോടും പവിത്രതയോടുംകൂടി അവൾക്കതാവില്ല. പക്ഷേ സഫീക്കിന് എങ്ങിനെ ഒരു തീവ്രവാദിയാവാനാവും? ക്യാൻവാസിൽ വരയ്ക്കുന്നയാൾക്ക് തോക്കേന്താനാവുമോ? അത്തരമൊരാൾക്ക് പ്രേമകവിതകൾ എഴുതാനാവുമോ? ഇത്ര സംവേദനശീലമുള്ള ഒരാളെങ്ങനെയാണ് രക്തക്കളങ്ങൾക്ക് കാരണക്കാരനാവുക?

ഒറ്റപ്പെട്ട്, അവശനായ അവളുടെ ആത്മാവിൽ സംശയങ്ങൾ പടർന്നു കയറി. 'എനിക്ക് ദേശീയതയില്ല.' സഫീക്ക് പറഞ്ഞിരുന്നു 'ഞാൻ ഒരു മതവും അനുഷ്ഠിക്കുന്നില്ല. ഒരു കലാകാരന് രാജ്യമില്ല.' അവനെ മനസിലാക്കാൻ ബുദ്ധിമുട്ടാണ്. കഴിഞ്ഞ കുറേ ദിവസങ്ങളിലായി വന്ന പ്രേമാഭ്യർഥനകൾ വിഭ്രാന്തിയിലാക്കിയതുപോലെ. അവ വേദനാഭരിതമെങ്കിലും ഓർമയിൽ നിൽക്കുന്നു. വേദനാഭരിതം, പക്ഷേ അവിശ്വസനീയം. അവളുടെ കവിളുകളിലേക്ക് അശ്രുക്കൾ പൊഴിഞ്ഞു വീണു. ആരോടാണ് ഈ വേദന പറയുക? ആരോടാണ് പറയുക, അവൾ ഇതുപോലെ തന്നെ വേറൊരാളും കൂടിയാണ്– രോക്ഷണ. അവൾക്കാ തനിമ നഷ്ടപ്പെട്ടു.

സഫീക്ക് എഴുതിയിരുന്നു. 'നിന്നിൽ നിന്ന് രോക്ഷണാ, ഞാൻ അനശ്വരത കണ്ടെത്തി. നമ്മുടെ ബന്ധം ഒരിക്കലും തണുക്കാതിരിക്കാനായി ഞാൻ അല്ലാഹുവിനോട് പ്രാർഥിക്കുന്നു. എന്റെ പ്രാർഥന അവിടെ എത്തുമോ ഇല്ലയോ എന്നറിയാതെ ഞാൻ അല്ലാഹുവിനോട് പ്രാർഥിക്കുന്നു. അല്ലാഹു എന്റെ പ്രാർഥന കേൾക്കുമോ ഇല്ലയോ എന്നെനിക്കറിയില്ല.'

അവളറിയുന്ന സഫീക്ക് ഇങ്ങനെയാണ്. ഇന്നത്തെ ഈ സഫീക്കിനെ മനസിലാക്കാനാവുന്നില്ല. ഈ സഫീക്ക് എവിടെ ആയിരുന്നു? അവന്റെ കവിതകൾ, ജീവിതം, കിറുക്ക്? തന്റെ മകളുടെ കല്യാണത്തിരക്കിനിടയിൽ പബ്ലിക്ക് ബൂത്തിൽ വന്ന് അവളെ വിളിക്കാൻ തിടുക്കം

കൂട്ടുന്ന അവന്റെ വെപ്രാളം. ഇന്നത്തെ സഫീക്കിന്റെ നിഴലാവാം മുമ്പത്തെ സഫീക്ക്, അവളറിയുന്ന സഫീക്ക്.

ഒരുപക്ഷേ അവൾ അവസാനിക്കാത്ത ഒരു സ്വപ്നം കണ്ടുകൊണ്ടിരുന്നതാവാം. കാൽ വഴുതി വീഴാൻ തുടങ്ങിയപ്പോൾ ആരോ അവളെ താങ്ങി വേറെയേതോ കരയിലേക്ക് കൊണ്ടുപോയതാവാം. ആ കരയിൽ വേദനകളില്ല, പീഡയില്ല, സംഘർഷമില്ല. സ്നേഹവും മോഹവും മാത്രം. പെട്ടെന്ന് അവൾ യാഥാർഥ്യത്തിലേക്ക് മടങ്ങി വന്നു. എല്ലായിടത്തും ഇരുട്ട്, ആകാശം ഇരുണ്ടു മൂടിക്കെട്ടി, ഇടക്കിടെ മിന്നലടിക്കുന്നു. അവളുടെ ഇളയ മകൻ വന്നു പറഞ്ഞു – 'അമ്മാ, തെരുവിൽ മുഴുവൻ വെള്ളം നിറഞ്ഞിരിക്കുന്നു. കാറുകൾ വരെ മുങ്ങിയിരിക്കുന്നു. വെള്ളം പൊങ്ങിക്കൊണ്ടിരിക്കുകയാണ്.'

കുകി സ്വപ്നത്തിൽ നിന്നെഴുന്നേറ്റു. ജനലിൽക്കൂടി പുറത്തേക്ക് നോക്കി. വെള്ളപ്പൊക്കം. പ്രകൃതി നഗരത്തെ വെള്ളത്തിലാഴ്ത്തിയിരിക്കുന്നു. ഏറ്റവും വലിയ നഗരം – മുംബൈ, ഇതാ മുങ്ങാൻ പോവുകയാണ്. പെട്ടെന്നവൾ അനികേതിനെ ഓർമിച്ചു. അനികേത് എവിടെയാണ്?

# പതിനേഴ്

**അ**നികേത് എവിടെയാണ്? ആരാണ് ദേഷ്യത്തോടെ വാതിലിൽ മുട്ടുന്നത്? ഒരുപക്ഷേ മഴ നിലച്ചിരിക്കാം. കാറ്റ് മാത്രമേയുള്ളൂവെന്ന് തോന്നുന്നു. കാറ്റ് വല്ലാതെ അടിച്ച് വാതിൽ തള്ളിമാറ്റുകയാവും. എത്ര സമയമായിക്കാണും? കുകി വാതിൽ ശരിക്കടച്ച് അകത്തേക്ക് വന്നു. ആരോ വിളിക്കുന്നതു പോലെ അവൾക്ക് തോന്നി. കുകി, കുകി, ആരായിരിക്കും? അനികേത്? അവൾക്കാ മുഖം തിരിച്ചറിയാനായില്ല.

സ്വപ്നമാണോ? ആരുടെയോ വിറയാർന്ന വിളി അവളുടെ ഉറക്കം കെടുത്തി. ബെഡ്റൂമിൽ ഇരുട്ടിലേക്ക് നോക്കി, ചുമരുകളിൽ തപ്പി. അവളുടെ നെറ്റി അലമാരയിൽ തട്ടി, എന്നിട്ടും വാതിൽ കണ്ടെത്താൻ വിഷമിച്ചു.

അനികേത് തിരിച്ചെത്തി വാതിലിൽ മുട്ടുന്നു, അവൾക്ക് തോന്നി. വാതിൽക്കൽ ആരെയും കാണാതെ അവൾ വിഷമിച്ചു. പിന്നെയാരാണ് വാതിലിൽ തട്ടിയത്, കാറ്റോ? അതോ താൻ സ്വപ്നം കാണുന്നുവോ?

ഇതൊന്നും ശരിയായ ലക്ഷണമല്ല, കുകിക്ക് കരച്ചിൽ വന്നു. അനികേത് അപകടത്തിലാണോ? അവരുടെ അടുത്തേക്ക് വരാൻ അയാൾ കഷ്ടപ്പെടുന്നുവോ? ആരോടാണ് അവൾ സഹായം ചോദിക്കുക? എല്ലാവരും അത്തരം അവസ്ഥയിൽ തന്നെ ആവും. ഇതുവരെ കാണാത്ത ഈ മഴയിൽ എല്ലാ വീട്ടിലെയും ഒരാളെങ്കിലും പുറത്ത് കുടുങ്ങിക്കാണണം. അനികേതിനെ നോക്കാൻ ആരാണ് പോവുക? തലേദിവസം വൈകിട്ട് അനികേത് ഫോണിൽ പറഞ്ഞിരുന്നു. “വല്ലാതെ മഴ പെയ്യുന്നു കുകി. ഞാൻ അത് കുറഞ്ഞാലേ വീട്ടിലെത്തൂ.” ടെലിഫോൺ പെട്ടെന്ന് നിലച്ചു, കുകി വിഷമത്തിലായി. എവിടെയാണോ എന്തോ, ഒന്നുമറിയാ

നായില്ല. അതിനുശേഷം അനികേതിനെക്കുറിച്ച് ഒന്നുമറിയില്ല. ടെലി ഫോൺ ചത്തു കിടക്കുന്നു. അനികേത് ഇനിയും തിരിച്ചു വന്നില്ല.

തന്റെ ദുരന്തം പങ്കുവെക്കാനാളില്ല എന്ന് കുകിക്കു തോന്നി. അതാരെയും വിഷമിപ്പിച്ചേക്കാം. മഴ ഇപ്പോഴും തകർത്തു പെയ്യുന്നു. വെള്ളം പൊങ്ങി വരികയാണ്. മുംബൈ നഗരം ഉടനെ മുങ്ങി കടലുമായി ചേരും. കുറേ മേൽവിലാസങ്ങൾ ഇല്ലാതാവും. ഈഗോയും ദേഷ്യവും, കൂടെ അത് കുറേ ആത്മാക്കളേയും വലിച്ചെടുത്തു കൊണ്ടുപോകും. ഈ വെള്ളപ്പൊക്കം സ്വപ്നങ്ങളും മോഹങ്ങളും കഴുകി എടുക്കും. ഈ നിമിഷം, സമയത്തിന്റെ ഈ നിമിഷം, ഒരു പ്രാധാന്യവുമില്ലാത്തതാവും. ഒരുപക്ഷേ നാളെ അവൾ ഉണ്ടാവില്ല, അനികേതും ഉണ്ടാവില്ല. തീരാത്ത എല്ലാ ആശകളും സങ്കടങ്ങളും പൊങ്ങുന്ന വെള്ളത്തിൽ മുങ്ങിപ്പോവും.

പക്ഷേ ജീവിതം മുന്നോട്ട് പോകും. എല്ലാ ദുരന്തങ്ങളും ചില വിത്തുകളെ, പൂക്കളെ, ചിലയ്ക്കുന്ന പക്ഷികളെ, പേടിച്ച ആത്മാക്കളെ ബാക്കിയാക്കാറുണ്ട്. അവ വീണ്ടും അഹങ്കാരമോ, വൈരമോ രക്തച്ചൊരിച്ചിലോ ഇല്ലാത്ത ലോകത്തെ നിർമിക്കും. എല്ലാവരും വീണ്ടും ലോക നിർമാണത്തിൽ പങ്കുചേരും. വിത്തുകൾ പച്ച നിറഞ്ഞ പാടങ്ങളാവും, പൂക്കൾ സുന്ദരമായ പൂന്തോട്ടവും, പക്ഷികൾ വിഹായസിൽ പറന്നു തുടങ്ങും,

പേടിച്ചിരുന്ന മനുഷ്യാത്മാക്കൾ വീണ്ടും വൈരം കാണിക്കാനും ആറ്റംബോംബുണ്ടാക്കാനും തുടങ്ങും.

കുകി ടോർച്ചടിച്ചു നോക്കി, രാത്രി രണ്ടു മണി കഴിഞ്ഞിരിക്കുന്നു. പുറത്ത് കൂലംകുത്തിയ മഴയാണ്. അവൾ ഇരുട്ടിലിരുന്നു. അനികേതി നോടിത്ര അടുപ്പം ഒരിക്കലും തോന്നിയിട്ടില്ല. ശാരീരികമായ അടുപ്പം ഒരുപക്ഷേ കൂടെയുള്ളതിന്റെ തീവ്രത നഷ്ടപ്പെടുത്തിയിട്ടുണ്ടാകാം. അനികേത് കൂടെയായിരുന്നു. പക്ഷേ അയാൾ ഇല്ലാതായപ്പോൾ മറ്റാരെക്കാളും അയാൾ വിലമതിക്കപ്പെടുന്നു. ഏറെയടുത്ത്, ഏറെ ദൂരം. അവൻ ഒപ്പം ചായ കുടിച്ചു, കലഹിച്ചു, വീടിനു വേണ്ടി ഒന്നിച്ച് ഒരേ പാസ് ബുക്കിൽ പണം നിക്ഷേപിച്ചു, കുട്ടികളെ പോറ്റി വളർത്തി. പക്ഷേ അവളൊരിക്കലെങ്കിലും അനികേതിനോട് ആവേശം കാണിച്ചിട്ടുണ്ടോ? എപ്പോഴെങ്കിലും അനികേതിനു വേണ്ടി കൊതിച്ചിട്ടുണ്ടോ?

അവൾ ഈ വാചകങ്ങൾ ഓർമിച്ചു – 'നീയെന്റെ സുന്ദരിയായ വിധവയാണ്. ഞാൻ നിന്റെ ഭർത്താവിന്റെ പ്രതിരൂപമാണ്.'

കണ്ണുനീർ കവിൾത്തടങ്ങളിലൂടെ ഒഴുകി. അനികേത് വീട്ടിലേക്കെത്താൻ കഴുത്തോളം വെള്ളത്തിൽ തപ്പുകയാവും, പക്ഷേ വെള്ളം നിറഞ്ഞു കൊണ്ടിരിക്കുന്നു. കുറച്ചു കഴിഞ്ഞാൽ അവൻ ചിലപ്പോൾ മുങ്ങിയേക്കും, അനികേത് തീർന്നു പോയേക്കാം. ഈ കണ്ണുനീർ അനിശ്ചിതത്വത്തിന്റേതാണോ? ഇത്രയും വർഷങ്ങളിലെല്ലാം ഈ കണ്ണുനീർ എവിടെ ആയിരുന്നുവെന്ന് അവൾക്കറിഞ്ഞുകൂട... അതെ, അവൾ

അനികേതിനെ സ്നേഹിച്ചു. അനികേതില്ലാത്ത കുകിയുടെ ജീവിതം പകുതിയായി വിഭജിക്കപ്പെടും. ഒത്തിരി കാര്യങ്ങൾ പകുതിയിൽ ഉപേക്ഷിക്കപ്പെടും. കുട്ടികൾ സ്വന്തം കാലിൽ നിൽക്കാറായിട്ടില്ല. അനികേത്, നീ എവിടെയാണെങ്കിലും, തിരിച്ചു വരൂ. നീ സഫീക്കല്ലല്ലോ, എന്റെ പ്രതീക്ഷകളെ ചവിട്ടിമെതിച്ച് ഓടിപ്പോകാൻ. അനികേത്, ദയവായി തിരിച്ചു വരൂ.'

അവൾക്ക് പാടെ അരക്ഷിതത്വം തോന്നി, സ്വയം ചോദ്യം ചെയ്യാൻ തുടങ്ങി. അവളുടെ പാപഫലമാണോ ഇതൊക്കെ? അനികേത് അവൾക്ക് നഷ്ടപ്പെടുമോ അവളുടെ അതിക്രമം കാരണം? ഇല്ല. അനികേതിനിങ്ങനെ സഫീക്കിനെപ്പോലെ അവളെ ചതിച്ച് ദൂരെ പോകാനാവില്ല !

ഇളയമകൻ ഉറക്കത്തിൽ തിരിഞ്ഞു കിടന്നു. അവൾ ഹാളിലേക്ക് തിരിച്ചു വന്നു. വീണ്ടും ഇരുട്ടിലേക്ക്. കൊച്ചുമകൻ ഉറക്കത്തിൽ എന്തോ പിറുപിറുക്കുന്നുണ്ട്.

'എന്താണിത്? സ്വപ്നം കാണുകയാണോ? ഉറങ്ങിക്കോ, ഒന്നുമില്ല.' അനികേത് വൈകിട്ട് തിരിച്ചു വരാത്തതിൽ കുട്ടികളും ഭയന്നിരിക്കുന്നു. അലോസരപ്പെടുത്തുന്ന ചോദ്യങ്ങളവരിൽനിന്നുമുയർന്നു.

"പപ്പ വരാത്തതെന്ത്?"

"പപ്പ കാറെടുക്കാത്തതെന്ത്?"

"അമ്മാ, പപ്പ എവിടെയാണിപ്പോൾ?"

"അദ്ദേഹം മുങ്ങിപ്പോകുമോ, എന്തോ?"

"പപ്പ ഒരിക്കലും തിരിച്ചു വരില്ലേ?"

"ഒന്നു മിണ്ടാതിരിക്കുമോ?" വലിയ മകൻ ചെറിയവനോട് പറഞ്ഞു. കുകി രണ്ടുപേരെയും ചേർത്തുപിടിച്ചു. "ഒന്നുമുണ്ടാവില്ല. നിങ്ങൾ കണ്ടോ. മഴ നിലയ്ക്കുമ്പോൾ പപ്പ വിളിക്കും. മഴയ്ക്കിടയിൽ എവിടെയോ കുടുങ്ങിയതാണ്."

കുകി കുറച്ചാഹാരമുണ്ടാക്കി. കുട്ടികൾ കഴിച്ചില്ല. അവളും രാത്രിയാഹാരം കഴിച്ചില്ല. അമ്മയും രണ്ടു മക്കളും പരസ്പരം ചേർന്ന് കിടന്നു, അനികേതിനേയും കാത്ത്.

കുകിയ്ക്കിത് മോശം സമയമാണ്. സഫീക്കിനല്ല, അനികേതിനുമല്ല. ഇന്നലെവരെ അവൾ മനക്കോട്ട കെട്ടുകയായിരുന്നു. കുറച്ചു ദിവസം മുമ്പു വരെ അസുഖം വരുമ്പോൾ അനികേത് ഉണ്ടായിരുന്നു. ഇപ്പോൾ ആരുമില്ലാതായിരിക്കുന്നു. സഫീക്കാണെങ്കിൽ അവളെ പാരീസിലേക്ക് കൊണ്ടുപോകുമെന്ന് പറഞ്ഞിരിക്കുന്നു.

ഒരിക്കൽ പാരീസിൽനിന്ന് സഫീക്കയച്ച പിക്കാസോയുടെ പെയിന്റിംഗിനെക്കുറിച്ച് അവൾ ഓർത്തു. 'Le cocu magnifique.' 'രോക്ഷണയ്ക്കറിയുമോ 'Le cocu magnifique' എന്നു പറഞ്ഞാൽ? മറ്റൊരുവനുമായി അനൈതികബന്ധമുള്ള സ്ത്രീയുടെ ഭർത്താവ് എന്നാണ

തിന്റെ അർഥം.' ആ സ്കെച്ച് വളരെ വ്യത്യസ്തമായിരുന്നു. നാല്ചക്ര വണ്ടിയിൽ ഒരു സ്ത്രീ തന്റെ കാലുകൾ പിണച്ച് വെച്ച് ഉറങ്ങുന്നു. അവളുടെ ജനനേന്ദ്രിയങ്ങൾ തുറന്ന് പ്രദർശിപ്പിച്ചിരിക്കുന്നു. നഗ്നനായ ഒരാൾ വണ്ടിവലിച്ചു കൊണ്ടുപോകുന്നു, നഗ്നരായ ഒരുപറ്റം പുരുഷന്മാർ അത് നോക്കി രസിക്കുന്നു. ഇടതു വശത്ത് ഒരു പെൺകുട്ടി, കൈയിൽ ചമ്മട്ടിയുമായി നിൽക്കുന്നു.

പെയിന്റിംഗ് മനസിലാക്കാൻ കുകിയ്ക്ക് പ്രയാസം തോന്നി. അവൾ സഫീക്കിനെപ്പോലെ കലാകാരിയല്ല. പക്ഷേ ഈ ഇരുണ്ട നനഞ്ഞ രാപ്പകലുകൾ കുകിയുടെ മനസിലേക്ക് പെയിന്റിങ്ങിന്റെ ചിന്ത തിരിച്ചു കൊണ്ടുവന്നതെന്തിന്? അവൾ 'Le cocu magnifique' യുടെ അർഥ മോർത്തു, മറ്റൊരുവനുമായി അനൈതികബന്ധം പുലർത്തുന്ന സ്ത്രീ യുടെ ഭർത്താവ്. അവളെ അപരിചിതമായ അപരാധബോധം മൂടി. അവൾക്കിതുവരെ ഇങ്ങനെ തോന്നിയിട്ടില്ല. പിന്നെ ഇന്ന് എന്തുകൊണ്ട്? 'അനികേത്, ദയവായി തിരിച്ചെത്തൂ. വീട്ടിൽ വരൂ. ഞാനെത്ര ദു:ഖിതയാ ണെന്ന്, നിനക്ക് വേണ്ടി എന്റെ ഹൃദയമെത്ര തുടിക്കുന്നുവെന്ന് നിനക്ക് കാണാം.'

കുകി കണ്ണുകൾ തുറന്നു. ഇത് സ്വപ്നാടനമാണോ? അവൾ അനികേതിന്റെ രൂപം മനസിൽ വരച്ചു. അവളുടെ കൈകൾ അനികേ തിനെ കെട്ടിപ്പുണരാനും അനുഭവിക്കാനും വെമ്പി.

# പതിനെട്ട്

അവളുടെ കൈകൾ അനികേതിനെ പുണരാനും അനുഭവിക്കാനും വെമ്പി.അവൾക്ക് സ്വന്തം കണ്ണുകളെ വിശ്വസിക്കാനായില്ല. അതാ, വാതിൽക്കൽ അനികേത് നിൽക്കുന്നു. അവൾ അനികേതിനെ കെട്ടിപ്പിടിച്ച് പിടിവിടാതിരിക്കാൻ ശ്രമിച്ചു. "നീയില്ലാത്ത ജീവിതം അർഥശൂന്യമാണ്. നീയില്ലാതെ ഞങ്ങൾ ഒന്നുമല്ലാതായി."

"ശരി, നമുക്കകത്തുപോകാം, വെളിയിൽ നിന്നിങ്ങനെ നാടകം കാട്ടുന്നതെന്ത്?" അങ്ങനെ പറഞ്ഞുകൊണ്ട്, കഴിഞ്ഞ നാൽപ്പത്തി എട്ട് മണിക്കൂറിൽ ഒന്നും സംഭവിച്ചിട്ടില്ല എന്ന മട്ടിൽ അവൻ അകത്തേക്കു നടന്നു. കുട്ടികൾ ഉണർന്നു, "പപ്പ എവിടെ ആയിരുന്നു? ഒരുപാട് ആളുകൾ വെള്ളത്തിൽ ഒലിച്ചു പോയി. പപ്പയും ഒലിച്ചുപോയോ എന്ന് ഞങ്ങൾ പേടിച്ചു. എന്തേ വിളിക്കാത്തത്? എവിടെയാണ് വെള്ളപ്പൊക്കത്തിൽ കുടുങ്ങിയത്?"

"ഞാനെങ്ങിനെ വെള്ളത്തിൽപ്പെടും? ഞാൻ ഓഫീസിലായിരുന്നു. അമ്മയോട് പറഞ്ഞിരുന്നല്ലോ."

"എപ്പോൾ പറഞ്ഞു? സംസാരിക്കുമ്പോൾ തന്നെ ലൈൻ പകുതിക്ക് വെച്ച് കട്ടായില്ലെ. പിന്നെ വിളിച്ചില്ലല്ലോ."

"ഇതാണ് അമ്മയുടെ നാടകം. ഞാൻ കുടിലിനകത്തല്ലല്ലോ, ഒഴുകിപ്പോകാൻ. ഞാൻ ഓഫീസിൽ സുരക്ഷിതനായിരുന്നു."

കുകിക്ക് അനികേതിന്റെ വാക്കുകൾ കേട്ട് ദേഷ്യം വന്നു. "പ്രകൃതി ദുരന്തങ്ങൾ പണക്കാരെയും പാവപ്പെട്ടവരെയും വേർതിരിച്ചിട്ടില്ല."

"എനിക്കറിയാം. അതങ്ങനെയല്ല. പക്ഷേ കുട്ടികളെ വിഷമിപ്പിക്കാനായി അവരുടെ മുന്നിൽ കരയേണ്ട കാര്യമെന്ത്? നീയെന്നെ കെട്ടിപ്പിടിച്ചപ്പോൾ കുട്ടികളെ എത്ര പേടിപ്പിച്ചിരിക്കുമെന്ന് എനിക്ക് മനസിലായി. നീ ഇത്ര മണ്ടിയായി പെരുമാറുന്നതെന്താണ്?"

“നിങ്ങൾ എന്ത് ഐ ഐ ടിയാണ് എന്നറിയില്ല, എന്തൊരു തലക്കനം. നിങ്ങളുടെ വീട്ടുകാരും, ഇതുപോലെ തന്നെ, ഒരവസരം കിട്ടിയാൽ പിന്നെയത് ഉപയോഗിക്കാതെ വിടില്ല.”

“ഞാൻ നിന്റെ അച്ഛന്റെ പൈസ കൊണ്ടാണോ കാണിക്കുന്നത്? ഞാൻ നിന്റെ വീട്ടുകാരുടെ കാര്യം പറഞ്ഞോ?”

“ഓ, ഒന്നു മിണ്ടാതിരിക്കൂ. രാവിലെ തന്നെ ഇത് നല്ലതല്ല.”

പോകുന്നതിന് മുമ്പ് കുകി ചോദിച്ചു. “കാപ്പി വേണോ?” വസ്ത്രം മാറുന്നതിനു മുമ്പ് അവൻ ഒന്നുംകഴിക്കില്ല എന്നറിഞ്ഞുകൊണ്ടു തന്നെയാണവൾ ചോദിച്ചത്. ആദ്യം അവൻ വസ്ത്രങ്ങൾ വാഷിങ് മെഷീനിൽ കഴുകും, പിന്നെ സോഫയിൽ ഇരിക്കും. വൃത്തിയോടുള്ള അവന്റെ കമ്പം ആരെയും ചിന്തിപ്പിക്കും.

അനികേതിന് തോർത്ത് എടുത്തുകൊടുത്തശേഷം കുകി അടുക്കളയിലേക്ക് പോയി. പെട്ടെന്നാണ് ഓർമ വന്നത് ഗോതമ്പു പൊടി തീർന്നിട്ടുണ്ട്. മഴക്കെടുതി കാരണം കടക്കാരൻ ബ്രഡും കൊടുത്തില്ല. രണ്ടു ദിവസമായി കുട്ടികൾക്ക് അരി കൊണ്ടുള്ള പലഹാരമാണ് കൊടുത്തത്. അനികേതിന് അതിഷ്ടമില്ല. മഴ കാരണം ഡിപ്പാർട്ട്മെന്റ് സ്റ്റോറിൽ പോകാൻ പറ്റിയില്ലെന്ന് പറഞ്ഞാൽ അവന് മനസിലാവില്ല. താനില്ലാത്തതുകൊണ്ട് വീട്ടുകാര്യങ്ങൾ സ്തംഭിച്ചുവെന്ന് പരാതിപ്പെടും. അവസാനം കുകി വെർമിസെല്ലി പാചകം ചെയ്തു.

അനികേത് കുളിക്കാനും പ്രാർഥിക്കാനും ധൃതി പിടിമ്പോൾ കുകി വാങ്ങേണ്ടുന്ന സാധനങ്ങളുടെ ലിസ്റ്റെഴുതി. അനികേത് അരമണിക്കൂർ പൂജ നടത്തി. കുകി തീർത്തും വിപരീതമായിരുന്നു. രണ്ടു സ്വഭാവമുള്ള ആളുകളാണ് ഒന്നിച്ചായത്. അവർ പരസ്പരം സ്നേഹിച്ച് തെരഞ്ഞെടുത്തതാണെന്നതാണ് അത്ഭുതം. ഒരുപക്ഷേ അത് വിപരീതങ്ങളുടെ ഒത്തുചേരലാവാം. വിവാഹശേഷം കുകിക്ക് മനസിലായി അനികേത് വ്യാവഹാരികമായും യുക്തിപരമായും ചിന്തിക്കുന്നു. എന്നാൽ കുകി ഭാവുക പ്രകൃതക്കാരിയാണ്.

അനികേത് പൂജ നടത്തുകയാണ്. ഇവിടെ നിന്ന് മുംബൈ മുഴുവൻ കാണാനാവില്ല. പക്ഷേ പകുതി മുങ്ങിയ മുംബൈയിലെ കെട്ടിടങ്ങൾ അവൻ കണ്ടു. റോഡുകളിൽ വെള്ളം കെട്ടിക്കിടക്കുന്നു. താഴത്തെ നിലയിലായിരുന്നുവെങ്കിൽ വെള്ളം അകത്തു കയറിയേനെ. കുകിക്ക് ഫ്ളാറ്റ് ഒരു ജയിലായി തോന്നി. പൂന്തോട്ടവും ലോണുമുള്ള താഴത്തെ നില വീട് വിടാൻ കുകിക്ക് ഇഷ്ടമുണ്ടായിരുന്നില്ല. അതിനൊരു വിശേഷപ്പെട്ട സൗന്ദര്യമായിരുന്നു. കുട്ടികളും കുകിയുടെ ഇഷ്ടത്തിനെ പിൻതാങ്ങി. മൂത്തമകൻ നട്ട റോസാച്ചെടി വളർന്ന് വലുതായിട്ടുണ്ടായിരുന്നു. ചെറിയമോൻ താഴത്തെ നിലയിലാണെങ്കിൽ സ്കൂൾ ബസിൽ പോകാൻ എളുപ്പമായിരുന്നു. സ്കൂൾ ബസ് വന്ന് ഹോൺ അടിക്കുമ്പോൾ ബെൽറ്റും ഷൂസും കൈയിൽ പിടിച്ച് ഓടി എത്താമായിരുന്നു. ഫ്ളാറ്റിലാകുമ്പോൾ എല്ലാം നേരത്തേ റെഡിയാക്കി വെക്കണം.

"ഇവയൊക്കെ പഴയതാണ്." അനികേത് പറഞ്ഞു. ചുമരുകളിൽ നിന്ന് വെള്ളം വീഴുന്നുണ്ട്. വാതിലുകൾ ദുർബലമായിരിക്കുന്നു. എല്ലാവർക്കും പുതിയ ഫ്ളാറ്റുകൾ വേണം, അപ്പോഴാണ് നിങ്ങൾക്കീ പഴയ സ്ഥലം. നമുക്ക് പുതിയ മോഡേൺ ഫ്ളാറ്റ് നോക്കാം. സ്റ്റഡി റൂമാക്കാൻ നമുക്ക് വേറെയൊരു മുറി കൂടി വേണം. നീ മോഡേണല്ല. പഴയ ഗാർഡൻ, കിണർ, റോസാച്ചെടി.... ഇത്തരം താൽപ്പര്യങ്ങൾ കൊണ്ട് എന്ത് മെച്ചം? അനികേത് പറയുന്നത് കേൾക്കണമായിരുന്നു. അങ്ങിനെയാണ് പുതിയ ഫ്ളാറ്റിലായത്. എന്ത് ചെയ്താലും അവരുടെ സുഖത്തിനാണ്. മഴയും വെള്ളപ്പൊക്കവും അവരെയങ്ങനെ ബാധിച്ചില്ല. താഴത്തെനില വീട്ടിലായിരുന്നെങ്കിൽ.....

അനികേത് ഡൈനിംഗ് ടേബിളിൽ നിന്നും കുകിയെ വിളിച്ചു. അവൾ ഉപ്പുമാവ് വിളമ്പി. അനികേത് പറഞ്ഞു, "അത്ര വേണ്ട, കുറച്ചു മതി."

കുകിക്കറിയാം അനികേതിന് ഉപ്പുമാവ് ഇഷ്ടമല്ല. "പകരം കോൺ ഫ്ളേക്സ് വേണോ?" അവൾ ചോദിച്ചു. "ഇവിടെ ഗോതമ്പു പൊടിയോ, ഉള്ളിയോ, ബ്രഡ്ഡോ ഇല്ല."

"ഞാനിന്ന് വന്നതേയുള്ളൂ, അപ്പോഴേക്കും തുടങ്ങിയോ ഇവിടെ എന്തൊക്കെയാണ് ഇല്ലാത്തതെന്ന്?"

"മഴ തകർക്കുന്നതു കാരണം എനിക്ക് ഷോപ്പിൽ പോകാനായില്ല. കുട്ടികളെ വിടാനുമായില്ല."

ബ്രേക്ക്ഫാസ്റ്റ് കഴിഞ്ഞ് അനികേത് ഓഫീസിലേക്ക് പുറപ്പെട്ടപ്പോൾ പറഞ്ഞു – "ഇന്ന് ഒരു ദിവസത്തെ ലീവ് എടുക്കാമായിരുന്നു എനിക്ക്. പക്ഷേ ഓഫീസിൽ കുറച്ച് പ്രധാന കാര്യങ്ങൾ ബാക്കിയുണ്ട്. അതാ ഇന്നു പോകുന്നത്. രണ്ടു ദിവസം ഓഫീസിൽ എന്ത് ജീവിതമായിരുന്നു. ഓഫീസ് ബസ് കണ്ടതേയില്ല. അത് എവിടെയെങ്കിലും കുടുങ്ങിക്കിടപ്പുണ്ടാവും. ക്യാന്റീനിൽ ഉള്ളതു കഴിച്ച് ഞങ്ങൾ കഴിച്ചുകൂട്ടി. ഞാൻ നാമദേവിനൊപ്പം, എന്റെ ടേബിൾ ബെഡ്ഡാക്കി കിടന്നുറങ്ങി."

"നാമദേവോ?" കുകി ആരാഞ്ഞു.

"അവൻ വളരെ ബേജാർ പാർട്ടിയാ. മഴയിൽ വീട്ടിലേക്കോടി. മാതാപിതാക്കൾ ബാന്ദ്രയിലാണ്. വീട്ടിലെത്തുമെന്ന് ഞാൻ കരുതിയില്ല. അവൻ പോയ ഉടനെ അവന്റെ ഭാര്യ വിളിച്ചിരുന്നു."

"ഓ, അത് മോശം, അവന്റെ ഭാര്യ ഗർഭിണിയായിരുന്നു."

പിന്നൊന്നും പറയാതെ അനികേത് ഓഫീസിലേക്ക് പോയി. പോകുന്നതിനു മുമ്പ് വൈകുന്നേരം വീട്ടുസാധനങ്ങൾ കൊണ്ടുവരട്ടേയെന്ന് ചോദിച്ചു. അനികേത് പോയശേഷം മൂത്തമകന് ഫിസിക്സിന്റെ ട്യൂഷന് പോകണമായിരുന്നു. സ്കൂൾ തുറന്നുവോ എന്നറിയാൻ ചെറിയമകൻ അവന്റെ കൂട്ടുകാരന്റെ അടുത്തേക്ക് പോകാൻ തീരുമാനിച്ചു. ഒരു മണിക്കൂറിനുള്ളിൽ വീട് കാലിയായി.

വീട്ടിനകത്ത് ഭയാനകമായ മൂകത പരന്നു. ആ മൗനത്തിലവൾ സഫീക്കിനെ ഓർത്തു. അവൾ സഫീക്കിനെ ഓർത്തിട്ട് കുറേ

സമയമായി.എന്തുകൊണ്ട്? വെറുപ്പുകൊണ്ടാണോ? ആത്മാഭിമാനം കൊണ്ടോ? അല്ലെങ്കിൽ വേറെ വഴിയില്ലാത്ത ചില സാഹചര്യങ്ങളിൽ പെട്ടതുകൊണ്ടോ? സഫീക്കിപ്പോൾ എന്തു ചെയ്യുകയാവും? എവിടെ ആയിരിക്കും? മനസ് ഒരു ബ്ലാക്ക് ബോർഡ് ആയിരുന്നുവെങ്കിൽ വേണ്ടാത്തതൊക്കെ മായ്ച്ചിടാമായിരുന്നു, എല്ലാ പ്രശ്നങ്ങളും പരിഹരിക്കാമായിരുന്നു.

സഫീക്ക്, നീയെവിടെയാണ്. ജയിലിലോ? നിന്റെതന്നെ വീട്ടിലോ? നിന്റെ ജോലിയിലോ? നിന്റെ ലോകത്തോ? അതോ നിന്റെ പഴയ സംഭോഗക്കൂട്ടത്തിലോ? നിന്റെ ഉള്ളിലെ വിഷയത്തിലോ?

അവൻ അവളെക്കുറിച്ച് ചിന്തിക്കുന്നുണ്ടോ? അപ്പോഴും അവളുടെ മനസിന്റെ ഒരു മൃദുമൂലയിൽ സഫീക്കുണ്ട്. അനികേതിനെ പോലെ സഫീക്ക് തിരിച്ചുവരില്ലെന്ന് അവൾക്കറിയാം. എന്നിട്ടും സഫീക്കിനെ മനസിൽ നിന്ന് മായ്ക്കാൻ അവൾക്കെങ്ങിനെ കഴിയും?

'നീ എവിടെയാണ് സഫീക്ക്? നീയില്ലാതെ ജീവിതം ചൂടുകാലത്തെ പ്രദോഷം പോലെ. ഇലകൊഴിഞ്ഞ മരങ്ങളിൽ പക്ഷികൾ ചിലക്കുന്നില്ല. മരങ്ങളുടെ ചില്ലകളും ശാഖകളും ആകാശത്തിനോട് ഒരു തുള്ളി വെള്ളത്തിനായി യാചിക്കുന്നു. നീയും, മടങ്ങിവരണം, അനികേത് വന്നതുപോലെ.

കവിയായി തിരിച്ചുവരിക, തീവ്രവാദിയായിട്ടല്ല. കാമുകനായി തിരിച്ചുവരിക. നീ ഇപ്പോൾ സെൻട്രൽ ജയിലിലെ വലിയ മതിലിനുള്ളിൽ തടവിലാണോ – എന്താ ഒന്നും മിണ്ടാത്തത്? നീ ഇപ്പോഴും നിന്റെ രോക്ഷണയെ ഓർക്കുന്നുവോ? സമയവേഗത്തിൽ നിന്റെ ഓർമകളെല്ലാം മാഞ്ഞുപോയോ? ഇന്റർപോളിന്റെ ചോദ്യങ്ങൾ നിന്നെ അലട്ടുന്നുവോ? പോലീസിന്റെ മർദനത്തിൽ നിന്റെ ശരീരത്തിന് മുറിവുകൾ ഉണ്ടാകുന്നുവോ? എനിക്ക് കടുത്ത വേദന തോന്നുന്നു, എന്തിന്? വളരെയടുത്ത്, പക്ഷേ വളരെ ദൂരം? എന്റെ സാരിയിൽ നിന്നെ പൊതിയാനായെങ്കിൽ എന്ന് ഞാനാഗ്രഹിക്കുന്നു. സഫീക്ക് നിനക്കും എനിക്കുമായി വ്യത്യാസങ്ങൾ ഒന്നുമില്ല. രണ്ടുപേരും തടവിൽ, രണ്ടുപേരും മർദനത്തിൽ.

വീട്ടുപണികൾക്കു ശേഷം കുകി കംപ്യൂട്ടറിനു മുമ്പിൽ വന്നിരുന്നു. കുറേനാളായി അവളുടെ വിരലുകൾ കീബോർഡിൽ ഓടി നടന്നിട്ട്. ഒരിക്കൽ ഈ സ്ഥലം അവൾക്ക് പ്രിയങ്കരമായിരുന്നു. ഇപ്പോൾ അത് ദുഃഖം പരത്തുന്നതായി മാറി. 'നിങ്ങൾക്ക് വായിക്കാത്ത മെയിലുകളില്ല.' എന്ന സൂചന അവളെ കളിയാക്കുന്നതുപോലെ തോന്നി. അവൾക്ക് മുന്നോട്ട് പോകാനായില്ല. അവൾ അടുക്കളയിലേക്ക് മടങ്ങി.

ഒരിക്കൽക്കൂടി കുകി കംപ്യൂട്ടർ ഓൺ ചെയ്തു. അവൻ അവസാനമെഴുതിയ കത്ത് വീണ്ടും വായിച്ചു. 'ലണ്ടനിലെ ബോംബ് സ്ഫോടനത്തിനുശേഷം പോലീസ് എന്നെ അറസ്റ്റ് ചെയ്തു.' വളരെ ചെറിയ മെയിൽ. 'ഇൻഷ അള്ളാ, നമ്മളിനിയും കാണും.' - ഇതായിരുന്നു അവസാന വാചകം. എന്നിട്ടുമവളുടെ ഹൃദയത്തിന്റെ ഓരത്ത് മോഹ

ത്തിന്റെ ഒരു ചെറുനാമ്പ് കിടന്നിരുന്നു.

സഫീക്കെഴുതിയ ചില കവിതകൾ കുകി തുറന്നു. സ്നേഹസുഗന്ധത്തിൽ അവളുടെ മനസ്സ് ലയിച്ചതുപോലെ അനുഭവപ്പെട്ടു. അവൾ സ്വപ്നലോകത്തായി. വേഡ് പാഡിൽ കുകി അവളുടെ തോന്നലുകളും സംവേഗങ്ങളും ടൈപ്പ് ചെയ്തു തുടങ്ങി.

ചിലപ്പോഴൊക്കെ
സാന്ദ്ര നിശബ്ദതയിൽ
സുഷുപ്തിക്കും ഉണർവിനുമിടയിൽ
എനിക്കുറപ്പില്ല ഇപ്പോഴും
ബോധപ്രവാഹത്തിൽ
നിഗൂഢമായ തീരങ്ങളിൽ നീ വരുന്നു.
ഇന്നുമുതൽ ഞാൻ
സാന്ദ്രസ്മരണകളെ തടയാനായി
എനിക്ക് ഓർമിക്കേണ്ടതില്ല
മാഞ്ഞുപോയ ഛായാചിത്രങ്ങളും രൂപങ്ങളും
എന്റെ സ്മൃതിദളത്തിനകത്ത്
അവിസ്മരണീയ നിമിഷങ്ങൾ കരയുന്നു
നീ മന്ദഹാസം പൊഴിക്കുന്നത് എനിക്ക് കേൾക്കാം
ഒരിക്കൽ നീ ആർദ്രസ്മിതം തൂവിയിരുന്നു
എന്റെ മുടിയിൽ മുല്ലപ്പൂ ചാർത്തി
എന്റെ അധരങ്ങളിൽ വർണങ്ങൾ ചാലിച്ച്
എനിക്കിനി സുഗന്ധം നുകരേണ്ട
എനിക്കിനി കണ്ണാടി കാണേണ്ട.

കുകി അമ്പരന്നു. ഇത്രയും കാലം സഫീക്കാണ് കവിത എഴുതിയത്. അവളൊരിക്കലും അതിന് ശ്രമിച്ചിട്ടില്ല. ഈ കൊച്ചു ജലധാര അവളുടെ ഉള്ളിൽ എവിടെയാണ് ഒളിച്ചിരുന്നത്? എങ്ങനെയാണത് പെട്ടെന്ന് പൊട്ടിപ്പുറപ്പെട്ടത്? ഈ കവിത സഫീക്കിനയയ്ക്കണോ? മറുപടി കിട്ടുമോ ഇല്ലയോ എന്നത് പ്രശ്നമല്ല.ചോദ്യം ചെയ്യലിനുശേഷം സഫീക്കിന് വരാൻ പറ്റുമോ? അവളെ അവൻ തിരയുമോ? രോക്ഷണയുടെ വിലാസത്തിൽ വരുന്ന മെയിലിനു കാത്ത് അവളിരുന്നു.

കുകി ഇന്റർനെറ്റ് ലോഗ് ചെയ്തു. അവൾ കൈകൾ കൊണ്ട് മുഖം പൊത്തി. ഇല്ല, ശൂന്യമായ ഇൻബോക്സ്. സഹിക്കാനാവുന്നില്ല. വിരലുകൾ തമ്മിലുള്ള വിടവിലൂടെ അവൾ പരിചിതമായ സന്ദേശം വായിച്ചു: 'നിങ്ങളുടെ മെയിൽ ശൂന്യമാണ്. വായിച്ചു തീർന്ന മെസേജുകളേ ഉള്ളൂ.' അവൾക്ക് വല്ലാത്ത ദു:ഖമായി. സ്വയം നിയന്ത്രിക്കാനായില്ല. ഇങ്ങനെ ടൈപ്പ്ചെയ്തു 'സഫീക്ക് നീ എങ്ങനെയിരിക്കുന്നു? നിന്റെ രോക്ഷണ.' തന്റെ പ്രിയപ്പെട്ട ഇ–മെയിൽ വിലാസത്തിൽ അവളത് അയച്ചു. അവൾ കവിത അയച്ചില്ല. അവൾക്ക് അതിനുള്ള ധൈര്യമുണ്ടായില്ല.

ഇ–മെയിൽ അയച്ചശേഷം അവൾക്കാകെ ഭയമായി. ഇന്റർപോൾ ഇ–മെയിൽ കണ്ടുപിടിച്ച് അവളുടെ ഐ ഡി വിലാസത്തിലെത്തുമോ? അവൾ എന്തു ചെയ്യും? ഈ സഫീക്ക് ആരാണ്? അവനോട് എന്താണ് ബന്ധം? അവൾക്ക് പിന്നെ ബന്ധുക്കളുടേയോ, കുടുംബത്തിന്റേയോ, എല്ലാത്തിനുമപ്പുറം രാജ്യത്തിന്റേയോ മുഖത്ത് നോക്കാൻ പറ്റുമോ? അവൾക്ക് പശ്ചാത്താപമായി.പക്ഷേ അവൾക്ക് വേറെ എന്ത് ചെയ്യാനാവും?

# പത്തൊൻപത്

“പക്ഷേ എനിക്കെന്തു ചെയ്യാൻ പറ്റും?” അനികേത് അറിയിച്ചു, “ഇതെന്റെ കൈയിലല്ല. മുകളിൽ നിന്ന് ഓർഡർ വന്നതാണ്. പോയില്ലെങ്കിൽ വേറെ ആരെങ്കിലും പോകും. പിന്നെ കമ്പനി എന്നെ വിദേശത്തേക്ക് അയയ്ക്കില്ല. മറ്റ് സഹപ്രവർത്തകരെല്ലാം ഇത്തരം ഒരു അവസരത്തിനു വേണ്ടി കാത്തിരിക്കുകയാണ്. ഞാനിത് സ്വീകരിച്ചില്ലെങ്കിൽ അവർ ചിരിക്കും.”

ചുറ്റും മൂകത തളം കെട്ടി.

കുകി പറഞ്ഞു, “വിദേശത്ത് പോകുന്നത് നല്ലത്. പക്ഷേ അത് യു എസ് എയ്ക്കോ, കാനഡയ്ക്കോ അല്ലെങ്കിൽ തായ്‌ലണ്ടിലോ മലേഷ്യയിലോ ആയിരുന്നുവെങ്കിൽ? ഇത് കുവൈറ്റ്!.....”

“എന്തേ.....കുവൈറ്റിൽ ആൾ താമസമില്ലേ. എന്തിനാണിങ്ങനെ പേടിക്കുന്നത്?”

തീർച്ചയായും പേടിക്കാൻ കാരണങ്ങളുണ്ട് – “രണ്ട് ഇന്ത്യൻ ഡ്രൈവർമാർ കുറച്ചു ദിവസങ്ങൾക്കു മുമ്പാണ് തട്ടിക്കൊണ്ടു പോകപ്പെട്ടത്.” കുകി അനികേതിനെ ഓർമിപ്പിച്ചു.

“ഞാൻ ഡ്രൈവറാണോ? അനികേതിന് ദേഷ്യം വന്നു. ജോലി, ജോലിയാണ്. അതിനെ നാടകമാക്കാൻ പറ്റില്ല. ജോലിക്ക് ശമ്പളം തരുന്നുണ്ട്. കമ്പനി എന്നെ നരകത്തിലയച്ചാലും എനിക്ക് അനുസരിച്ചേ മതിയാവൂ. ഇല്ലെങ്കിൽ നമ്മൾ മരിക്കും വരെ പട്ടിണി കിടക്കേണ്ടി വരും.”

“നിങ്ങൾ ദൂരെ പോയാൽ ഞങ്ങളിവിടെ പകുതി ചത്ത് ജീവിക്കേണ്ടി വരും. ഒരു കൊല്ലത്തേക്ക് പോയാൽ – ഞങ്ങൾക്ക് കൂടെ വരാൻ പറ്റില്ല, ഒറീസയ്ക്ക് തിരിച്ചു പോകാനുമാവില്ല. മുഴുവൻ കൊല്ലവും കുട്ടികളുടെ പഠിത്തത്തിന് തടസം വരുത്താനാവില്ല. ഇതൊന്നും കൂടാതെ മൂത്തവന്

പ്രധാനപ്പെട്ട സമയമാണ്. അവന്റെ ജോലി സാധ്യതകൾ ഇപ്പോഴേ പ്ലാൻ ചെയ്യണം. നിങ്ങളിങ്ങനെ പോയാൽ, എനിക്കെന്ത് ചെയ്യണമെന്ന് അറിയില്ല."

"ഇപ്പോൾ വീട്ടുനടത്തിപ്പിന്റെ പ്രയാസങ്ങൾ നിനക്ക് മനസിലാകുന്നു." അനികേത് ചിരിച്ചുകൊണ്ട് പറഞ്ഞു. "നീ നിന്റെ ഉത്തരവാദിത്തങ്ങൾ ശരിക്ക് നിറവേറ്റാൻ തുടങ്ങിയിട്ടുപോലുമില്ല, എന്നിട്ട് മരണത്തെക്കുറിച്ച് ചിന്തിച്ച് വിഷമിക്കാൻ തുടങ്ങിയിരിക്കുന്നു."

"അതിലെന്താണ് തെറ്റ്? വിഷമിക്കാതിരിക്കുന്നതെങ്ങിനെ? ഞാനല്ലാതെ വേറെ ആര് വിഷമിക്കാനാണ്?"

"ഞാനതാലോചിക്കുന്നുണ്ട്. എന്താണതിൽ ചെയ്യാനാവുക? ശരിയാണ് ഈ വർഷം നിനക്ക് ഒരുപാട് ബുദ്ധിമുട്ടാവും."

"നിങ്ങൾ ദൂരെ പോകാൻ റെഡിയായി.നാളെ ഒരു പ്രശ്നമുണ്ടായാൽ? എന്റെ കൂടെ ആരുണ്ടാവും? സഫീക്കിനോടുള്ള ബന്ധം കാരണം ഇവിടെ പോലീസ് വന്നാൽ ഞാനെന്തു ചെയ്യും?" – കുകി ഇത് പറയാൻ വെമ്പിയെങ്കിലും അവസാന നിമിഷം സ്വയം നിയന്ത്രിച്ചു. "എനിക്കെപ്പോഴും അസുഖം വരും." പകരം അവളിങ്ങനെ പറഞ്ഞു.

പെട്ടെന്ന് വന്ന ദേഷ്യത്തിൽ അനികേത് അവളെ ചീത്ത പറയാൻ തുടങ്ങി. "ഞാനൊരു വാച്ച്മാൻ, ഇരുപത്തിനാല് മണിക്കൂറും നിന്നെ നോക്കിയിരിക്കാനുള്ള പണിക്കാരൻ?"

"എന്തിനാണ് നിങ്ങൾ ചീത്ത പറയുന്നത്?"

"പിന്നെന്ത് പറയും? നീ പറ – ഏതെങ്കിലും ഒരു മാസം നിനക്ക് അസുഖം ഇല്ലാതിരുന്നിട്ടുണ്ടോ?"

"കഴിഞ്ഞ പതിനൊന്ന് മാസമായി എനിക്ക് അസുഖമില്ലായിരുന്നു" കുകി തിരച്ചടിച്ചു.

"കഴിഞ്ഞ പതിനൊന്ന് മാസമായി നീ ഡോക്ടറെ കണ്ടിട്ടില്ല. പക്ഷേ അതിനർഥം നിനക്ക് അസുഖം വന്നിട്ടില്ല എന്നല്ല. നിനക്ക് ആരോഗ്യത്തെക്കുറിച്ചിത്ര വേവലാതി ആണെങ്കിൽ എന്റെ അമ്മയോട് ഇവിടെ വരാൻ പറയാം. ഒരു വർഷത്തേക്ക് ഇവിടെ താമസിക്കാൻ പറയാം."

"എന്റെ ദൈവമേ, എന്തൊരു ആശയം. എനിക്ക് ഇപ്പോഴും എന്റെ കുട്ടികളെ നോക്കാനാവും. അമ്മയെ കൊണ്ടുവരുന്ന കാര്യം പറയണ്ട. അവർക്ക് വയസായി. അവർക്ക് വയ്യാതായാൽ ആര് നോക്കും?"

"നീ പറയുന്നതാ ശരി." അനികേത് സമ്മതിച്ചു. "എനിക്കറിയില്ല എന്താ ചെയ്യേണ്ടതെന്ന്. നിങ്ങളെ വിട്ട് ഒരു കൊല്ലം പോകാനിഷ്ടവുമില്ല. പക്ഷേ ഈ അവസരം കളയുന്നതും ഇഷ്ടമില്ല."

'അവസരം' എന്ന വാക്ക് കുകിയിൽ സഫീക്കിന്റെ ഓർമ ഉണർത്തി. അവൻ ഇന്റർവ്യൂവിന് പോകുന്ന സമയത്ത് ഇതേ സംശയത്തിലായിരുന്നു. 'എനിക്കെന്താണ് ചെയ്യേണ്ടതെന്നറിയില്ല രോക്ഷണാ. നിന്നെ ഇപ്പോൾ കൊണ്ടുപോകണോ അതോ സ്ഥിരം ജോലി കിട്ടിയിട്ട് അഞ്ചാറു മാസം കഴിഞ്ഞ് കൊണ്ടുപോകണോ? മാത്രവുമല്ല, എനിക്ക് ജോലി

കിട്ടാനല്ലെങ്കിൽ പിന്നെയെന്തിന് ഈ ഇന്റർവ്യൂവിന് പോകണം? നിന്നെ എന്റേതാക്കാനുള്ള അവസരം എനിക്ക് നഷ്ടപ്പെട്ടേക്കും.' ഇത്ര ശക്തമായി ഓർമകൾ ഓടിവരുന്നതെന്താണ്?

ശ്രമിച്ചാലും ഓർമകൾ മായ്ക്കാൻ വളരെ ബുദ്ധിമുട്ടാണ്. അനികേത് അവരെ സാവേരി മാർക്കറ്റിൽ കൊണ്ടുപോയി, കുകിക്ക് മംഗളസൂത്രം വാങ്ങിക്കൊടുത്തു. അവന് ജീൻസും ടീ ഷർട്ടും കുട്ടികൾക്ക് തിന്നാനും കുടിക്കാനും വാങ്ങിച്ചു. അവർക്ക് സന്തോഷമായി. അച്ഛൻ വിദേശത്തേക്ക് പോകുന്നു. അനികേതിന് വേവലാതിയുണ്ട്, പോകുന്നതിന്റെ വിഷമം തീർക്കാനാണ് അയാൾ കുട്ടികൾക്കുവേണ്ടി പണം ചിലവഴിക്കുന്നത്.

കിടക്കാൻ പോകുന്നതിനു മുമ്പ് കുകി അവളുടെ തീരുമാനം അനികേതിനെ അറിയിച്ചു. "നിങ്ങൾ പോയ്ക്കോ അനികേത്. സമയം പെട്ടെന്ന് പോകും. ഞങ്ങൾക്ക് ഈ കോളനി നന്നായറിയാം. ഇവർ നമ്മുടെ പഴയ സുഹൃത്തുക്കളാണ്. മിസ്റ്റർ ജോഗ്ലേക്കർ എനിക്ക് രക്തം തന്നതോർക്കുന്നില്ലേ?"

ഇങ്ങനെയൊക്കെ സംഭവിക്കണം. കുകി വിചാരിച്ചു.അവൾക്ക് ദൂരെ പറക്കണമായിരുന്നു. പക്ഷേ അനികേതാണ് കൂടുവിട്ട് പോകുന്നത്. കടുത്ത യാഥാർഥ്യങ്ങൾ അംഗീകരിക്കുകയല്ലാതെ അവളുടെ മുന്നിൽ വേറെ മാർഗമില്ല. അവൾക്ക് സ്വയം അത്ഭുതം തോന്നി. ഒരു കാലത്ത് ഫ്ളാറ്റിൽ ഒറ്റയ്ക്കിരുന്ന് സഫീക്കിനോടൊപ്പം ആകാശത്ത് പറക്കാനുള്ള തടസമില്ലാത്ത ഏകാന്തത വേണമായിരുന്നു. ഇപ്പോൾ അനികേത് അവളെ വിട്ട്, ഒറ്റയ്ക്കാക്കി, വിദേശത്ത് പോകുമ്പോൾ അവൾക്ക് സന്തോഷം തോന്നിയില്ല, ഏതോ ശൂന്യത നിറയുന്നതായി തോന്നുകയാണ്.

സമയം എന്തായി? അനികേതും കുട്ടികളും ഉറങ്ങിക്കഴിഞ്ഞിട്ടുണ്ട്. അവൾ ഉണർന്നിരുന്നു. അസ്വസ്ഥയായി. അനികേത് ഒരു വർഷത്തേക്ക് പോവുകയാണ്, അവൾ അവനില്ലാതെ ഒറ്റയ്ക്ക് എങ്ങിനെ?

അസ്വസ്ഥത മാറ്റാൻ അവൾ ഡയറി എടുത്തുകൊണ്ടുവന്നു. സഫീക്കിന്റെ കവിതകൾ അതിൽ കുറിച്ചിട്ടിട്ടുണ്ട്. സഫീക്കിന്റെ അറസ്റ്റിൽ അവൾ തകർന്നുപോയിരുന്നു. അവൾ പേടിച്ച് എല്ലാ ഇ-മെയിലുകളും മായ്ച്ചു. അതിനു മുമ്പ് ചില കവിതകൾ ഡയറിയിൽ കുറിച്ചിട്ടു. ഒരു കവിതയിലേക്ക് അവൾ പ്രത്യേകം പാറി നോക്കി:

രണ്ടു പേർക്കുള്ള മേശയിൽ മെഴുകുതിരി മുനിഞ്ഞ് കത്തുന്നു
ഈ ഗ്രഹത്തിൽ നീയും ഞാനുമല്ലാതെ വേറെയാരുമില്ല
പ്രേമമൊഴുകുന്ന അത്താഴവും നുരയുന്ന ഒരു കുപ്പി വീഞ്ഞും
നമ്മൊളൊന്നായി ഈ നിമിഷം, നിലച്ചുപോയ സമയം
ആർക്കുമറിയാത്ത, ചിലരുടെ സ്നേഹം, ഈ തെളിഞ്ഞ രാത്രിയിൽ
നമ്മുടെ ചെറുലോകത്ത്, നീയും ഞാനും മെഴുകുതിരി വെട്ടവും മാത്രം

നാമിപ്പോൾ സ്വതന്ത്രരാവും നമ്മുടേതായ പങ്കുചേരലിന്
നിന്റെ ചിരികൾ മുഴങ്ങുന്ന ചുറ്റിലും ഞാൻ കാത്തു നിൽക്കും
പ്രണയചിന്തകൾ, പൊഴിയുന്ന ഇലകൾ
ശരത്കാല മാരുതൻ ഊഞ്ഞാലാട്ടുന്നു.
നമ്മുടെ മനസിൽ, നമ്മുടെ മിഴികളിൽ
ആർദ്രമായ നോട്ടം, ദീർഘനിസ്വനങ്ങൾ
നാം സ്പർശിക്കുന്നു, അഗ്നി ഉയരുന്നു-
നമ്മുടെ ഉള്ളിലുറയുന്ന അഗ്നി
ചുംബിക്കുമ്പോൾ മാലാഖമാർ പാടുന്നു
നീ എനിക്ക് സ്വർഗ സമ്മാനമായി
ഞാൻ നിനക്കുവേണ്ടി സാഹ്ലാദം മൃത്യുവരിക്കാം
ഈ മേശയിൽ, രണ്ടുപേർക്കും വേണ്ടി.'

നിശയുടെ മൂകത ഭഞ്ജിച്ചുകൊണ്ട് പാർക്കിങ് ഏരിയയിലേക്ക് ഒരു കാർ വന്നു നിന്നു. അത് മിസിസ് സൂദ് ആയിരിക്കണം. ഡിന്നർ കഴിച്ച ശേഷം അവർ ഈ സമയത്താണ് തിരിച്ചുവരാറ്. കുകി ടേബിൾ ലാമ്പ് അണച്ചു, ബെഡ്ഡിനരികിലേക്ക് പോയി. അനികേത് ചരിഞ്ഞ് കിടന്ന് ഗാഢനിദ്രയിലാണ്. ഒരു നീണ്ടുരുണ്ട തലയിണ രണ്ടുപേരെയും വേർതിരിക്കുന്നു. കുകി സ്വയമടക്കി ചിരിച്ചു – അവർ രണ്ടു പേർ, വളരെ അടുത്ത്, വളരെ ദൂരം, സ്വന്തം ഇടങ്ങളും സ്വന്തം അതിർത്തികളും വരച്ചു വെച്ചുകൊണ്ട്.

കുകിക്ക് ഉറങ്ങണമെന്ന് തോന്നിയില്ല. അവൾ വെറുതെ മൗനമായി കിടന്നു. അനികേത് മുരുളൻ ശബ്ദങ്ങളുണ്ടാക്കുന്നു. അവനെ തട്ടി വിളിച്ച് കുകി ചോദിച്ചു. "മോശം സ്വപ്നം കാണുന്നുവോ?"

"ഭീകരം," അവളെ നോക്കിക്കൊണ്ട് അവൻ പറഞ്ഞു.

"എന്താ?"

"ഞാൻ ഒട്ടും സുരക്ഷിതനല്ല." വീണ്ടും ഉറക്കത്തിലേക്ക് വീണു കൊണ്ടവൻ പിറുപിറുത്തു.

# ഇരുപത്

**'ഞാ**ൻ ഒട്ടും സുരക്ഷിതനല്ല.' സഫീക്ക് എഴുതി. ഏറെ ദിവസത്തെ മൗനത്തിനു ശേഷം അവന്റെ മെയിൽ പ്രതീക്ഷിക്കാത്ത സമയത്ത്. ഇപ്പോഴവൾ കൂടെക്കൂടെ മെയിൽ ലോഗ് ഓൺ ചെയ്യാറില്ല. ചിലപ്പോൾ സഫീക്കിനെ ഓർക്കും, പക്ഷേ കഴിഞ്ഞതൊക്കെ ഓർത്ത് വിഷമിക്കുന്നത് പഴകിയിരിക്കുന്നു. അനികേതിന് പോകാറായിരിക്കുന്നു. അവൾ കുടുംബത്തിനും കുട്ടികൾക്കുമായി തിരക്കിലാണ്. അവളുടെ രണ്ടു മക്കളുടെ ഇഷ്ടങ്ങൾ തീർത്തു കൊടുക്കാൻ അവൾ പരിശ്രമിക്കുകയാണ്.

അവൾക്ക് എന്തു സംഭവിച്ചുവെന്നറിയില്ല. ഒരു ദിവസം ഇന്റർനെറ്റ് ലോഗ് ചെയ്യാൻ വല്ലാത്ത ആഗ്രഹം മനസിലുദിച്ചു. ഇൻബോക്സിൽ ഒരു ഇ–മെയിൽ കണ്ടവൾ വിസ്മയിച്ചു. അവൾ അയച്ച ആളുടെ പേര് പ്രതീക്ഷാപൂർവം നോക്കിയില്ല. ചിലപ്പോഴത് വൈറസാവും. ഒരുപക്ഷേ ചാറ്റിനുള്ള വിളിയാവും, അല്ലെങ്കിൽ സ്പാം. പക്ഷേ അവളുടെ തോന്നലുകളെല്ലാം തെറ്റി.

അയച്ചയാളുടെ പേര് വായിച്ചപ്പോൾ അവൾക്ക് സന്തോഷം അടക്കാനായില്ല. ഇപ്പോൾവരെ അവൾ വിചാരിച്ചത് സഫീക്ക് ജയിലിൽ ആണെന്നാണ്, അല്ലെങ്കിൽ അവൾക്ക് മെയിലയയ്ക്കാതിരിക്കുന്നതെങ്ങിനെ? എന്തായാലും തീവ്രവാദത്തിൽ അവനുള്ള പങ്കിനെക്കുറിച്ച് അവൾക്ക് സംശയമുണ്ട്. ആ തോന്നലുകൾക്ക് അറുതിയായി സഫീക്കിന്റെ മെയിൽ.

ഇ–മെയിൽ ഒരാഴ്ച മുമ്പ് അയച്ചതാണ്. അവളിതുവരെ അത് വായിച്ചില്ല. സഫീക്ക് എന്തു വിചാരിച്ചിരിക്കും? 'ഞാൻ ഒട്ടും സുരക്ഷിതനല്ല' അവനെഴുതിയിരിക്കുന്നു. 'എന്റെ ഇ–മെയിലുകളും ഫോൺ

വിളികളും പരിശോധനയ്ക്കു വിധേയമാണ്. എന്റെ ജോലി പോയി,ഞാൻ നശിച്ചു. ഞാൻ വിധിയുടെ ഇരയായി മോളെ. മനുഷ്യനന്മയിൽ എനിക്ക് എല്ലാ വിശ്വാസവും നഷ്ടമായി കുട്ടീ. തബസുമ്മിന്റെ കൂട്ടുകാരൻ സമീം ഒറ്റുകാരനായി.'

സങ്കടം അവളെ പൊതിഞ്ഞു. സഫീക്ക് അറസ്റ്റിലായപ്പോൾത്തന്നെ അവൾക്കിങ്ങനെ സംശയം തോന്നിയതാണ്. എന്നിട്ടും അവൾക്ക് ദയ തോന്നി. 'പറ്റിയാൽ, ഞാൻ നീണ്ട കത്ത് എഴുതാം.' അവനെഴുതിയിട്ടുണ്ട്. 'പക്ഷേ ഇപ്പോൾ നീ എനിക്ക് എഴുതരുത്. ഞാൻ മൂലം നീ അപകടത്തിലാകാൻ ആഗ്രഹിക്കുന്നില്ല. നീ ദൈവത്തോട് പ്രാർഥിക്കണം, രോക്ഷണാ. ഒരു ദിവസം നാം കണ്ടുമുട്ടും. എനിക്കറിയില്ല, ഈ മിലിറ്ററി ഗൂഢാലോചനയിൽ നിന്ന് രക്ഷപ്പെട്ടു വരാനാവുമോ എന്ന്. എല്ലാ വശത്തുനിന്നും അവരെന്നെ പിൻതുടരുന്നു. എനിക്ക് എന്തു സംഭവിക്കുമെന്നറിയില്ല! എന്നാലും ദൈവഹിതമുണ്ടെങ്കിൽ നമ്മൾ ഒരു ദിവസം സന്ധിക്കും – നിന്റെ സഫീക്ക്.'

മെയിൽ വായിച്ച് അവളുടെ ഹൃദയം തകർന്നു. അവൾക്ക് ആ ദൂരദേശത്തേക്ക് പറന്നുപോകാൻ തോന്നി.സഫീക്കിന്റെ ശിരസ്സ് മടിയിൽ ചേർത്ത് കസേരയിൽ ചാരിയിരിക്കണം. എന്നിട്ടു പറയണം. 'എനിക്കെപ്പോഴുമറിയാം, നിനക്ക് തെറ്റുകാരനാവാൻ കഴിയില്ല. ഇതിനു പിന്നിൽ ഒരു ഗൂഢാലോചനയുണ്ട്. ഞാനിപ്പോഴും നിന്നെ പൂർണമായി വിശ്വസിക്കുന്നു. തികച്ചും വിശ്വസിക്കുന്നു.' പക്ഷേ അവൾക്ക് ഒരു വാചകം പോലും എഴുതാനാവില്ല. സഫീക്ക് എഴുതരുതെന്ന് വിലക്കിയിട്ടുണ്ട്.

അവൾക്ക് തബസുമ്മിനോട് ദേഷ്യമായി. അവളാണ് തെറ്റുകാരി, വേശ്യ. അവൾ കാരണമാണ് സഫീക്ക് കുഴപ്പത്തിലായത്. സഫീക്ക് എന്തുതെറ്റ് ചെയ്തിട്ടാണ്? അവൾക്ക് കുറേ പുരുഷമിത്രങ്ങളുണ്ട്, അടുത്ത ഒരെണ്ണം മിലിറ്ററി ഓഫീസറായാൽ എന്താ പ്രശ്നം? അവളത് അംഗീകരിച്ചിരുന്നുവെങ്കിൽ സഫീക്ക് കുഴപ്പത്തിലാകുമായിരുന്നില്ല.

ചില കാര്യങ്ങൾ കുകിക്ക് മനസിലാവാത്തതായുണ്ട്. തബസുമ്മിനെ ഇത്രക്ക് വേദനിപ്പിച്ച കാര്യമെന്താവും? കുറേനാളായി അവൾ ഡിപ്രഷനിൽ ആയിരുന്നുവല്ലോ. ഒരിക്കൽ അഭിമാനം നഷ്ടപ്പെട്ട സ്ത്രീക്ക് പിന്നെ ജീവിതം എടുക്കാനും നടത്താനും എന്ത് അവകാശമാണുള്ളത്? തബസുമ്മിന് എന്താ വേണ്ടത്? ഏത് വേദനയാണ് അവളെ വേട്ടയാടുന്നത്? ദേഹവ്യാപാരത്തിലേർപ്പെടാൻ തബസുമ്മിനെപ്പോലെയുള്ളവർക്ക് അടങ്ങാത്ത ഏത് മോഹങ്ങളാണ് ഉള്ളത്?

ഏഷ്യൻ–ആഫ്രിക്കൻ രാഷ്ട്രങ്ങളിൽ ഒരു സവിശേഷ താൽപ്പര്യം ഇപ്പോൾ ഉടലെടുത്തിരിക്കുന്നു. പാശ്ചാത്യരോടുള്ള ആകർഷണവും, അവരുടെ മേൽക്കോയ്മയോടുള്ള വെറുപ്പും എല്ലാ സീമകളും കടന്നിരിക്കുന്നു. ഇപ്പോൾ സോഷ്യലിസത്തെക്കുറിച്ചോ മുതലാളിത്തത്തെക്കുറിച്ചോ സംസാരമില്ല, ശീതയുദ്ധത്തെക്കുറിച്ചാർക്കും ചിന്തയില്ല. ലോകം മുഴുവൻ ഒരേ കാര്യമാണ് ചിന്തിക്കുന്നത് – ടെററിസം.

തീവ്രവാദം സീമകൾ കടന്ന് അന്താരാഷ്ട്ര തലത്തിൽ വളർന്നിരിക്കുന്നു. അനേകം തലയുള്ള സർപ്പത്തെപ്പോലെ അത് ലോകം മുഴുവൻ ഗ്രസിച്ചിരിക്കുന്നു. ഒരു രാജ്യത്തെ നശിപ്പിച്ചതുകൊണ്ട് നിങ്ങൾക്ക് ഭീകരവാദം അമർച്ച ചെയ്യാനാവില്ല.

ദിവസം മുഴുവൻ കുകി അസ്വസ്ഥയായിരുന്നു. സഫീക്കിന് ഒരു പക്ഷേ ജാമ്യം കിട്ടിക്കാണും. അവന്റെ ജോലി പോയി, മാനം പോയി, അവനൊരു തെണ്ടിയായി. തന്റെ മുറിയുടെ മൂലയിൽ അവൻ പരാജയപ്പെട്ട യോദ്ധാവിനെപ്പോലെ കുനിഞ്ഞിരിക്കുകയാവും. പാരീസിലെ ജോലിയെക്കുറിച്ചും, കുകിയോടൊപ്പം ചിലവഴിച്ചേക്കാവുന്ന സുന്ദരനിമിഷങ്ങളെക്കുറിച്ചും ഓർത്ത് അവൻ സ്വന്തം വിധിയെ പഴിക്കുന്നുണ്ടാവും. കുട്ടികളും തബസുമ്മും എന്ത് ചെയ്യുകയാവും?

സഫീക്കിന്റെ കുട്ടികളെക്കുറിച്ചോർത്തപ്പോൾ അവൾക്ക് വിഷമമായി. ഒരിക്കലും കാണാത്ത അവരെക്കുറിച്ചോർത്ത് അവളുടെ ഹൃദയം തേങ്ങി. എന്തുചെയ്യുകയാവും അവരിപ്പോൾ? ആരായിരിക്കും വീട്ടുകാര്യങ്ങൾ നടത്തുന്നത്? അവരിപ്പോൾ വലിയ സാമ്പത്തിക – വൈകാരിക ബുദ്ധിമുട്ടിലാവും. പല ചിന്തകളും അവളെ അലട്ടി.

അവൾക്ക് ഒരാശ്വാസമുണ്ട്. സഫീക്ക് വഞ്ചകനല്ല. അയാൾ അവളെ ചതിച്ചില്ല. അവൻ കുഴപ്പത്തിലായതാണ്. സഫീക്ക് തീവ്രവാദി അല്ലെന്നും അവന് അതുമായി യാതൊരു ബന്ധവുമില്ലെന്ന കാര്യം അവളിൽ നേരിയ പ്രതീക്ഷ ഉണർത്തി. അവൻ തീവ്രവാദി ആയിരുന്നുവെങ്കിൽ അതു പറയുമായിരുന്നു. അവൻ മിലിറ്ററി ഗൂഢസംഘത്തിന്റെ ഇരയാണ്. അവൻ സ്വയം വിധിയുടെ കുറ്റവാളിയാണെന്ന് പറഞ്ഞേക്കും. ആ ചെറുകത്ത് അവരുടെ ബന്ധം പുനരുജ്ജീവിപ്പിക്കാനുള്ളതാണ്, അവൾ ആലോചിച്ചു, ഒരു പുതിയ ഉണർവ്.

അതിർത്തിക്കപ്പുറത്തെ നാട്ടിലെ നിയമങ്ങളെക്കുറിച്ച് അവൾക്ക് അറിയില്ലായിരുന്നു. അവനുള്ള ശിക്ഷ എന്തായിരിക്കും? അവനിപ്പോൾ വിചാരണത്തടവിലാണോ? അതോ അറസ്റ്റിലോ? എന്താണ് അവനെതിരായുള്ള ആരോപണങ്ങൾ? ആരോടാണ് സഫീക്കിനെക്കുറിച്ച് ചോദിച്ച് അറിയുക? വിവാഹശേഷം നഗ്മ ഭർത്താവുമൊത്ത് യു എസ് എയിലാണ്. അവളുടെ കൈയിൽ നഗ്മയുടെ ഇ–മെയിൽ ഐ ഡി ഇല്ല. തബസും ഇപ്പോഴെന്തു ചെയ്യുകയാവും? അവളുടെ വർണശബളമായ ലോകത്തുതന്നെയോ, അതോ സഫീക്കിനുവേണ്ടി വല്ല വക്കീലന്മാരെയും ഏർപ്പാടാക്കാൻ ശ്രമിച്ചോ?

'നിനക്കറിയുമോ രോക്ഷണാ,' സഫീക്ക് ഒരിക്കൽ എഴുതിയിരുന്നു, 'ഇതാണെന്റെ പുതിയ പ്രശ്നം. എന്റെ സത്യസന്ധത കാരണം മുമ്പും പലതവണയായി ബുദ്ധിമുട്ടനുഭവിക്കേണ്ടി വന്നിട്ടുണ്ട്. 'ദേവത' പെയിന്റിംഗിനെക്കുറിച്ച് കുകിയുടെ ചോദ്യത്തിന് മറുപടി പറയുകയായിരുന്നു അവൻ. 'ആർട്ട് സ്കൂളിലെ ഡിപ്ലോമയ്ക്കു മുമ്പ് ഞാൻ ആന്ത്രപ്പോളജി വിദ്യാർഥിയായിരുന്നു. ആ സമയത്ത് എന്റെ ഒരു പേപ്പർ കാരണം

എനിക്കേറെ വിഷമതകളുണ്ടായി. എന്താ കുറ്റമെന്നറിയോ? സിന്ധുനദീതട സംസ്കാരത്തിന്റെ തുടക്കം പരിശോധിച്ച് എഴുതിയപ്പോൾ ഞാൻ ഇന്ത്യയുടേയും പാക്കിസ്ഥാന്റേയും വേരുകൾ ഒരിടത്താണെന്ന് കണ്ടെത്തി.'

'സ്കൂൾ കാലംതൊട്ട് എനിക്ക് ഇത്തരം പ്രശ്നങ്ങൾ നേരിടേണ്ടി വന്നിട്ടുണ്ട് മോളെ. പ്രൊഫസർ എന്നെ ചേംബറിലേക്ക് വിളിപ്പിച്ച്, കളിയാക്കി. ഇത്തരം നിരാധാരമായ കാര്യങ്ങൾ എഴുതിയാൽ ഞാൻ വിഷമത്തിലാവുമെന്ന് പറഞ്ഞ് എന്നെ തടഞ്ഞുവെച്ചു. ശക്തമായ ഒരു രാഷ്ട്രമുണ്ടാവാൻ സത്യസന്ധവും നിരപേക്ഷവുമായ ചരിത്രമുണ്ടാവേണ്ടതുണ്ടെങ്കിൽ പിന്നെ രണ്ടഭിപ്രായങ്ങൾ എന്തിന്? ഇവിടെ ചരിത്രം ഏഴാം നൂറ്റാണ്ടിലാണ് തുടങ്ങുന്നതെന്ന് പറഞ്ഞാൽ നീ അത്ഭുതപ്പെടുമായിരിക്കും. ഈ നാട്ടിലെ ചരിത്രം അറബിക് ചരിത്രമാണ്.'

'ഇത്തരം കലഹങ്ങൾ ഈ നാട്ടിലുമുണ്ട്' കുകി എഴുതി 'നമ്മുടെ ചരിത്രം ഭരിക്കുന്ന പാർട്ടിക്കനുസരിച്ച് മാറിക്കൊണ്ടിരിക്കും. ഏത് പാർട്ടിയാണോ അധികാരത്തിലിരിക്കുന്നത്, അതിനനുസരിച്ച് ഒരാൾ, വില്ലനോ നായകനോ ഒക്കെയായി പ്രതിപാദിപ്പിക്കപ്പെടും. അച്ഛൻ പഠിച്ച ചരിത്രത്തിൽ നിന്നും തീർത്തും വിഭിന്നമായ ചരിത്രമാണ് മകൻ പഠിക്കുക. സഫീക്ക് പറയൂ, ചരിത്രം എന്നാണ് ഇത്തരം സങ്കുചിതത്വത്തിൽ നിന്നും മോചിതമാവുക?'

പഴയ ഈ സംഭാഷണം അവളുടെ മനസിൽ കടന്നു വന്നു. ഇങ്ങനെ പറഞ്ഞതുകൊണ്ടാണോ സഫീക്ക് നിയമത്തിന്റെ നിരീക്ഷണത്തിലായത്? അവൾക്കവന് എഴുതാനാവാത്തതിൽ വിഷമമായി, അവനെക്കുറിച്ച് കൂടുതൽ അറിയണമായിരുന്നു. വളരെ ബുദ്ധിമുട്ടിയാണെങ്കിലും സ്വയം നിയന്ത്രിച്ചു. ഇ-മെയിൽ അയയ്ക്കരുതെന്ന് സഫീക്ക് മുന്നറിയിപ്പ് കൊടുത്തിരുന്നു.

കുകി കംപ്യൂട്ടറിനടുത്ത് നിന്ന് മാറി നടന്നു. സഫീക്ക് അവൾക്ക് എന്തായാലും എഴുതും. ഗൂഢാലോചനയിൽ നിന്ന് പുറത്ത് കടക്കാനായാൽ അവൻ അവൾക്കെഴുതും. ഒരു മാസം, ഒരു വർഷം, അഞ്ച് വർഷങ്ങൾ...... അവൾ ആ ദിനം വരെ കാത്തിരിക്കും.

# ഇരുപത്തിയൊന്ന്

**അ**വൾ ആ ദിവസത്തിനു വേണ്ടി കാത്തിരിക്കും. ഏകയായി. അനികേതില്ലാതെ ജീവിക്കുക ബുദ്ധിമുട്ടാണ്. അല്ലെങ്കിൽ മനസ്സിൽ അവളിത്ര അസ്വസ്ഥയാവുന്നതെന്തേ? അനികേത് ഒന്നോ രണ്ടോ ആഴ്ച ത്തേക്ക് പുറത്ത് പോയാൽ അവൾ നല്ല രുചിയുള്ള ഭക്ഷണം പാചകം ചെയ്യുന്നത് നിർത്തി വയ്ക്കും. കുട്ടികളെ തൃപ്തിപ്പെടുത്താൻ എന്തെ ങ്കിലുമൊക്കെ ഉണ്ടാക്കി വയ്ക്കും. അനികേത് ഇല്ലാത്തപ്പോൾ അവൾ കുട്ടികളെ  ഇങ്ങനെ പറ്റിക്കുകയാണ് എന്നവർ പരാതി പറയാറുണ്ട്. ഇതെല്ലാം അനികേതിന് വേണ്ടിയുള്ള പോലെയാണ്. അവളുടെ അച്ഛൻ എം എൻ സിയിൽ ജോലി ചെയ്യുന്ന മരുമകനിൽ വളരെയധികം അഭി മാനം കൊള്ളുന്നു എന്ന് അവൾക്കറിയാം.

പക്ഷേ, ചുമരുകൾക്കുള്ളിൽ അവരുടെ ശീലങ്ങൾ ചേരുന്നില്ല.അവർ തുറന്ന് സംസാരിക്കാറില്ല. എന്നിട്ടും അവൾ അനികേതിനെ അവലം ബിക്കുന്നു. അയാൾ ഒരു വർഷത്തേക്കു പോയാൽ അവളെങ്ങനെ വീട് നോക്കും? നിഷ്കളങ്കനായ കുട്ടി  ലോകത്തെ നോക്കുന്നതു പോലെ തോന്നി. നിങ്ങൾ അസ്വതന്ത്രരെങ്കിൽ മനസ് തുറസാവാൻ കൊതിക്കും, പുറംലോകത്തേക്ക് തുറന്നുവിട്ടാലോ മനസ് എന്തുചെയ്യണമെന്നറി യാതെ വിഷമിക്കും.

അപരിചിതമായ ഭയം അവളെ പിടികൂടി, പക്ഷേ അവളത് പുറത്ത് കാട്ടിയില്ല. ഇതേ തോന്നലാണ് സഫീക്കിന്റെ ഇന്റർവ്യൂ വിജയത്തെ ക്കുറിച്ചും അനുഭവിച്ചിരുന്നത്. സഫീക്ക് പറഞ്ഞിരുന്നു – 'രോക്ഷണാ, അവസാന നിമിഷം നീ എന്നോടൊപ്പം വരില്ലെന്ന് പറയില്ല, പറയുമോ?' സഫീക്കിനൊപ്പം സ്വതന്ത്രമാവുമോ എന്നവൾക്ക് അറിയില്ലായിരുന്നു.

പക്ഷേ അവന്റെ സ്നേഹം ശക്തിമത്താണ്, അതുകൊണ്ടുതന്നെ ലോകത്തിന്റെ ഏതു കോണിലേക്കും അവനോടൊപ്പം പോവാനും കുകി തയാറായിരുന്നു.

അനികേത് പോകുന്നതിന്റെ കാരണങ്ങൾ കുകിയുമായി ബന്ധപ്പെട്ടതല്ല. പക്ഷേ വീട്ടുകാര്യങ്ങൾ ബുദ്ധിമുട്ടിലാവുമെന്നവൾക്കു തോന്നി.

വൈകിട്ട് താനില്ലാതെ വരുമ്പോൾ എന്തൊക്കെ ചെയ്യണമെന്ന് അനികേത് കുകിയെ പറഞ്ഞു മനസിലാക്കി. ചെറിയ ഡയറി തുറന്ന്, ഓരോ കാര്യവും ശ്രദ്ധയോടെ നോക്കാൻ അവളോട് പറഞ്ഞു. "എല്ലാം ഞാൻ എഴുതി വെച്ചിട്ടുണ്ട്. ശരിക്കൊന്നു നോക്കൂ, ഞാൻ പോയിക്കഴിഞ്ഞ് നിനക്ക് ബുദ്ധിമുട്ടുണ്ടാവരുത്. ഇതെല്ലാം ചെയ്യാൻ നീ ശ്രമിക്കുക. ബാങ്കിൽ പോയി എന്റെ ഭാരം കുറയ്ക്കാം നിനക്ക്. വെവ്വേറെ ഫയലുകളിൽ പി സി യും ഞാൻ സൂക്ഷിച്ചു വെച്ചിട്ടുണ്ട്. ഏതെങ്കിലും കണ്ടില്ലെങ്കിൽ ഡയറി നോക്കിയാൽ മതി."

കുകി നിശബ്ദമായി അനികേതിനെ പ്രശംസിച്ചു. അവനെത്ര ശ്രദ്ധയാണ്. എല്ലാം അവന് അറിയാം. "നോക്കൂ," അനികേത് പറഞ്ഞു "ഐ സി ഐ സി ഐ ബാങ്കിൽ ഓരോ മാസവും അടയ്ക്കുന്ന റിക്കറിംഗ് ഡെപ്പോസിറ്റ് ഉണ്ട്. എൽ ഐ സി പ്രീമിയം 10,000 രൂപ മാർച്ച് 31 ന് മുമ്പ് ചെക്കായി അടക്കണം. പോളിസി നമ്പറും പ്രീമിയം അടയ്ക്കേണ്ട പൈസയും ഞാനിവിടെ വെച്ചിട്ടുണ്ട്. ഹൗസിംഗ് ലോൺ എന്റെ ശമ്പളത്തിൽ നിന്ന് ഓട്ടോമാറ്റിക് ആയി പിടിച്ചോളും. അതോർക്കേണ്ടതില്ല. ഈ വർഷം മൂന്ന് സർട്ടിഫിക്കറ്റുകൾ മച്ചറാകും. ഞാൻ പേപ്പേഴ്സ് ശരിയാക്കിയിട്ടുണ്ട്. ഓഫീസിൽ വിളിച്ചാൽ മതി,അവർ കാശ് തരും. ഞാൻ ട്രാവൽ ഏജന്റിനോട് സംസാരിച്ചിട്ടുണ്ട്. ആവശ്യം വന്നാൽ വിളിച്ചാൽ മതി, അയാൾ സഹായിക്കും. എവിടെ വേണമെങ്കിലും പോയ്ക്കോ. പക്ഷേ ഡ്രൈവിങ് വേണ്ട, ഞാനില്ലാത്തപ്പോൾ."

കുകിക്കിത് പുതിയ അനുഭവമായി. അനികേത് എല്ലാം അവളെ ഏൽപ്പിച്ച് പോവുകയാണ്. അവളൊരിക്കലും ബാങ്ക് ബാലൻസിലോ ഹോം ലോണിലോ മറ്റ് കാര്യങ്ങളിലോ ഇടപെട്ടിരുന്നില്ല. ഇന്നുവരെ അനികേതാണ് എല്ലാം നോക്കിയിരുന്നത്, മക്കളെ നോക്കിയിരുന്നതും അയാൾ തന്നെ. ഒരാൾ പോയിക്കഴിയുമ്പോഴാണ് മറ്റേയാൾ അയാളുടെ മഹത്വം തിരിച്ചറിയുന്നത്. ദൂരെയിരിക്കുമ്പോഴാണ് ഒരാളുടെ വില മറ്റൊരാളറിയുക.

അനികേത് പോയ്ക്കോളൂ, പോയ്ക്കോളൂ. നിന്റെ നിഴൽ, നിന്റെ അസാന്നിധ്യത്തിന്റെ നിഴലിനെ പിൻതുടരട്ടെ.

സഫീക്കിന്റെ അസാന്നിധ്യത്തിൽ ഇത്തരം സമസ്യകൾ തബസുമ്മിന് നേരിടേണ്ടി വരുമോ? ഒരുപക്ഷേ ഇല്ല! സഫീക്ക് എഴുതിയിരു

ന്നുവല്ലോ, വീട്ടുകാര്യങ്ങൾ അയാൾക്ക് നോക്കാനാവാറില്ല എന്ന്. എല്ലാം തബസുമ്മാണ് നോക്കുന്നത്. കുകിയുടെ കാര്യം നേരെ വിപരീതമാണ്. എല്ലാം സ്വയം കൊണ്ടുനടക്കാൻ അവൾ പഠിക്കേണ്ടിയിരിക്കുന്നു.

അനികേത് എല്ലാ മെഡിക്കൽ കുറിപ്പുകളും എടുത്ത് അവളോടൊപ്പമിരുന്നു. "നിന്റെ പഴയ മെഡിക്കൽ കുറിപ്പുകളാണിവ. എന്തെങ്കിലും ആരോഗ്യപ്രശ്നങ്ങളുണ്ടായാൽ ഡോ.മേഹ്ത്തയെ കാണണം. ഇത് കാണിച്ചാൽ, അയാൾക്ക് പെട്ടെന്ന് കാര്യങ്ങൾ മനസിലാവും."

കുകിക്ക് കരച്ചിൽ വന്നു. അവന്റെ മനസിന്റെ കോണിലെവിടെയോ അവളോട് സ്നേഹമുണ്ട്. അനികേതിന് അവളിൽ എത്ര ശ്രദ്ധയാണ്! പക്ഷേ അവളെപ്പോഴും കടുപ്പമായിരുന്നിട്ടേയുള്ളൂ. എന്തായിത് അനികേത്? എപ്പോഴെങ്കിലും നീ നന്നായി സംസാരിക്കുമോ? ഒരിക്കൽ പരസ്പരം സ്നേഹിച്ചാൽ, താമസിച്ചാൽ അപ്പോഴാണ് മനസിലാവുക, ചന്ദ്രന്റെ ഉപരിതലം പരുപരുത്തതാണെന്ന്, താനതിലാണ് കാൽ വെച്ചതെന്ന്. 'മോളെ' എന്നു വിളിക്കുന്നതിൽ ഒരുപാട് സ്നേഹം ഒളിഞ്ഞിരിപ്പുണ്ട്. ഒരിക്കലെങ്കിലും നീ എന്നെയങ്ങനെ വിളിച്ചിട്ടില്ലല്ലോ!

കുകിയുടെ കണ്ണുകൾ നിറഞ്ഞൊഴുകി. പറയാനാവാത്ത വേദനയിൽ അവൾ വിറച്ചു. നിസഹായയായി.

"എന്താ കാര്യം?" അനികേത് ആരാഞ്ഞു. "നീയിങ്ങനെ കരഞ്ഞാൽ പിന്നെ കുട്ടികളെ ആരു നോക്കും?" അനികേത് നഖം കടിച്ചു. അവനും കരച്ചിൽ വന്നു. പക്ഷേ അത് പുറത്തു കാട്ടാൻ പാടില്ല.

"നീയിങ്ങനെ വേവലാതി പിടിച്ചാൽ? നിന്റെ കൂട്ടുകാരി രേണു, അവൾ അമേരിക്കയിൽ സെറ്റിൽ ചെയ്തു. നോക്കൂ – ഇത് യൂണിയൻ ബാങ്കിന്റെ ചെക്കാണ്. മൂത്ത മകന് ഒന്നും വേണ്ട. ഇളയമകന്, ട്യൂഷൻ ഫീസ് കൊടുക്കാൻ ചെക്കിൽ ഒപ്പിട്ട് കൊടുത്താൽ മതി. അവരുടെ സ്കൂളിൽ ചെക്ക് കൊടുക്കാം. ഇത് നമ്മുടെ ജോയിന്റ് പാസ് ബുക്കാണ്. ഞാനിനി എന്തെങ്കിലും മറന്നുവോ?'

"നല്ലതിനു വേണ്ടിയാണ് പോകുന്നത് എന്ന പോലെയാണ് നിങ്ങൾ പെരുമാറുന്നത്."

"ആർക്കറിയാം, പ്ലെയിൻ തകർന്നാലോ? എന്നെ തട്ടിക്കൊണ്ടു പോയാലോ? അല്ലെങ്കിൽ ഒരു ബോംബ് സ്ഫോടനം?"

കുകിക്ക് ദേഷ്യം വന്നു. "ഓ....നിർത്തൂ. എന്തിനാണ് വെറുതെ പറയുന്നത്, നിർത്തൂ!"

"ജീവിതം അങ്ങനെയാണ്, എന്ത് സംഭവിക്കുമെന്ന് ആരറിയാൻ?"

അതെ, ശരിയാണ്. ഇന്നലെ വരെ സഫീക്ക് മദ്യത്തിലും മദിരാക്ഷിയിലും രമിച്ചു. ഇന്റർനെറ്റിൽ സന്തോഷം കണ്ടു. കുകിയുടെ അടങ്ങാത്ത പ്രേമത്തിൽ മുഴുകി, ഇപ്പോഴയാൾ അഭിശപ്തനായി.

അനികേത് പല ഫയലുകളും തുറന്ന് വീണ്ടും അടുക്കി വെച്ചു. ഒരു മണിക്കൂറിലധികം കംപ്യൂട്ടറിനു മുമ്പിൽ ചെലവഴിച്ചു. അത്താഴ

ത്തിനു ശേഷം ടി.വി. തുറന്നില്ല, നേരെ ബെഡ്റൂമിലേക്ക് പോയി. കുകി അവിടെ ഉണ്ടായിരുന്നില്ല. തലയിണയിൽ തല ചേർത്തപ്പോഴേ അയാൾ ഉറങ്ങിപ്പോയി. അവൻ ദിവസം മുഴുവൻ തിരക്കിലായിരുന്നു. ഓഫീസിൽ ചാർജ് കൈമാറി. കുറേയേറെ വീട്ടുകാര്യങ്ങളുമുണ്ടായിരുന്നു. അനികേതിനെ ചുംബിക്കണമെന്നവൾക്കു തോന്നി. ഉണർന്ന് ശകാരിക്കുമെന്ന് ഭയന്ന് അതിൽ നിന്നും പിന്മാറി. ഇങ്ങനെ പറയുമായിരിക്കും, "ഇപ്പോഴും നാടകം തീർന്നിട്ടില്ലേ? എന്നെ ഉറങ്ങാനനുവദിക്കൂ. ഞാൻ ക്ഷീണിച്ചിരിക്കുന്നു." അത് കുകിക്ക് വിഷമമാവില്ലേ?

അവൾ മിണ്ടാതെ ബെഡ്ഡിൽ നിന്ന് എഴുന്നേറ്റു. ബുക്ക് റാക്കിൽ നിന്ന് ഡയറി എടുത്തു. സഫീക്കിന്റെ കവിതകൾ വായിക്കാൻ തുടങ്ങി.

ശങ്കയിലും ആനന്ദത്തിലും സ്വയം നഷ്ടപ്പെട്ട
എനിക്ക് മോഹവും സ്വപ്നവും മനസിലായി
സ്വപ്നം ഉറക്കത്തിലെ ഫാന്റസി മാത്രം
മോഹം വിശാലം, വിദൂരം, ആഴമുള്ളത്
സ്വപ്നം യാഥാർഥ്യമാകാം, മോഹം ഒരിക്കലുമില്ല.
പക്ഷേ മോഹമാണ് നൈർമല്യം, മനസാണ് വേഗം.
ഓരോ ചിന്തയും ഉണർന്നുകൊണ്ടിരിക്കുന്നു.
എന്നിട്ടും ഞാൻ ശങ്കയിൽ, ഒന്നും വ്യക്തമല്ല
കാരണം നീയാണെന്റെ മോഹം, സ്വപ്നവും പ്രിയേ
നീയാണ് എന്നെ മോഹിപ്പിക്കുന്നത് നീയാണ് യാഥാർഥ്യവും
നിന്റെ പ്രേമത്തിനായി ഏകനായി കാത്തിരിക്കുന്നു

ആരോ എഴുന്നേറ്റതുപോലെ തോന്നി കുകിക്ക്. ഒരുപക്ഷേ അനികേത് വിളിക്കുന്നുണ്ടാവും. വേഗം ഡയറി അടച്ചുവെച്ച് ബെഡ്റൂമിലേക്ക് പോയി. അനികേത് ഗാഢനിദ്രയിലാണ്. കുകിയും മെല്ലെ കിടക്കയിലേക്ക് ചാഞ്ഞുകിടന്നു.

സഫീക്ക് ഒരു ഫാന്റസിയാണോ? അതവളുടെ മനോകൽപ്പന മാത്രമാണോ, ശരിക്കുള്ള മനുഷ്യനല്ലേ? മേഘം നിറഞ്ഞ ആകാശത്ത് രാത്രിയിൽ താരങ്ങളെ നോക്കുന്ന കടൽയാത്രയിലെ ക്യാപ്റ്റനെപ്പോലെ ഒന്നും മനസിലാവാത്ത വിഹായസിലേക്ക് നോക്കി അവൾ നിസഹായയായി നിന്നു. അവൾ എന്താണ് ചെയ്യുക? സഫീക്ക് പലതവണ സ്വയം തെളിയിച്ചതാണ്. അവൾ പലപ്പോഴായി അവന്റെ ശബ്ദം കേട്ടു,അവൾ വിളറിയ മുഖത്തോടെ ഞെട്ടിത്തിരിഞ്ഞ് നോക്കി. ഓരോ നിമിഷവും അവന്റെ പുരുഷശരീരത്തിന്റെ ഗന്ധം അവൾ അനുഭവിച്ചറിഞ്ഞു. അനികേതും അവളും ഒരേ മുറിയിൽ കഴിഞ്ഞിട്ടും അവരിത്ര ദൂരെയായി തോന്നുന്നത് എത്ര വിചിത്രമാണ്? എന്റെ ദൈവമേ, ജീവിതം ഇത്ര പ്രശ്നജടിലമാണോ?

കുകി മിണ്ടാതെ സ്റ്റഡിറൂമിലേക്ക് പോയി, യാന്ത്രികമായി കംപ്യൂട്ടറിന്റെ മുന്നിൽ വന്നിരുന്നു. അവൾക്ക് സവിശേഷമായ ഒരു ധൈര്യം വന്നത് പോലെ തോന്നി. ഇതിനുമുമ്പ് ഒരിക്കലും അനികേതുള്ളപ്പോൾ അവൾ കംപ്യൂട്ടറിനു മുമ്പിൽ ഇരുന്നിട്ടില്ല. പി സി ക്കുള്ളിൽ അവളുടെ പ്രേമം തുടിക്കുന്നു.

സ്വിച്ചിട്ടപ്പോൾ പി സി അതിന്റെ പരിചിതമായ ശബ്ദമുണ്ടാക്കി, രാത്രിയുടെ നിശബ്ദതയെ ഭേദിച്ചു. അതവളിൽ സങ്കോചമുണ്ടാക്കി. പക്ഷേ തുറക്കാൻ തുടങ്ങിയല്ലോ. അതുകൊണ്ടിനി മടക്കമില്ല. ഷട്ട് ഡൗൺ ചെയ്യുമ്പോൾ വീണ്ടും ശബ്ദമുണ്ടാകും. വേറെ വഴിയില്ല.

മോണിറ്റർ സ്വിച്ചിടാൻ തുടങ്ങിയപ്പോഴേക്കും പിറകിൽ നിന്ന് അനികേത് മുരണ്ടു – "ഈ അസമയത്ത് എന്താണിവിടെ?"

"ഞാൻ ഇന്റർനെറ്റിൽ പത്രം വായിക്കാൻ നോക്കുകയാണ്."

"പത്രം വായിക്കേണ്ട സമയം ഇതാണോ? എന്നെ ഉറങ്ങാൻ സമ്മതിക്കില്ലേ? രാത്രിഞ്ചര സ്ത്രീയെപ്പോലെ നടക്കും. രാവിലെ പരാതി പറയും, എന്റെ ബ്ലഡ്പ്രഷർ ഉയർന്നു, ഡോക്ടറുടെ അടുത്തു കൊണ്ടു പോകൂ."

'നരകം...!' അവൾ അവന്റെ വാക്കുകൾ അവഗണിച്ചു. അവളുടെ പേരിൽ ഇ–മെയിൽ ഐ ഡി ഉണ്ടാക്കിയത് അനികേതാണ്. അവൻ പറഞ്ഞു – "ലോകം വേഗങ്ങളിൽ പറക്കുകയാണ്. നീ പിറകിലായിപ്പോവും. സൈബർ വേൾഡിൽ പോവുക. സ്വയം കണ്ടെത്തുക. അപ്പോൾ ലോകം ചെറുതായിത്തോന്നും. അതേ അനികേതാണിപ്പോൾ ഇങ്ങിനെ പറയുന്നത്."

അവൾ കംപ്യൂട്ടർ ഷട്ട്ഡൗൺ ചെയ്തു, ഉറങ്ങാൻ ശ്രമിച്ചു. എത്ര നേരം? ഈ ഭീകരവാദം അവൾ എത്രകാലം സഹിക്കും? എത്രകാലം? എത്രകാലം കണ്ണടച്ചിരുന്ന് ഈ തീവ്രവാദം സഹിച്ചിരിക്കേണ്ടി വരും?

# ഇരുപത്തിരണ്ട്

**എ**ത്രകാലം... എത്രകാലം നാം നമ്മുടെ മനസുകൊട്ടിയടച്ച് ഭീകരവാദത്തെ സഹിക്കണം. ആയുധമേന്താത്ത നിഷ്ക്കളങ്കരായ മനുഷ്യർ നിത്യവും കൊലചെയ്യപ്പെടുന്നത് എന്തിനാണ്? മാധ്യമങ്ങളുടെ ഭീമൻ ക്യാമറക്കണ്ണിൽ മരിച്ചവർ നിശ്ചേതനരായി കിടക്കുന്നു. കരുണാദ്രമായ ദൃശ്യങ്ങൾ, ഹൃദയത്തെ മഥിക്കുന്നു. തകർന്നടിഞ്ഞ ഭവനങ്ങൾ, പൊട്ടിച്ചിതറിയ ഉടലുകൾ. പ്രാണവേദനയാൽ ആർത്തലക്കുന്നവർ ഭീതിയാൽ പ്രജ്ഞനഷ്ടമായ കുഞ്ഞുങ്ങൾ.

വെടിമരുന്നിന്റെ ഗന്ധം മനുഷ്യസമുദായത്തെ മൂടി,ശ്വാസം മുട്ടിക്കുന്നു. ദൂരെ അസമിൽ നിന്നും വന്ന്, തന്റെ സ്നേഹിതർക്കോ ബന്ധുക്കൾക്കോ പാരിതോഷികങ്ങൾ വാങ്ങാൻ മാർക്കറ്റിലെത്തിയ വിനോദയാത്രയിലെ പെൺകുട്ടി എന്ത് തെറ്റാണ് ചെയ്തത്? ബിഹാറിലെ ഉൾനാടൻ ഗ്രാമത്തിൽ നിന്ന് ജോലി തേടി എത്തിയ ആ ചെറുപ്പക്കാരൻ എന്ത് തെറ്റാണ് ചെയ്തത്? തന്റെ കുട്ടികളോട് ടി വി കണ്ടിരിക്കാൻ പറഞ്ഞ്, അവർക്ക് മിഠായിയും ബലൂണും വാങ്ങാനായി വീട്ടിൽനിന്നു പുറത്തിറങ്ങിയ മാതാപിതാക്കളെ നഷ്ടപ്പെട്ട മക്കളോട് ഈ തീവ്രവാദികൾക്ക് എന്തെങ്കിലും പറയാനാകുമോ? കുട്ടിക്കറിയില്ല, ലക്ഷക്കണക്കിന് രൂപയുടെ ഭവനവായ്പ അവളുടെ ചുമലിലായെന്ന്. കുറച്ചുദിവസങ്ങൾക്കുശേഷം ഒരുപക്ഷേ അവർ തെരുവിൽ ഭിക്ഷ യാചിക്കുമായിരിക്കും !

പൊതുതാൽപ്പര്യമെന്ന വാക്ക് നിഘണ്ടുവിൽ നിന്ന് മാറിപ്പോയി. ദൈവം ഗാഢമായ നിദ്രയിലാണ്, ഇതൊക്കെ കണ്ടുമടുത്തിട്ടുണ്ടാവും. സഫീക്ക് ഇത്തരമൊരു ഗൂഢാലോചന നടത്തിയോ? തന്റെ നിരപരാധിത്വം പറഞ്ഞ്, വിധിയെ പഴിച്ചെഴുതിയ ചെറിയ ഇ-മെയിലിനുശേഷം അവന്റെ ഭാഗത്ത് നിന്ന് ഒരു അനക്കവുമില്ല.

ക്രമേണ കുകിക്കും മനുഷ്യരിൽ വിശ്വാസം നഷ്ടപ്പെടുന്നു. എല്ലാം നഷ്ടപ്പെട്ടപ്പോൾ അവൾ സഫീക്കിനെ സംശയിക്കാൻ തുടങ്ങി.

ദൃശ്യങ്ങൾ അവളെ പിൻതുടരുന്നു. സഫീക്ക് ഏതെങ്കിലും തരത്തിൽ ഗൂഢാലോചനയിൽ പങ്കാളിയാണോ? ഇപ്പോൾ ഓരോ ചുവന്ന റോസാ ബൊക്കെയിലും ഒരു ബോംബ് പൊട്ടാറായിരിക്കുകയാണ്. പഹർഗഞ്ചിലും സരോജിനി നഗറിലും ബോംബ് സ്ഫോടന പരമ്പര, ദീപാവലി ആഘോഷങ്ങളെ ബാധിച്ചു. ദൈവത്തിന്റെ സൃഷ്ടി സുന്ദരമാണ് എന്ന് ഇനി എങ്ങനെ പറയും?

നഗരം മുഴുവൻ കറുത്ത പുക പടർന്നു. മുറിവേറ്റവരുടെ രോദനം ചുറ്റുമുള്ള കെട്ടിടങ്ങളുടെ ചുമരുകളിൽ അലയടിച്ചു. ചന്തസ്ഥലം ശവപ്പറമ്പായി. തുറന്ന ആകാശത്തിനു കീഴെ, ഇവിടെ സഫീക്ക് ഉണ്ടായിരുന്നുവെങ്കിൽ, എപ്പോഴത്തെയും പോലെ കവിത പാരായണം ചെയ്തുകൊണ്ട്, അവൾ തീർച്ചയായും അവനോട് ചോദിച്ചേനെ, ഈ അവശിഷ്ടങ്ങൾക്കിടയിൽ നിനക്കെങ്ങിനെ പ്രേമിക്കാനാവുന്നുവെന്ന്? എന്താണ് നീ നിന്റെ ക്യാൻവാസിൽ ചുവന്ന പെയിന്റുകൊണ്ട് ഈ നിമിഷങ്ങൾ വരയ്ക്കാത്തത്? നീയല്ലേ എന്നെ പിക്കാസോവിന്റെ ചിത്രങ്ങൾ പരിചയപ്പെടുത്തിയത്? നീയല്ലേ പറഞ്ഞത് ലോകമഹായുദ്ധം പിക്കാസോവിന്റെ ചിത്രങ്ങളിൽ വലിയ മാറ്റം വരുത്തിയെന്ന്? ക്യൂബിസ്റ്റ് ശൈലി വെടിഞ്ഞ് അദ്ദേഹം ക്ലാസിക് ശൈലിയിൽ ഭൗതികമായ രൂപങ്ങൾ മോഡലിനെ വെച്ച് വരയ്ക്കാൻ തുടങ്ങി. സംശയമില്ല, പിക്കാസോ ആഗ്രേയ്ന്റെ സ്വാധീനത്തിലായിരുന്നു. ആ കാലത്ത് മരിറ്റേഴ്സ് വോൾട്ടയർ ആയിരുന്നു അദ്ദേഹത്തിന്റെ മോഡൽ. പക്ഷേ പെട്ടെന്ന്, ലോകമഹായുദ്ധകാലത്ത് അദ്ദേഹത്തിന്റെ ശൈലി മാറി. അദ്ദേഹത്തിന്റെ മോഡലുകളുടെ മുഖം മാറി. ഒരുപക്ഷേ തന്റെ കലയിലൂടെ അദ്ദേഹം തന്റെ തന്നെ സങ്കടവും നിസഹായതയും പ്രതിഫലിപ്പിക്കുകയായിരുന്നു.

രണ്ടാം ലോകമഹായുദ്ധം ആരംഭിച്ചപ്പോഴേക്കും അദ്ദേഹം മോഡലുകളിൽ വലിയ മാറ്റം വരുത്തി, ശരീരവും മുഖവും വിസ്മയകരമായ രൂപത്തിലായി.ഒരു ചിത്രത്തിൽ മുൻവശവും പിറകുവശവും, രണ്ടും വരച്ചിരിക്കുന്നു. തന്റെ ഉള്ളിലുള്ള കടുത്ത വേദനയും ഉൽക്കണ്ഠയും കാണിക്കാനായാണ് അദ്ദേഹം രൂപഭേദത്തിന്റെ ടെക്നിക് ഉപയോഗിച്ചത്.

സഫീക്ക്, നീയും കാലത്തിനനുസരിച്ച് വരയ്ക്കണമെന്ന് ഞാനാഗ്രഹിക്കുന്നു. മനുഷ്യന്റെ വേദനയും നിസഹായതയും വലിയ രീതിയിൽ പ്രദർശിപ്പിക്കണം. മനുഷ്യന്റെ ക്രൂരത നിറങ്ങളിലൂടെയും കൊളാഷിലൂടെയും ചിത്രീകരിക്കണം.

ഏത് ചാനൽ മാറ്റിയാലും, ഒരേ വാർത്ത നിങ്ങൾക്കു മുന്നിലുണ്ട്. അതേ, ഭീകരമായ ദൃശ്യങ്ങൾ. കുകി ടി വി ഓഫാക്കി.

കുട്ടികൾ പോയി. അനികേത് വിദേശത്ത് പോകുന്നതിനു മുമ്പ് അമ്മയെ കാണാനായി ഗ്രാമത്തിലേക്ക് പോയി. ഒഴിഞ്ഞ വീട്ടിൽ കുകി ഒറ്റയ്ക്കായി. അനികേത് കുവൈറ്റിൽ പോകുന്നതിനെക്കുറിച്ച് അവൾക്കേറെ ഇഷ്ടക്കേടുകളുണ്ട്. അവളുടെ മനസിൽ ചിന്തകളുടെ കൊളാഷ് രൂപപ്പെട്ടു. അവനീ ഓഫർ നിരാകരിക്കരുതോ? മുഖർജിയും ഗുപ്തയും ഈ പ്രശ്നത്തിൽ നിന്ന് സൂത്രത്തിൽ തലയൂരിയതാണ്. ശരിക്കും അവനും എന്തെങ്കിലും കാരണം പറയാമായിരുന്നു.

ജീവിതം താമരയിതളിലെ ഒരു തുള്ളി വെള്ളം പോലെയാണ്. നിങ്ങൾ സുരക്ഷിതമായി തിരിച്ചുവരുമെന്ന് ഒരു ഉറപ്പുമില്ല. ഓരോ ദിവസവും കുറച്ചാളുകൾ തീവ്രവാദത്തിന്റെ ഇരകളാവുന്നു. ഒരു ദിവസം അവൾ ഒരു ബംഗാളി പത്രം വായിക്കുകയായിരുന്നു – ഏതാണെന്ന് ശരിക്കോർമയില്ല. ഒരുപക്ഷേ *പ്രഥം ആലോ*, അല്ലെങ്കിൽ *ഇത്തഫാക്*. അതുമല്ലെങ്കിൽ *ജുഗാന്തർ*. ആരോ ഒരാൾ കാസി നജ്റുൾ ഇസ്ലാമിന്റെ വിവരണം ഉദ്ധരിച്ചിരിക്കുന്നു, Mou-Lovi-Moulavi. Mou-Lovi എന്നു വെച്ചാൽ, തേനിനോടുള്ള ആഗ്രഹം. അയാൾ യാഥാസ്ഥിതികരെ കളിയാക്കുകയാണ്, അവരുടെ സ്വർഗത്തോടുള്ള അഭിനിവേശത്തേയും. അവർക്ക് മരണശേഷം സ്വർഗീയ സുഖമുള്ള ജീവിതം നയിച്ച് Hur fairy കളോടൊപ്പം കഴിയണം. അവരാണ് കൗമി മദ്രസകളിൽ കുട്ടികളെ പരിശീലിപ്പിക്കുന്നത് – ജിഹാദിൽ മാത്രം വിശ്വസിക്കുക, മരണശേഷം സ്വർഗത്തിലെത്തി മാലാഖ(Hur fairy) മാരോടൊപ്പം ആനന്ദജീവിതം നയിക്കാം. ഒരാൾക്ക് കുറേയേറെ കാഫിറുകളെ കൊന്നാൽ ജിഹാദിയാവാം. ഇതിന്റെ പ്രതിഫലമായി അയാൾക്ക് അത്രയധികം മാലാഖമാരെ മരണശേഷം സ്വർഗത്തിലെത്തുമ്പോൾ ലഭിക്കും.

ആ ലേഖനം അവളെ അത്ഭുതപ്പെടുത്തി.ഈ ലോകത്ത് മാലാഖമാർക്ക് കുറവുണ്ടോ? സ്നേഹമില്ലായ്മ, സന്തോഷം, സ്ഥിരമായ ആനന്ദം? ഇതുവരെ ആരും കാണുകയോ അറിയുകയോ ചെല്ലുകയോ ചെയ്യാത്ത സ്വർഗത്തിനുവേണ്ടി ഒരാളുടെ ജീവൻ അപകടപ്പെടുത്തുന്നതിൽ എന്തർഥമാണ് ഉള്ളത്?

മാലാഖമാരുടെ കൂടെക്കഴിയുക മാത്രമാണോ തീവ്രവാദികളുടെ ഏക ഉദ്ദേശ്യം? ആവാനിടയില്ല. സമ്പന്നരായ രാഷ്ട്രങ്ങളോട് ചോദിക്കുക! അവികസിത രാജ്യങ്ങളിലെ സാധാരണ ജനങ്ങളെ ഇത്രയും വർഷമായി അവരെന്തിനാണ് ചൂഷണം ചെയ്തു കൊണ്ടിരിക്കുന്നതെന്ന് ചോദിക്കുക!

അമേരിക്കയോട് ചോദിക്കുക, യു എസ് എസ് ആർ നെ അഫ്ഗാനിസ്ഥാനിൽ നിന്നുമകറ്റാനായി അവരയച്ച റോബോട്ടുകൾ എങ്ങോട്ട് പോകുമെന്ന്. അവരെവിടെയാണ് പടക്കോപ്പുകൾ സൂക്ഷിച്ചു വയ്ക്കേണ്ടതെന്ന്? അവർ പരിശീലിച്ചത് എങ്ങിനെ മറക്കുമെന്ന്? പടക്കോപ്പുകൾ ചോരയും ജീവനും ചോദിക്കുന്നു.

മുറിയിൽ ടി വി ഭീകരദൃശ്യങ്ങൾ കാണിക്കുകയാണ്. മരണത്തിന്റെ ഭരണം. ദിവസം മുഴുവനും സങ്കടത്തിലിഴഞ്ഞു. അവൾക്ക് ഒരുപാട് സമയം കിട്ടി, പക്ഷേ സഫീക്കിന്റെ മെയിലിന് കൊതിച്ചില്ല. ബോംബുസ്ഫോടനം അവളെ അശക്തയാക്കി. അവൾ കല്ലുപോലെ ഇരുന്നു. മനസിൽ പുക അടിച്ചു കയറി, അവളുടെ മുഖം പിക്കാസോയുടെ പെയിന്റിംഗിലെന്നപോലെ അലങ്കോലമായി.

ആരോ പ്രണയറോസിന്റെ ഇതളുകൾ ഞെരിച്ച് തിരിച്ചറിയാൻ പറ്റാത്തത്ര വിരൂപത്തിലാക്കിയിരിക്കുന്നു. ഓർക്കാനിനി ഇത്രയേ ഉള്ളു, കുറച്ചു ദിവസങ്ങൾക്കു മുമ്പ്, അവൾ അവന്റെ സ്നേഹത്തിൽ ജീവിച്ചിരുന്നു.

# ഇരുപത്തിമൂന്ന്

**കു**റച്ചു ദിവസങ്ങൾക്കു മുമ്പ്, അവൾ അവന്റെ സ്നേഹത്തിൽ ജീവിച്ചിരുന്നു. ആ സ്നേഹം ഇപ്പോഴുമുണ്ട്, പക്ഷേ അതിപ്പോൾ അനുഭവവേദ്യമാകുന്നില്ല. സഫീക്കിന്റെ വിളി വന്നതിനുശേഷം അവൾക്കതുതന്നെ തോന്നി.പെട്ടെന്ന് രാവിലെ ബാത്ത്റൂമിലേക്ക് പോകുമ്പോൾ ഫോണടിച്ചു. അനികേതിന്റേതാവുമെന്നു കരുതി അവൾ ഓടിച്ചെന്നു. സഫീക്കിന്റെ ശബ്ദം കേട്ട് സ്തബ്ധയായി നിന്നു, പിന്നെ കുറച്ചു നിമിഷങ്ങൾക്കകം സന്തോഷം തോന്നി. സംബോധന രോക്ഷണ എന്നായപ്പോൾ അവൾ കരഞ്ഞുപോയി. അവന്റെ സ്വരം കേട്ടിട്ടിപ്പോൾ നാലു മാസമെങ്കിലുമായി. അതേ വശ്യതയാർന്ന സ്വരം. "രോക്ഷണാ, നീയെങ്ങിനെയിരിക്കുന്നു, മോളെ?"

"സഫീക്ക്, എന്റീശ്വരാ, എനിക്കിത് വിശ്വസിക്കാനാവുന്നില്ല." ആഹ്ലാദത്തിൽ അവളുടെ ചുണ്ടുകൾ വിറച്ചു. അവളുടെ ശരീരം അമിതമായ ആഹ്ലാദത്തിൽ കുലുങ്ങി. അവളുടെ രക്തത്തിൽ അവന്റെ സാന്നിധ്യത്തിന്റെ മധുര സംഗീതം ഒഴുകി.

"മോളെ നീയെന്റെ മെയിൽ നോക്കിയോ?"

"മെയിലയച്ചിട്ടുണ്ടോ? ഇല്ല, ഞാനത് നോക്കിയിട്ടില്ല. കുറേ നാളായി ഞാൻ ഇ–മെയിൽ നോക്കാറില്ല."

"ഞാനെല്ലാം എഴുതിയിട്ടുണ്ട്. രോക്ഷണാ, ഞാനൊന്നു ചോദിച്ചോട്ടെ, നീ സത്യം പറയുമോ?"

"ചോദിക്കൂ"

"നീ ഇപ്പോഴും എന്നെ സ്നേഹിക്കുന്നുവോ? മുമ്പ് സ്നേഹിച്ചിരുന്നതുപോലെ?"

"അതെ."

"നിന്റെ അഭിപ്രായം മാറിയിട്ടില്ല?"

"ഇല്ല." കുകി പറഞ്ഞു.

"മോളെ, ഞാൻ നിന്നെ പുറത്തുനിന്നാണ് വിളിക്കുന്നത്. അവരെന്റെ മെയിലും ഫോണും പരിശോധിക്കുന്നുണ്ട്. ഞാൻ രണ്ടു ദിവസത്തെ ജാമ്യത്തിൽ വന്നതാണ്. മോളെ, എനിക്ക് നീ നഷ്ടപ്പെടുന്നു. മോളെ, ഞാൻ വെക്കുകയാണ്. ബാക്കി മെയിലിൽ നിന്നും നീയറിയും."

അവൻ റിസീവറിൽ അമർത്തി ചുംബിച്ചു.

ഇത് സ്വപ്നമായിരുന്നുവോ? അവൾ ശരിക്കും സഫീക്കിനോട് സംസാരിച്ചുവോ? മുറിയിൽ പെട്ടെന്ന് സ്നേഹസുഗന്ധം പരന്നതായി തോന്നി. ആരോ പ്രേമഗാനം പാടിയതുപോലെ. ഹായ്, ആ വരികൾ എത്ര സുന്ദരമാണ്. എത്ര വ്യക്തമാണ് ആ ഈണം.....

ബാത്ത് റൂമിലേക്ക് പോകുന്നതിനു പകരം കുകി കംപ്യൂട്ടറിന്റെ അടുത്തേക്കോടി. ഇന്റർനെറ്റ് കണക്ഷന് തടസമുണ്ട്. അവൾക്ക് ക്ഷമ നശിക്കാൻ തുടങ്ങി. അവൾ സൈബർ ലോകത്തേക്ക് ലോഗ് ഓൺ ചെയ്യും. സഫീക്ക് അവന്റെ കരങ്ങൾ നീട്ടി,അവളെ ക്ഷണിച്ച്, പറയും, "വരൂ, മോളെ വരൂ."

അവൾ ലോഗ്ഇൻ ചെയ്തു. ഒരു മെയിൽ അവളെ കാത്തിരിക്കുന്നത് കണ്ടു. പക്ഷേ ആരാണീ സ്റ്റീഫൻ? അത് സഫീക്കല്ലല്ലോ. അവൾക്ക് വിഷമമായി. സഫീക്കിന്റെ മെസേജ് എവിടെ? അറിയാത്ത ഭയം അവളെ പിടികൂടി.

ആരായിരിക്കും സ്റ്റീഫൻ? അവളോട് ചാറ്റ് ചെയ്യാനാഗ്രഹിക്കുന്നയാൾ? കുകി അപരിചിതരോട് ഇതുവരെ ചാറ്റ് ചെയ്തിട്ടില്ല. അവൾക്ക് കൃത്രിമമായ അത്തരം ബന്ധങ്ങളിൽ വിശ്വാസമില്ല. ഇതുവരെ, അവൾ അത്തരം കപടവും പൊള്ളയുമായ ബന്ധങ്ങൾ ഒഴിവാക്കിയിരുന്നു. അനികേത് ചിലപ്പോഴൊക്കെ ചാറ്റ് ചെയ്യുന്നത് അവൾ കണ്ടിരുന്നു. മൂത്ത മകനും ചാറ്റിങ്ങിനായി സൈബർ കഫേകളിൽ പോകാൻ തുടങ്ങിയിട്ടുണ്ട്, അവൾക്കതറിയാം. അവനെ വിലക്കാൻ പലതവണ ശ്രമിച്ചിട്ടുണ്ട്.

മെയിൽ തുറക്കണോ വേണ്ടയോ എന്നു തീരുമാനിക്കാൻ കുകിക്കായില്ല. അവസാനം അവൾ വിചാരിച്ചു, 'തുറന്നു നോക്കാം. മറുപടി അയയ്ക്കണോ വേണ്ടയോ എന്ന് പിന്നീട് തീരുമാനിക്കാം.' അവൾക്ക് ഒരു വിസ്മയം അതിനകത്തുണ്ടായിരുന്നു. അതു സഫീക്കാണ് – 'എന്റെ മധുര മാലാഖേ, രോക്ഷണാ' പക്ഷേ എന്തിനാണവൻ കപടമായ പേര് ഉപയോഗിച്ചത്? ഒരുപക്ഷേ മിലിറ്ററിക്കാരെ ഒഴിവാക്കാനാവും. കുകിയെ ബുദ്ധിമുട്ടിലാക്കാതിരിക്കാനാവും.

'എങ്ങിനെ തുടങ്ങണമെന്ന് എനിക്കറിയില്ല.'സഫീക്ക് എഴുതി 'കാരണം ഇത് നമ്മുടെ ബന്ധത്തിന്റെ അവസാനത്തിന്റെ തുടക്കമാണ്. ഇന്ന് ഞാൻ വീണ്ടും റിസ്ക് എടുക്കുന്നു. കാരണം ഇന്ന് എനിക്കിത് ചെയ്യാനായില്ലെങ്കിൽ, ഇനിയൊരിക്കലും നിന്റെ മുന്നിൽ നിൽക്കാനുള്ള ധൈര്യം എനിക്കുണ്ടാവില്ല, വിധി എനിക്ക് ദു:ഖപര്യവസായിയായ നാടകമെഴുതി വെച്ചിരിക്കുന്നു എന്നും പറയാനാവില്ല!

ഞാൻ വിചാരണത്തടവിലാണ്. എനിക്കെതിരെ ഒരൊറ്റ ആരോപണവും ഇല്ല. എന്നെയിങ്ങനെ ആരോപണവുമില്ലാതെ, സാക്ഷിയില്ലാതെ,

കുറ്റം തെളിയിക്കാതെ വയ്ക്കരുതെന്നും പറഞ്ഞ് ഞാനൊരു റിട്ട് ഫയൽ ചെയ്യാനാലോചിക്കുകയാണ്.

രോക്ഷണാ നിനക്കറിയോ, രാഷ്ട്രം വ്യക്തിയുടെ ശത്രുവായി മാറുന്നു, അവന് ഒരു നിലയും വിലയുമില്ല. കാഫ്കയുടെ 'ദി ട്രയലി'ലെ 'K' യെ ഓർത്തു നോക്കൂ. ഞാൻ 'K' ആണെന്ന് എനിക്ക് ഇപ്പോൾ തോന്നുന്നു.

'രാഷ്ട്രം' എന്നു പറഞ്ഞാൽ നമ്മൾ എന്താണ് മനസിലാക്കുക? രാഷ്ട്രം ഒരു വ്യക്തിയിൽ നിന്ന് കൂടുതൽ ഒന്നുമല്ല എന്ന് ഞാൻ ഇപ്പോഴും വിശ്വസിക്കുന്നു. രാഷ്ട്രം തീർത്തും ഒരു വ്യക്തിയുടെ താൽപ്പര്യവും ഇച്ഛയും അല്ലെങ്കിൽ മോഹവും ഭ്രമവും നടപ്പാക്കുന്നു. ഭരണകർത്താവ് ഒരു മനുഷ്യൻ തന്നെ. യു എസ് എ എന്തൊക്കെയാണോ ചെയ്യുന്നത് അത് ജോർജ് ബുഷിന്റെ വ്യക്തിപരമായ അജണ്ടയല്ലേ കൂടുതലും? അതുപോലെതന്നെ പാക്കിസ്ഥാൻ മുഷറഫിന്റെ കൈയിലെ കളിപ്പാവയല്ലേ? ആന്തരികമായ സംഘർഷങ്ങളും പ്രശ്നങ്ങളും യഥാർഥത്തിൽ വ്യക്തികളും അവരുടെ പ്രത്യയശാസ്ത്രവും തമ്മിലുള്ള സംഘർഷമാണ്. ജുഡീഷ്യൽ കസ്റ്റഡിയിൽ കഴിഞ്ഞപ്പോൾ എനിക്ക് മനസിലായി, എന്താണ് മനുഷ്യന്റെ വിധി എന്നും, നിങ്ങൾക്കത് ഒഴിവാക്കാനാവില്ല എന്നും.

മെയിലിന്റെ ഈ ഭാഗം കുകിയെ വിഷമത്തിലാക്കി. ബാക്കി വായിക്കാനുള്ള ധൈര്യമുണ്ടോ എന്നവൾ ശങ്കിച്ചു. വേലക്കാരി, പണി തീർത്ത് പോകാൻ തുടങ്ങുന്നു. അവൾ ചോദിച്ചു – "മാഡം, കുളിക്കാൻ പോവുകയായിരുന്നല്ലോ?" മറുപടി പറയാതെ, മിണ്ടാതിരിക്കാൻ അവൾ ആംഗ്യം കാട്ടി. മെയിലിന്റെ ഒടുവിൽ സഫീക്കിന്റെ കവിതകൾ അറ്റാച്ച് ചെയ്തിട്ടുണ്ട്. പക്ഷേ അവൾക്ക് തുടരാനായില്ല. സഫീക്കിന്റെ അടുത്തേക്ക് പറന്ന് പോയി ഇങ്ങനെ പറയാൻ തോന്നി, "വരൂ സഫീക്ക്, കടൽതീരത്ത് വരൂ. അവിടെ മനുഷ്യബന്ധങ്ങളേയും വികാരങ്ങളേയും നിയന്ത്രിക്കുന്ന ഒരു നിയമവും നിബന്ധനയും ഉണ്ടാവില്ല."

അവൾ കരയുകയായിരുന്നോ? അവളുടെ കവിൾത്തടങ്ങൾ നനഞ്ഞതെന്ത്?

സഫീക്കിന്റെ അവസാനവാചകം വായിച്ചു: 'എന്റെ കുടുംബത്തിൽ ഇപ്പോൾ എല്ലാം ശരിയാണ്. കുറച്ച് ദിവസം എല്ലാവരും വിഷമിച്ചു. പക്ഷേ ഇപ്പോഴവർ ഇത് സ്വീകരിച്ചു. എന്റെ അസാന്നിധ്യം അവർക്കിനി പ്രശ്നമല്ല. തബസും ഡേറ്റിംഗിന്റെ തിരക്കിലാണ്. എനിക്കവളോട് നന്ദിയുണ്ട്. എനിക്ക് വക്കീലന്മാരെ ഏർപ്പാടാക്കിയതിന്, ദിവസവും എന്നെ വന്നു കണ്ടതിന് – തന്റെ തിരക്കിട്ട ജീവിതത്തിനിടയിലും അവളതിന് സമയം കണ്ടെത്തിയിരുന്നു.'

'രോക്ഷണാ, നീ എനിക്കു വേണ്ടി കാത്തിരിക്കുമോ? ഞാൻ കസ്റ്റഡി വിട്ട് വരുന്നതു വരെ? നീ എന്റെ എല്ലാമാണ് മോളെ. എന്നെ ഒരിക്കലും ഉപേക്ഷിക്കരുത്.'

നീ പോവുന്നത് എന്നെ ഭീതിതനാക്കുന്നു
നീ എന്നെക്കൂടാതെയാണ് പോകുന്നത്.

ഇവിടെയിരുന്ന് ഞാനറിയുന്നു
വിധി എന്തിനെന്നെ ഏകാകിയാക്കി
വേദനയോടെ കടുത്ത
നഷ്ടത്തിന്റെ കൊടും വേദന
തകർന്ന ഹൃദയത്തിന്റെ വേദന
നീയെന്റെ ചെറുമുറിവുകൾ ഉണക്കി
ഗഗന നീലിമയിലെ താരഹാരത്തെ കാണിച്ചു
എന്തിനാണ് പിന്നെ
ഉപേക്ഷിച്ചു പോകുന്നത്?
എന്നെ തകർത്ത്, മുറിവേൽപ്പിച്ച്.
നീയിവിടെ ഉണ്ടെന്ന് ഞാൻ വിശ്വസിച്ചു
ഞാനത് വ്യക്തമായിക്കണ്ടു
ഞാൻ ഏകാകിയാണ്, എനിക്ക് നിന്നോട് പങ്കുവെക്കാനാവില്ല
എനിക്കറിയാം, ഇത് സ്നേഹമാണ്
നീയെനിക്ക് നീമാത്രം, നിനക്കറിയില്ലെ,
നീമാത്രം, എന്റെ ആത്മാവിന്റെ ആഴം തൊടുന്നവൾ
ഈ വേദന മുഴുവൻ സ്നേഹത്തിൽ മാറ്റുന്നവൾ
എനിക്ക് ഇപ്പോഴും, എപ്പോഴും നിന്നെ വേണം
കരങ്ങൾ വിരിക്കൂ, എന്നെ ആശ്ലേഷിക്കൂ
തണുപ്പാണ്, അതാണ് ഞാൻ പ്രാർഥിക്കുന്നത്
എനിക്കാ പ്രണയം അറിയണം
ആ അറിവിൽ ഞാൻ ഒരിക്കലും ഏകാകിയല്ല
ഞാൻ നിന്നെ സ്നേഹിക്കുന്നു, എനിക്ക് നീ നഷ്ടപ്പെടുന്നു,
എന്നിട്ടും സ്നേഹമാണ്.
ഈ സ്നേഹം അവസാനിക്കില്ല, സത്യം
നിന്റെ സവിശേഷസ്നേഹം
വേർപാടിലും എന്റെ ഹൃദയത്തിൽ വളരുന്നു.
ഏകനാകുമ്പോൾ എനിക്ക് നഷ്ടപ്പടുന്ന സ്നേഹം
വേർപാടിലും എന്റെ ഹൃദയത്തിൽ വളരുന്നു.
ആ സ്നേഹം എന്നെ ഞാനാക്കുന്നു
വിരഹത്തിലും എന്റെ ഹൃദയത്തിൽ വളരുന്നു.'

കുകി ഇരുന്നു, കവിൾത്തടങ്ങളിലൂടെ ഒഴുകിയ കണ്ണുനീർ തുടച്ചു, കാരണങ്ങളില്ലാത്ത പ്രതിസന്ധിയിൽപ്പെട്ട് ആഴത്തിലുള്ള, അസാധ്യമായ മനുഷ്യബന്ധങ്ങൾ മുളയിൽ നിന്നും നുള്ളി എടുക്കപ്പെട്ടിരിക്കുന്നു. അവൾ കാത്തിരിക്കും. സഫീക്കിനായി, അവന്റെ സ്നേഹത്തിനായി, അവളുടെ മുടി നരയ്ക്കുന്നതു വരെ, അവളുടെ മുഖത്ത് ജരകൾ മൂടുന്നതുവരെ, ഒരുപക്ഷേ അവളുടെ കണ്ണടയുന്ന ദിവസം വരെ. ഒരിക്കൽ അവളുടെ ചെവികളെ ആകർഷിച്ച, അവളുടെ ആത്മാവിൽ സൂക്ഷ്മമായി അലയടിച്ച സ്വരത്തിനുവേണ്ടി, ആ സ്വരത്തെക്കുറിച്ച് അവൾ ഒരിക്കലും ആരോടും പറഞ്ഞില്ല, അപ്പോഴും, പിന്നീടൊരിക്കലും.

9 788126 203758

Printed by Libri Plureos GmbH in Hamburg, Germany